Phiếm 2

Phiếm

tập 2

song thao

NHÂN ẢNH
Tái bản lần thứ nhất
2006

Phiếm 2

Song Thao
bìa và trình bày: Tạ Quốc Quang
đọc Phiếm: PHẠM PHÚ MINH & TRÀ LŨ
NHÂN ẢNH tái bản lần thứ nhất
www.songthao.com

MỤC LỤC

đọc PHIẾM

ĂN

Tết là phải vui, hầu như ai cũng cảm thấy như vậy. Chẳng thế mà người ta thường ví von: vui như tết! Nhưng tết vui vào lúc nào? Vào lúc tết chứ vào lúc nào! Câu hỏi dường như ngớ ngẩn. Tôi thường hay phân biệt: trước tết và tết. Thời gian trước tết mới là thời gian vui. Cái thời khắc chờ đợi, mong ngóng, sửa soạn, lăng xăng xem ra nhộn nhịp hơn cái thời khắc đã là, đã có. Ở Việt Nam, tết là tết cho tất cả mọi người, cứ xôn xao với nhau, vui biết mấy. Niềm vui như được đổ từ người này qua người khác. Mình nhộn nhịp sắm tết trong cái hân hoan của người khác. Chẳng ai rủ ai, mặt nào mặt nấy cứ hồng lên màu hoa đào, cứ vội vàng như sợ mất cái không khí hội hè đang mỗi lúc mỗi gần kề.

Nơi chúng ta đang sống, một cuộc sống gửi, sống nhờ, chúng ta tết với nhau giữa sự ơ thờ của phố phường. Không ngửi thấy tết trong không gian, không có lửa tết trong mắt người khác. Chúng ta co cụm lại với nhau bằng những bữa ăn, bữa nhậu gọi là tất niên. Vài cái cuối tuần trước tết, chúng ta ăn mệt nghỉ. Không biết cái năm cũ có làm điều chi quấy quá mà chúng ta tận tình tiễn nó bằng cái mừng vui bên những chai rượu, bên những món ăn một cách náo nhiệt như vậy. Cứ ăn cho đã, chẳng cần nghĩ tới gì khác. Nhất là cái anh chàng *cholesterol* khó chịu lúc nào cũng lẵng nhẵng bám theo. Đuổi cái anh *cholesterol* đi, được chăng? Được chứ! Theo thầy khí công Đỗ Đức Ngọc thì nhà hàng Tầu nhà hàng Tây gì cũng rứa, khi ăn xong cứ chơi một vài viên Sơn Trà là *cholesterol* chạy te đi hết. Sơn Trà là cái chi chi? Đó là một loại cây lá gì đó ở bên Tầu có tác dụng làm tiêu chất mỡ. Nói là ở tận bên Tầu nghe có vẻ xa xôi chứ muốn có Sơn Trà thì dễ ợt. Cứ xuống phố Tầu, hỏi mấy tiệm chạp phô là có ngay. Mà lại rẻ nữa. Bỏ ra vài đồng là bê về cả kí, ăn mệt nghỉ!

Ăn tết, không ai ăn những thứ dân dã tầm thường, người ta cứ sơn hào hải vị mà ăn. Sơn hào hải vị, đồ Việt, đồ Tây, đồ Tầu, đồ Mễ, đồ Ý, thiếu giống! Nhưng chúng ta đang cách nơi quê cha đất tổ cả một đại dương mênh mông, những thứ dân dã mới là thứ chúng ta ấp ủ trong lòng, thèm thuồng trong miệng.

Dưa La, cà Láng,
Nem Báng, tương Bần,
Nước mắm Vạn Vân,
Cá rô Đầm Sét.

Những địa danh ở hai câu đầu, tôi mù tịt. Láng phải chăng là một vùng nằm quanh Hà Nội? Bần có phải là một địa danh ở Hưng Yên? Nhưng nước mắm Vạn Vân thì mọi người chắc đều biết. Đó là thứ nước mắm... gửi gió cho mây ngàn bay. Danh tiếng như cồn. Thương hiệu Vạn Vân là thương hiệu của gia đình cố nhạc sĩ Đoàn Chuẩn. Đầm Sét là đầm làng tôi, làng Kẻ Sét, còn có tên là Giáp Bát. Làng này cũng truân chuyên theo mệnh nước. Thời xưa, nó thuộc tỉnh Hà Đông, giáp ranh Hà Nội. Sau được sáp nhập vào ngoại thành Hà Nội. Bây giờ thuộc Hà Nội. Trong kỳ trở về Hà Nội sau nửa thế kỷ xa cách, tôi đã về lại làng Giáp Bát, quê tôi. Ngồi sau xe honda của một người bạn, từ những con phố cổ, xoẹt một cái đã đến nơi. Tôi ngỡ ngàng nhìn chung quanh. Có còn một dấu vết nào đâu, ngôi làng xưa của tôi. Nó không còn là một ngôi làng. Những con đường đất quanh co, những bụi tre ngả ngớn theo gió bên đường đi, cây hoa gạo đỏ ối khi hè tới, bụi rậm âm u nơi trú ngụ của những con ma thời nhỏ dại, vuông nghĩa địa chôn dấu bao nhiêu điều huyền bí ghê rợn... Còn gì nữa đâu! Trước mắt tôi chỉ thấy chi chít nhà cửa, phố xá ngang dọc, tiệm bán buôn sầm uất, trông như bất cứ một khu phố nào khác của Hà Nội. Còn lại duy nhất chỉ có ngôi nhà thờ, tuy đã được trùng tu lại, nhưng vẫn còn mang dáng vẻ quen thuộc. Đầm Sét làm gì còn chỗ đứng, nói gì tới cá rô!

Nhích xuống miền Trung, cũng dân dã, cũng đặc sản như miền Bắc.

Yến sào Vĩnh Sơn
Nam sâm Bố Trạch
Cua gạch Quảng Khê
Sò nghêu Quán Hà
Rượu dân Thuận Lý.

hoặc:

Ốc gạo Thanh Hà
Mật rú Bát Phường.

Những địa danh này tôi thật mù câm. Khi có dịp chắc phải han hỏi những vị sinh trưởng ở miền Trung mới ngọn ngành được. Những đặc sản của những vùng đất miền Quảng Nam, chẳng phải hỏi han ai cho mất công. Cứ đọc trong thơ của anh con dân xứ Quảng miệt mài yêu quê hương, nhà thơ Luân Hoán, là rõ:

Nem chả Hòa Vang
Bánh tổ Hội An
Khoai lang Trà Kiệu
Thơm rượu Tam Kỳ.

Hai miền Quảng khác: Quảng Bình và Quảng Trị cùng miền cố đô Thừa Thiên cũng đặc sản như ai:

Măng cày Huyện Do
Gầm ghì Chợ Huyện
Thơm rượu Hà Trung
Mắm ruốc Cửa Tùng
Mắm nêm Chợ Sãi.

Những đặc sản đã đi vào ca dao trên có lẽ đã nằm chết trong ca dao. Ở Việt Nam, chắc đâu đã tìm được! Mà còn có ai cất công đi tìm không nhỉ? Dân trong nước thời mở cửa đang cắm cúi vào những đặc sản văn minh hơn nhiều. Như món nham cua chẳng hạn. Cua là một món ăn nghe ra cũng dân dã nhưng khi nó bò lên hàng đặc sản cũng kiêu kỳ ra gì. Đây là một món ăn đặc sắc của vùng Gò Công, còn có tên là gỏi nham. Gỏi nham được làm bằng những con cua gạch son được rửa sạch, tách mai lấy phần gạch để riêng. Phần cua đem hấp chín, rỉa thịt. Chuối chát, khế bào mỏng và rau dấp cá trộn với thịt cua. Những thứ rau quả này, nhất là rau dấp cá, khi phối hợp cùng gạch cua, thịt cua làm át mùi hăng của cua và làm cho dễ tiêu hóa. Gạch cua được làm thành xốt, khi ăn cho vào gỏi trộn đều.

Cũng món dân dã được rửa chân leo lên hàng đặc sản là món mắm tiến vua. Đó là món mắm tôm chà đã nổi tiếng từ lâu ở vùng Gò Công. Ngày xưa, mỗi năm, dân địa phương đều phải mang tiến loại mắm này cho triều đình Huế. Thịt luộc, rau sống, bún, bánh tráng được bày ra. Cuốn gọn gàng trong bánh tráng đầy đủ các thứ trên, chấm vào chén mắm tôm chà màu đỏ nâu, bỏ vào miệng thì chỉ có ngậm mà nghe. Cái ngon của mắm sẽ làm chúng ta hiểu ra tại sao ngày xưa vua cũng... mắm như dân dã! Cũng vì cái miệng sành ăn của vua mà món đuông được tiến lên triều đình hàng năm. Đuông? Tôi quen anh này từ khuya. Anh ấy khởi sắc ở nhà hàng Tài Nam ở Chợ Cũ. Đuông có nhiều loại: đuông dừa, đuông đủng đỉnh, đuông chà là và đuông măng. Đuông mẹ có cánh, mỏ nhọn, hai cánh cứng như thép, có thể khoét thủng cả gỗ để vào đẻ trứng. Trứng biến thành ấu trùng, béo múp míp, trở thành thứ đặc sản đệ nhất của miền Nam. Ngoài cửa tiệm Tài Nam hồi đó xếp đống những cành chà là. Trong mỗi cành là một chú đuông. Họ chẻ cành ra, chú đuông béo tròn bèo trục nằm ngọ nguậy bên trong. Hồi đó đuông hầu như chỉ có một món: đuông chiên bơ. Chơi một chú đuông, nhấp một hơi *cognac*, đã hết biết. Bạn tôi, ông Trường Kỳ với câu châm ngôn nơi cửa miệng: sống để mà ăn, cũng đã vi vút về đuông trong cuốn *Một Thời Nhạc Trẻ* như sau: *"Tôi khoái nhất món đuông của tiệm Tài Nam. Đuông chiên bơ béo ngậy vô cùng, và ăn sống cũng rất là khoái khẩu. Cắn một phát, phọt ra những chất béo ngậy và thơm tho vô cùng tận. Cái chậu thủy tinh trong đó có những con đuông béo tròn trùng trục ngâm trong nước mắm, để ngay trên quầy tính tiền đã có một sức hấp dẫn tôi ghê gớm. Đó là loại đuông chà là, mỗi cây chỉ có một con nên lúc đó rất quí nên được bán với giá đắt đỏ so với những món ăn khác."* Ngày nay đuông ở Việt Nam được... biến tấu đến chóng mặt. Cái lối đuông mang ra chiên bơ xưa rồi. Người ta chê đuông ăn như vậy chỉ sang chứ không ngon. Mỗi loại đuông có một trường phái riêng. Đuông dừa ngon nhất là nướng lửa than ăn với các loại rau cải trời, bù ngót, cải đất, càng cua, tai tượng, tía tô, quế và ớt hiểm còn xanh. Đuông đủng đỉnh thường được nấu cháo nước cốt dừa. Trước khi nấu phải cho đuông vào tô nước muối để đuông nhả chất dơ ra. Nhưng đuông chà là mới hết xẩy! Đuông nằm trong bắp cây, khi chẻ để lấy đuông ra phải khéo léo để đuông không bị dập xì chất bổ dưỡng ra ngoài. Cho đuông vào tô nước mắm ngon để nhả chất dơ ra và tự ướp mình. Sau đó mới làm món đuông hấp xôi. Nồi xôi vừa cạn nước, người ta để đuông vô miếng lá chuối đặt trên mặt rồi đậy nắp lại. Xôi chín thì đuông cũng chín. Hai ông vua nhà Nguyễn là Gia Long và Minh Mạng rất khoái món xôi đuông. Chả là ngày còn náu mình trên đất Bến Tre, hai cha con ông hoàng được dân bắt đuông về hấp xôi dâng lên. Về sau, khi lên ngôi cửu trùng, hai ngài vẫn còn thèm món đuông. Thèm đến nỗi vua Minh Mạng đã cho khắc hình trái bần và con đuông lên cửu đỉnh đặt tại cung đình Huế!

Đuông lên ngôi, đà điểu cũng lên ngôi. Đây là đặc sản của vùng Đồng Nai. Mời bạn ngồi vào bàn, chúng ta sẽ chơi một bữa ăn toàn thịt đà điểu. Đầu tiên là món trứng chiên đà điểu. Nhìn vào đĩa trứng, bạn đừng tưởng đó là một chiếc bánh ga tô lớn. Trứng đà điểu chiên ăn ngon và xốp hơn trứng gà trứng vịt rất nhiều. Bạn dùng thử đà điểu tiềm thuốc bắc nhé. Cam đoan là ngon hơn vịt tiềm Bắc Kinh rất nhiều. Vừa ngon lại vừa có công dụng trị các bệnh cảm lạnh, đau dạ dày. Nhưng tàn bạo nhất là món thịt đà điểu nướng. Nó không béo ngậy như các loại thịt gà thịt vịt nướng mà thơm ngon lừng lẫy. Bộ đồ lòng của đà điểu được luộc lên ăn rất giòn, ăn vào không thấy có mùi như lòng gà hay lòng vịt.

Món... sư phụ ở Việt Nam nay cũng thăng hoa rất nhiều. Dê được chia ra nhiều trường phái. Phái miền Bắc thì có tiết canh dê, dê nướng riềng mẻ, nấu rựa mận, xáo măng. Nghe ra dê cũng theo con đường siêu thoát của cầy. Món miền Nam có sườn dê nướng, dê xào lăn, dê nấu chao, dê xốt tiêu xanh. Món quốc tế có dê xốt XO, dê nấu kiểu Bali, dê tiềm, dê lẩu và, không thể thiếu được, là cà ri dê! Lòng dê thì cháy tỏi thơm lừng. Nhưng lẩu dê mới hết biết! Đi từ khô tới ướt. Thịt dê được cắt mỏng nhưng phải có đủ ba thành phần: thịt, mỡ và da đem ướp với gia vị. Trước mặt bạn là một chiếc nồi đất trong có tỏi được phi nóng. Bạn sẽ gắp thịt cho vào nồi áp đến chín theo sở thích. Lấy ra ăn kèm với rau. Sau khi đã ăn khô ít miếng, người ta sẽ dọn thêm lên một tô nước lẩu gồm ngó sen khoai môn, một chung tiết dê và một ly rượu chát. Khi nước lẩu trong nồi sôi, lúc đó mới cho rượu và tiết vào. Bạn hãy nếm thử. Vị lẩu vừa có cái đậm đà của tiết dê, vừa có cái thơm tho của rượu vang, hòa với mùi vị của thịt dê. Lẩu khô đã biến thành lẩu nước để phục vụ ông thần khẩu của bạn.

Ông thần khẩu, ai cũng có. Người nào cũng biết thưởng thức những món ăn ngon. Nhưng có được ăn hay không lại là chuyện... tiền bạc! Nếu bạn về nước, chỉ nhìn thấy những đặc sản là mới chỉ nhìn thấy một phía, cái phía hào nhoáng được phô ra cho đẹp mặt đẹp mày. Cái phía kia, phía tối tăm của những người dân bình thường, nó thiếu chất đạm lắm. Cứ lấy những bữa ăn của sinh viên ra mà nghía xem sao. Trung bình mỗi xuất ăn của sinh viên chỉ có khoảng từ ba đến năm ngàn đồng. Quy ra tiền đô, chỉ vào khoảng 30 xu! Xuất ăn thanh đạm này chỉ cung cấp được 66,2% năng lượng cần thiết trong một ngày. Vậy mà vào những ngày cuối tháng, những bữa ăn gầy guộc đó cũng không có. Họ phải chơi mì gói để dằn bụng. Có những sinh viên ăn mì gói đến nỗi tóc cũng xoăn theo! Đó là cách nói... phiếm của sinh viên. Trong một cuộc khảo sát của Viện Dinh Dưỡng Việt Nam tại trường Đại Học Thủy Lợi Hà Nội bữa ăn mỗi ngày của sinh viên được ghi nhận như sau:

Bữa sáng: một gói xôi đậu xanh nhỏ. Bữa trưa: 3 bát cơm nhỏ, 3 lát thịt mỏng, 4 miếng đậu phụ và một bát rau nhỏ. Bữa tối: 2 bát cơm, 1 con cá loại nhỏ, một ít rau cải xào, 1 bát canh rau muống luộc. Bữa phụ: 1 hộp sữa chua, 1 trái chuối. Tiến Sĩ Nguyễn Thị Lâm, Phó Viện Trưởng Viện Dinh Dưỡng, đưa ra nhận định sau: năng lượng một ngày của sinh viên ăn theo thực đơn như trên chỉ đạt được 66,25 % với nữ giới và 63,3% với nam giới so với nhu cầu năng lượng của một người trên 18 tuổi. Diễn nôm ra là... ăn đói. Vậy mà khi được phỏng vấn, đa số sinh viên cho là bữa ăn kể trên là quá tươm tất. Thực trạng không phải vậy. Đó là những con số đọc cho vui chứ sinh viên cứ mì gói làm chuẩn đều đều. Mì gói nhồi cho no bụng chứ không có tác dụng dinh dưỡng. Cứ đến giờ thể dục thể thao là có những sinh viên quay lơ ra nằm trên sân. Ngồi trong giảng đường cũng có nhiều sinh viên bị ngất vì đói. Các phòng y tế của trường đôi khi phải có nước đường hay sữa để hồi phục cho các sinh viên này!

Ngày tết, nói chuyện ăn tết mà sa đà tới chuyện không được ăn, mất vui đi. Nhưng niềm vui của chúng ta, nó giây mơ rễ má lắm. Thân bên đây mà lòng vất vưởng tận chốn xa cách cả một đại dương. Biết làm sao được!

Cơm thừa mỗi sáng quăng thùng rác
Tay quẳng từng khi bỗng ngại ngần
Mẹ dặn hạt cơm là hạt ngọc
Mẹ giờ không có miếng cơm ăn

(Mai Thảo)

01/2005

CHÂN

Làng Cây Phong là một làng thiền ở cách Montréal khoảng một giờ lái xe. Một số bạn viết lách của chúng tôi có tên trong những người sáng lập làng như anh chị Đỗ Quý Toàn, anh Hoàng Chiều Nhân... Vậy mà chúng tôi ít khi lên làng, có lẽ chưa có cơ duyên bằng cơ duyên sẵn có với những buổi đấu láo trong tiệm cà phê hoặc trong những trận nhậu. Nhưng có một lần bỗng chúng tôi có mặt đông đủ trong làng. Đó là một dịp kỷ niệm gì đó của làng. Những dân làng đều có pháp danh bắt đầu bằng chữ Chân, như chị Đỗ Quý Toàn là Chân Huyền, anh Đỗ Quý Toàn là Chân Văn, nhạc sĩ Hoàng Phúc là Chân Sinh... Phàm tục như lũ chúng tôi dĩ nhiên chẳng pháp chẳng danh gì. Nhưng người ta có thì mình cũng thử có với người ta. Nhà thơ Lưu Nguyễn, suốt ngày suốt đêm ở ngoài đường, chẳng mấy khi ở yên trong nhà, được chúng tôi ban cho pháp danh Chân Chạy. Nhà thơ

Luân Hoán, chẳng chờ người ta ban pháp danh cho đã tự đặt là Chân Giả. Cái tên nghe... thiền hết biết. Chân chân giả giả, cuộc đời biết khi nào chân khi nào giả! Nhưng cái tên tự đặt của Luân Hoán thì đúng thật là... chân giả. Anh đã bỏ lại chân trái trên chiến trường Quảng Ngãi và dùng chân giả bằng gỗ từ năm 28 tuổi tới nay. Một nhà thơ khác, anh Phan Xuân Sinh, hiện sinh sống tại Boston, cũng cúng cho chiến tranh một cái chân tại mặt trận Quảng Nam, nhưng là chân phải, ngược lại với Luân Hoán. Vậy nên ngài Chân Giả Luân Hoán đã tặng ngài Chân Giả Phan Xuân Sinh bài thơ sau:

hai người cộng đủ hai chân
trải thơ dán cái phong trần đãi nhau
còn mưa còn nắng đội đầu
chân tình còn đỡ gốc sầu trổ thơ

Ngày mất chân, nhà thơ Luân Hoán và bạn bè đã xuất bản một tập thơ kỷ niệm. Tập thơ mang tên *"Nén Hương Cho Bàn Chân Trái"*. Nhiều năm sau, tại hải ngoại, anh lại xuất bản thơ, chẳng hiểu cuốn thứ bao nhiêu (ai mà đếm được những tác phẩm của người làm thơ giầu có này!), cuốn *"Cỏ Hoa Gối Đầu"*. Anh làm khó tôi bằng cách muốn có một phụ bản thơ của một người chưa làm thơ bao giờ là tôi. Tôi toát mồ hôi. Có bao giờ tôi dám mon men chân cẳng tới chỗ vi diệu của ngôn ngữ thơ đâu! Nhưng rồi tôi cũng liều, đứng vững trên chân mình để liều. Bài gọi là thơ của tôi như sau:

một chân chống chỏi cuộc đời
còn chân nào giữ cái nòi thần thơ?
cái tim cái ruột lơ mơ

cái hồn nghe nặng ơ hờ cỏ hoa

Nói chuyện chân mà cứ quanh quẩn ở chỗ thiếu chân nghe ra chẳng thuận ý trời. Chân, cũng như tay, tai, mắt, là thứ có cặp. Bao giờ cũng đi đủ đôi. Hai chân nối với thân bằng một ngã ba. Cái ngã ba này lắm chuyện lắm. Bởi vì nó có quyền bảo bạn là thứ này hoặc thứ khác. Thứ thuộc về động vật biết bay và thứ thuộc về động vật dưới nước. Muốn tránh lắm chuyện, chúng ta hãy quên đi cái chỗ nối này để đi từ đùi trở xuống. Từ Bắc xuôi Nam, chúng ta có đùi trong đó có một phần được gọi là đùi non (mà không thấy có đùi già)! Dưới nữa là đầu gối, nơi để người ta nói chuyện với khi không còn biết nói chuyện với ai. Dưới nữa là ống chân, rồi mắt cá (không hiểu sao lại có con cá bỏ lại đôi mắt ở đây?), cuối cùng là bàn chân năm ngón (đôi khi sáu ngón cũng không sao!). Chân dùng để đi nhưng cũng có khi dùng để gác, để đá. Lúc thân mật thì gác, lúc không thân mật thì đá. Muốn gác hay muốn đá thì chân càng dài càng tốt. Chân dài còn một lợi ích kinh tế nữa là làm người mẫu. Muốn có chân dài thì phải chọn bố mẹ có chân dài. Bởi vì chân dài hay ngắn đều có yếu tố di truyền nằm ở trong.

Theo các nhà khoa học thì sự phát triển của trẻ em được chia ra làm hai giai đoạn. Giai đoạn lớn đều được tính từ thời bào thai đến 10 tuổi đối với trẻ nữ và 12 tuổi đối với trẻ nam. Trong giai đoạn này, bộ xương dài ra đều khắp người nếu được nuôi dưỡng đúng cách. Nếu suy dinh dưỡng trong giai đoạn này thì không bảo đảm được chiều cao khi lớn. Vào cuối giai đoạn này thì chiều cao thân thể của trẻ sẽ gấp 3 lần lúc mới sanh. Giai đoạn sau đó là giai đoạn tăng cao bất thường gồm 3 thời kỳ. Thời kỳ trước dậy thì (11 đến 13 tuổi nơi trẻ nữ và 13 đến 15 tuổi nơi trẻ nam), chiều cao như tăng vọt lên, trung bình mỗi năm 7 phân, chủ yếu ở phần tay chân. Thời kỳ dậy thì (13 đến 15 tuổi ở trẻ nữ và 15 đến 17 tuổi ở trẻ nam), sức lớn phát triển theo chiều ngang và bề dầy, chân cao thêm vài phân ở những năm đầu, sau chậm dần. Thời kỳ sau dậy thì (tiếp tục cho tới năm 25 tuổi) chiều cao không thêm lên được bao nhiêu nữa. Riêng trẻ nữ, sau 18 tuổi, chiều cao kể như dừng lại, thân hình trở nên cân đối và nở nang.

Như vậy muốn có thân hình cao (dĩ nhiên là chân dài) thì trong thời kỳ phát triển nên ăn đủ các thứ thực phẩm nhất là những thực phẩm có nhiều chất đạm và chất vôi. Tập luyện thể dục thể thao cũng là phương cách quan trọng để tăng hết chiều cao di truyền sẵn có.

Không xét đến các yếu tố ảnh hưởng khác, chiều cao tối hậu của một đứa trẻ dựa vào yếu tố di truyền của cha mẹ nằm trong công thức sau: đối với trẻ nam là chiều cao của cha + 1,08 chiều cao của mẹ chia hai; đối với trẻ nữ là chiều cao của mẹ + 0,923 chiều cao của cha chia hai. Thí dụ cha cao 1,66 thước ; mẹ cao 1,56 thước thì con trai sẽ cao: 1,66m + (1,08 x 1,56m) : 2 = 1,67m; con gái sẽ cao: 1,56 + (0,923 x 1,66) : 2 = 1,55m.

Nếu gặp phải bố mẹ thuộc loại thiếu thước tấc mà con, nhất là con gái, lại muốn nhập vào hàng ngũ các cô gái chân dài thì phải kéo dài chân ra. Một người nắm đùi, một người nắm bàn chân, lấy sức kéo về hai phía chăng? Giỡn hoài! Chân có thể mịn màng trắng muốt như bột, nhưng chân không phải là một khối bột mà muốn nắn muốn kéo thế nào thì nắn. Phải có bài bản đàng hoàng. Thoạt kỳ thủy, phương pháp kéo dài chân ra là một phẫu thuật xuất phát từ bên Nga có mục đích sửa chữa khiếm khuyết cho những người bị dị tật bẩm sinh hai chân so le. Ngày nay, tại Trung Quốc, với trào lưu chung là các cơ quan tuyển dụng chỉ thích tuyển những người cao ráo, chân dài (để làm chi chẳng biết!), kéo dài chân trở thành một hạng mục trong ngành giải phẫu thẩm mỹ.

Trước hết người ta giữ chắc xương ống chân bằng bộ nẹp kim loại, cắt xương phía dưới đầu gối, vặn vít trên bộ nẹp đó để kéo dài thêm một phân khoảng cách ở chỗ bị cắt. Xương sẽ tái sinh trám vào khoảng cách đó. Cơ, dây thần kinh và mạch máu cũng phát triển theo. Người ta làm đi làm lại nhiều lần cho đến khi đạt được đủ độ dài thêm. Bao nhiêu là đủ? Tối đa chỉ kéo dài được thêm 9 phân là hết kéo. Mỗi lần kéo dài 1 phân phải mất cả tháng để xương cứng lại, rồi tập luyện, hồi phục. Muốn có 9 phân chân dài, phải mất cả năm trời. Và tốn ít ra cũng khoảng chừng 3 ngàn đô Mỹ!

Kéo dài chân kiểu máu chảy thịt rơi xương rời như vậy chỉ nghe đã thấy rợn xương sống. Chẳng thà chịu lùn một chút cho an toàn trên xa lộ. Cao như vậy nhọc nhằn quá. Nếu bạn thuộc loại nhát đau và lười móc tiền ra khỏi túi mà vẫn muốn cao thì dễ ợt: mang giầy cao gót! Thứ này coi bộ dễ chơi hơn. Mà chơi trội là khác. Bởi vì, theo một cuộc khảo sát của báo *Daily Telegraph* ở bên Anh thì phụ nữ từ tuổi *teen* đến tuổi 70 đều gắn liền giầy cao gót với tình dục, địa vị và quyền lực. Cứ 5 phụ nữ thì có một người loạng choạng trên những đôi giầy cao gót bất tiện để tỏ ra mình *sexy* với bạn trai, ông chồng hoặc ông xếp. Mặc dầu chỉ có khoảng 33% thực sự thích giầy cao gót nhưng có tới 80% nhất định không buông giầy mặc dù giầy cao gót làm hại đôi chân của họ.

Mang giầy cao gót, OK, nhưng cao tới bao nhiêu? Ra đường chúng ta chẳng mất công tìm kiếm vẫn thấy những bà những cô lênh khênh trên đôi giầy như những người đi cà khêu làm xiếc. Đi như vậy thì còn gì là chân cẳng! Xót xa cho những cặp giò lắm chứ! Một chuyên gia vật lý người Anh, chắc cũng thuộc loại thương hoa tiếc ngọc như bạn và tôi, đã bỏ công ra nghiên cứu về độ cao của giầy cao gót. Đó là nhà vật lý Paul Stevenson của Đại Học Surrey. Và ông đã mầy mò tìm ra được một công thức cho giầy cao gót. Công thức đó như sau: H = Q x [12 + (3 x S/8)]

H là chiều cao tối đa của gót giầy, tính bằng phân. Q là chỉ số xã hội học (muốn biết nó là cái chi chi, đọc ở dưới sẽ rõ). S là cỡ giầy.

Chỉ số xã hội học Q được tính một cách khá rắc rối cũng bằng một công thức. Mà công thức này còn nhức đầu hơn cái công thức chính trên.

Q = [P x L x (Y + 9)]/ [(T + 1) x (A + 1) x (Y + 10) x (L + 20)]

P là khả năng đôi giầy mang đến sự hấp dẫn. L là giá giầy tính bằng bảng Anh. T là thời gian tính từ thời điểm đôi giầy thịnh hành nhất. A là lượng chất cồn trong rượu tiêu thụ khi mang giầy. Y là số năm thường xuyên đi giầy cao gót.

Giầy dép phươn phướn làm chi mà đau cái đầu đến thế này! Lại phải nhờ tác giả cho một ví dụ cho nó rõ ràng. Sau đây là ví dụ của ông thày Stevenson. Nếu bạn có một đôi giầy rất mốt trị giá 200 bảng Anh (khoảng 363 đô Mỹ), đã có thâm niên 10 năm quen đi giầy cao gót, và trong lúc mang giầy không uống một giọt rượu nào, thì giá trị Q của bạn sẽ là 0,65. Nếu cỡ giầy của bạn là 6 (tức cỡ 7 ½ theo số Bắc Mỹ) và ghép giá trị Q vào công thức chung ở trên thì chiều cao tối đa của gót giầy bạn nên mang sẽ là 9,26 cm! Yếu tố A, yếu tố uống rượu là quan trọng nhất. Chẳng hạn chỉ cần uống một ly thôi thì chiều cao đôi giầy sẽ bị giảm đi một nửa, nghĩa là chưa tới 5 cm. Đúng rồi! Vừa chơi rượu, vừa chơi giầy cao gót loại lênh khênh thì tênh hênh ra sàn nhà là cái cẳng!

Bà Kathleen Stone, thành viên của Hiệp Hội Y Thuật Các Bệnh Về Chân của Mỹ vỗ tay tán thưởng công thức này mặc dù, theo bà, nó không có tính khoa học lắm. Bà mặn với lối phân chia theo từng hoạt động để mang giầy cao cho thích hợp hơn. Theo bà, với hoạt động thường ngày thì nên đi giầy gót cao 3 phân. Khi tham dự dạ tiệc không phải đứng suốt buổi thì có thể mang giầy cao hơn nhưng không nên vượt quá 7 phân.

Giầy cho các bà, bàn đến như vậy là đủ, không nên ngôn thêm nữa kẻo gót giầy sẽ leo lên tới trán kẻ ba hoa. Có muốn bàn thêm về giầy dép thì nên bàn tới giầy của các ông cho an toàn.

Quan niệm của các ông về giầy rất giản dị. Một đôi giầy tốt là đôi giầy đi vừa chân, bền bỉ và kiểu giầy mình thích. Thế là đủ rồi. Không gót ghiếc gì cả trừ những chàng thiếu thước tấc mà phải lên sân khấu cho giàn đèn chiếu vào. Muốn thời trang điệu đàng thêm một chút thì mốt cho các ông thanh lịch năm nay, theo tạp chí *Monsieur* ở Pháp và tạp chí G.Q ở Anh, là những đôi *bottine* cao đến mắt cá chân với mũi giầy dài và nhọn. Cũng theo các tạp chí này tán rộng ra thì mũi nhọn nổi lên là thể hiện ý chí vươn lên của người mang chúng, còn mép giầy cao tới mắt cá chân vừa bao bọc bàn chân tốt hơn vừa mang cho người chủ đôi giầy nét thể thao và trẻ trung.

Giầy dép, chúng chẳng phải chỉ là giầy dép mà chúng còn mách cho người khác biết về cá tính của người mang chúng. Cứ lấy những ông tai to mặt lớn ra mà xét thì tức khắc biết.

Tai to số một là ngài Tổng Thống George W. Bush. Ông này thích đi một đôi giầy da nhẹ nhàng, kiểu cổ của hãng *Allen-Edmonds*, trụ sở ở tiểu bang Wisconsin. Ông Bush cũng thích đi loại giầy màu đen do hãng Ý *Vito Artiolo* sản xuất (nhắc nhỏ với các bạn, loại giầy này cũng là loại ưa thích của Saddam Hussein!). Nhưng giầy mà Tổng Thống Bush chịu hơn cả là loại ủng cao bồi! Ngay cả khi tiếp khách hay dự họp ông cũng vẫn khoái mang đôi ủng này! Năm ngoái, khi dự Đại Hội Đảng Cộng Hòa để đề cử ông ra tái ứng cử, ông diện một đôi ủng da nai màu đen của hãng *Pokki Keppol*, tiểu bang nhà Texas. Trên đôi ủng có thêu chữ đầu của tên ông và hình ảnh quốc kỳ Mỹ. Bà Meghan Kliary, người Mỹ, tác giả cuốn *"Những Đôi Giầy Của Bạn Nói Lên Điều Gì Về Bạn?"*, đã tán rằng: người thích mang ủng này được cậy nhờ rất nhiều vào đám bạn bè từ thời Trung Học!

Đồng minh số một của ông Bush trong mặt trận Iraq, Thủ Tướng Anh Tony Blair lại thích mang loại nửa giầy nửa ủng của hãng *John Lob*, một hãng chuyên sản xuất giầy theo phong cách cũ vốn được giới giầu có ở Luân Đôn rất ưa thích. Bà Kliary tán như sau: Thủ Tướng Tony Blair là một dân Anh chính hiệu, quen nói thẳng và yêu lao động!

Đối thủ trong cuộc tranh cử Tổng Thống Hoa Kỳ vừa qua của ông Bush, Nghị Sĩ John Kerry cũng thích mang giầy của hãng *Allen-Edmonds* như đối thủ của mình. Ông còn thích mang một đôi nửa ủng nửa giầy của hãng *John Lob* như ông Blair. Bình loạn của bà Kliary: John Kerry là một con người khá năng động.

Tổng Thống Nga Vladimir Putin luôn mang những đôi giầy đen bóng, mũi vuông. Điều này nói lên được là Tổng Thống Putin là người có nghị lực, muốn vươn tới một địa vị cao đồng thời muốn biểu lộ ý muốn trở về những căn cơ , gốc gác một cách khôn ngoan!

Tổng Thống Pháp Jacques Chirac thích mang giầy đen của nhà thời trang *Jan Gocher*. Giầy của ông thấp, tiện lợi trong việc đi lại. Bà Kliary tán: Tổng Thống là một người cư xử nhẹ nhàng, thích sự vui vẻ, thích ăn ngon, sắc sảo, tinh tường, dễ kết bạn!

Chuyện chân cẳng mà tuột xuống tới giầy dép thì coi như hạ màn được rồi. Nhưng chưa! Trong tạp chí Văn Học, California, số Tết Ất Dậu vừa phát hành, có truyện *"Áng Mây Miền Núi"* của Nguyễn Ý Thuần. Chuyện xảy ra trong một phòng bệnh của Bệnh Viện Hai Dã Chiến Kontum. Bốn bệnh binh, một cụt chân phải, một cưa chân trái, một cụt cánh tay phải, một cánh tay trái bị bó bột từ trên xuống dưới. Bốn cái mất mát cân cái là một trò đùa của ông thần chiến tranh. Ngày Tết, buồn, cô đơn, bốn anh Sĩ Quan trẻ vừa bắt đầu nếm thân phận tàn phế bày trò chơi. Hai anh cụt tay phải thi mở hộp thịt. Hai anh cụt chân phải chơi trò tập diễn hành ngày Quân Lực. *"Thằng Pháo Binh cắt lời hai thằng Lôi Hổ và bắt đầu đếm. Hai thằng cưa chân ôm nhau, hai cánh tay choàng qua vai, hai chân còn lại loạng choạng theo nhịp đếm.* Một. Hai. Một hai. *Hai cái đầu, bốn cái tay, hai thân mình, hai cái chân nhập thành một. Như con quái vật hai đầu trong thần thoại Hy Lạp.* Mình với ta tuy hai mà một. *Từ mép giường này sang mép giường khác, hai bàn chân nâng lên, đặt xuống khó khăn, vượt tầm điều khiển của thân thể như hai đứa trẻ đang tập đi. Qua khỏi mép giường, đến khoảng trống gần bàn ăn, thằng Lôi Hổ cưa chân phải khụm xuống, kéo thằng cưa chân trái ngã theo. Hai tấm thân cao lớn vẫn ôm nhau, nằm tênh hênh trên sàn. Chúng tôi phá ra cười. Trò tập diễn hành để chuẩn bị cho ngày Quân Lực Mười Chín Tháng Sáu được hai thằng què chân đảm trách. Cười chán, chúng tôi nhìn nhau thở dốc, không buồn đỡ hai thằng bị ngã dậy. Bốn cái miệng há ra. Tám con mắt nhìn nhau.* Ta với mình tuy một mà hai. *Tám khóe mắt ướt."*

Chỉ là chuyện giỡn chơi cho vui. Ai cười được thì cười!

02/2005

CHẢ & NEM

Hồi nhỏ, ở Hà Nội, nhà tôi được cắt một khoảng phía trước cho một bà người Ước Lễ thuê làm cửa hàng giò chả. Ước Lễ là một làng thuộc Thanh Oai, Hà Đông, chuyên làm giò chả, bánh chưng, bánh giò. Chả Ước Lễ ngon khủng khiếp lắm. Đó là những miếng hình tròn, dẹt, lớn bằng lòng bàn tay, được chiên ngập mỡ trong chảo nên vàng ươm đều khắp, trông rất hấp dẫn, thấy là muốn cắn liền. Nem là tiếng Bắc, trong Nam gọi là chả giò. Chả giò hình thù ra sao bà con thiên hạ chắc biết hết rồi, chẳng cần phải tả ra đây cho tốn chữ. Chỉ cần biết đó là một cái bánh hình trụ, dài cỡ ngón tay. Ở hải ngoại, trong trào lưu lớn mạnh chung, nem cũng vươn mạnh lớn không kể kích thước, tùy theo sự cạnh tranh của các tiệm. Để chỉ hành vi ngoại tình, các cụ phán: Ông ăn chả, bà ăn nem. Tại sao không ngược lại? Ông ăn nem, bà ăn chả! Không được. Nghe không thuận. À, thế ra các cụ cũng...

phiếm gớm. Các cụ đã đi một đường tượng hình!

Nem và chả, ở ngoài Bắc ngày xưa, là hai món ăn thuộc loại quý phái. Nem công chả phượng. Nghe... hoàng tộc dễ sợ! Ăn chả, không dễ lắm đâu. Riêng tôi hồi nhỏ, cửa hàng giò chả ngay trước nhà, vậy mà phải đau ốm, cơm đưa tới là lắc đầu quầy quậy, bấy giờ mới được một miếng giò cắt thành từng miếng nhỏ hạt lựu trộn đều trong cơm, chan thêm một muỗng nước mắm nhĩ mằn mặn. Mới tới giò thôi chứ chưa tới chả! Chả, nó ngồi cao lắm, dễ gì mà với tới. Còn nem, ba ngày tết mới thấy mặt. Không có chả giò quanh năm như khi tôi di cư vào Nam đâu. Như vậy chả và nem là hai món không dễ gì được ăn, mà khi được ăn thì... điên lên!

Ngày xưa hình như chỉ có các ông ăn chả. Ăn một cách... vô tư chẳng cần giấu giếm gì. Nếu lỡ cái chả chiên có phồng bụng lên thì cho ra công khai, xếp vào bộ sưu tập, đánh số thứ tự Dì Hai, Dì Ba, Dì Tư... đàng hoàng. Còn các bà, cấm có được ăn nem. Lỡ ăn nem thì truân chuyên lắm. Đóng gông, gọt đầu bôi vôi. Cứ như là vướng vào bệnh cùi bệnh hủi. Mọi người xa lánh hết.

Trong Thánh Kinh có kể chuyện Chúa tới một nơi người ta đang sửa soạn ném đá người đàn bà ngoại tình. Đám đông hung hăng trước đống đá sẵn sàng trở thành đạn thù của cả xóm làng vào người đàn bà lỡ ăn nem. Chúa vội vàng can thiệp. *Nếu ai trong các ngươi thấy mình không tội lỗi thì hãy nhặt đá ném vào người đàn bà này!* Đám đông lặng câm rồi lảng dần đi hết. Anh nào chẳng có tịt!

Ngày nay cái tịt coi bộ lớn mạnh hơn. Theo thống kê năm 1993, chỉ riêng ở Mỹ đã có 25% đàn ông ăn chả. Quy ra thành con số là 19 triệu trự! Còn các bà, có 12 triệu bà đã đớp nem, tức 17% các bà. Như vậy bên nem bên chả cũng khá ngang ngửa. Phe mày râu đã mất đi cái độc quyền thưởng thức chả. Cánh đàn ông bây giờ cũng phải vất vả loay hoay với cặp sừng vướng víu trên đầu.

Một anh chồng đi công tác xa về chợt bắt gặp một gã đàn ông mặc quần áo của mình, đi giầy của mình, đang nằm trên giường với vợ mình. Anh chàng liền cầm dao xông đến, vợ anh ta van xin dừng tay để giải thích.

"Ông này vốn là một người ăn mày đến nhà ta xin ăn, em cho ông ấy một ít đồ ăn mà anh chê không ăn. Sau đó thấy trong tủ còn một ít quần áo của anh đã lâu không dùng đến em cho ông ấy một bộ, anh xem có được không?"

"Được!"

"Em lại cho ông ấy một đôi giầy dưới gầm giường đã lâu anh không đi, anh thấy có được không?"

"Được!"

"Và thế là ông ấy đi ra, ra đến cửa ông ấy mới quay lại hỏi: 'Còn cái gì chồng bà đã lâu ngày không dùng tới không?' "

Tại sao người ta ăn chả ăn nem? Tại anh tại ả hay tại cả đôi bên? Ngoại tình thường xảy ra khi có sự khập khiễng trong cuộc sống chồng vợ. Sự khập khiễng này có nhiều nguyên do.

Trong phim *Heartburn* của đạo diễn Nora Ephron, nữ tài tử Mary Streep vào vai một người vợ có anh chồng đi theo một bóng hồng khác. Cô về than thở với ông bố ruột. Ông bố chắc cũng thuộc loại nòi tình, an ủi cô con gái bằng một câu lảng nhách: *"Nếu con muốn chồng con chỉ biết có con thì tốt nhất con hãy lấy một...con thiên nga!"* Câu trả lời đã ban phép lành cho cái miệng ăn chả. Đàn ông, cứ xổ ra khỏi chiếc cùm là như chim xổ lồng. Họ ăn chả xong, chùi mép, tỉnh bơ như không có chuyện gì xảy ra. Cô bạn tôi đã có lúc vừa cười vừa ngôn: *"Ông già tôi mà có bồ được thì ai cũng có bồ được hết!"* Đấng sinh thành của cô, một luật sư đạo mạo, nghiêm túc, trong những lần đi công tác ở các tỉnh đã cứ chả cắn tì tì. Một ông khác, công chức mẫu mực, hiền lành, nhỏ nhẹ, thế mà lúc vỡ lở ra đã có tí nhau bên ngoài gia đình. Chồng một nơi, vợ một nẻo, rất dễ chao đảo con tim.

Trong những xã hội Tây phương chúng ta sống hiện nay, ngoại tình là một thứ hiển nhiên và phổ biến đến mức mọi người coi như chuyện vặt thường ngày. Có gì đâu mà phải *care*? Người ta đã công khai thành lập và khai thác thương mại, quảng cáo đầy rẫy trên truyền hình và báo chí những câu lạc bộ trao đổi vợ chồng. Họ coi chuyện trao đổi người phối ngẫu với nhau trong một đêm hay một chuyến du lịch là việc thay đổi... khẩu vị! Xong hợp đồng thì lại vợ vợ chồng chồng, có chết con... thiên nga nào đâu? Quan niệm quá cấp tiến này chắc chắn sẽ không thích hợp với quan niệm về cuộc sống lứa đôi của đa số người Việt chúng ta.

Một vợ một chồng, cuộc sống hòa thuận vẫn được chúng ta cho điểm là một cuộc sống hạnh phúc. Bà vợ vẫn cứ luôn luôn dùng đủ mọi cách để anh chồng cứ cơm nhà quà vợ cho chắc bụng. Đừng có dở chứng chán cơm đi ăn phở. Ngon miệng đó nhưng bột ngọt nhiều hay khát nước, thịt thà ôi a dễ đau bụng. Ông chồng thì cũng muốn bà vợ cứ xài đồ nhà.

Đồ nhà như đôi giầy cũ, cũ đó nhưng êm chân. Giầy mới nhiều khi làm phỏng chân phỏng cẳng, để lại sẹo, xí gái đi.

Muốn thì muốn vậy nhưng con người ngày nay nó cà chớn lắm. Sẩy chân một cái là té. Vững chân nhưng bị ngáng, bị kéo thì cũng tự ý té như thường. Trong nhà, ngoài đường, trong sở làm, ngoài cửa tiệm, đưa mắt tới đâu là thấy chước cám dỗ tới đó. Mở cái TV ra là thấy úp úp mở mở, liếc cái quảng cáo cũng thấy đồi thấy núi, thấy đinh thấy vít, ra đường là đụng xà quần xà nẹo. Riết rồi quen đi. Chúng ta sống trong cái không khí mà mọi chuyện đều là chuyện thường tình. Trái tai gai mắt riết rồi cũng thấy quen tai quen mắt. Chẳng có gì phải nghĩ ngợi cả. Một ngày nào đó, buồn anh chồng một tí, ức chị vợ một chút, buông lửng nhắm mắt một lần. Xong ngay. Chả một lần, nem một lần dễ dẫn tới chả nhiều lần, nem nhiều lần. Cứ như chuyện đùa. Cứ như đang chơi trò ú tim như ngày xưa còn bé.

Hai ông bạn gặp nhau. Một ông cười toe toét:

"Hôm qua tớ thoát hiểm trong gang tấc!"

"Chuyện gì vậy?"

"Đang ngồi chơi với mấy em trong quán *karaoké*, say quá không để ý, chuông điện thoại reng lên, tớ bấm máy liền, hóa ra là bà vợ gọi. Thoạt nhanh trí, tớ bịt mũi, nói tỉnh bơ: "Xin lỗi, bà gọi lộn số rồi!" Không nhanh như vậy thì chết với bà ấy rồi. Lúc đó, mấy em đang ríu rít, bả mà nghe được là biết tẩy liền! Một lúc sau, bả gọi nữa, may mà tớ ra khỏi quán rồi. Trả lời 'em yêu' khỏe ru!"

"Cậu may thiệt, còn tớ thì chịu chết!"

"Sao vậy?"

"Lúc đó tớ đang ở trong phòng mát-xa thì vợ tớ gọi. Bả hỏi là tớ đang ở đâu, tớ nói ngay là đang ngồi uống cà phê bàn chuyện làm ăn với mấy người bạn. Rồi cậu biết bả nói sao không?"

"Không, bả nói sao?"

"Bả ấy dõng dạc ra lệnh: 'Ông làm liền theo tôi nói nghe! Cầm cái muỗng gõ vào cái ly cà phê một tiếng xem có đúng ông đang uống cà phê không?'(Thở dài!) Ở chỗ đó thì làm gì có muỗng với tách!"

Gia đình ngày nay khá chơi vơi. Con sóng xã hội như sóng thần dâng cao cả chục thước ào vào trong nhà mấy hồi. Vợ đi làm, chồng đi làm, chuyện lòng vòng trong sở không phải chỉ là chuyện trời ơi đất hỡi của người khác. Nó ngấm vào mình tất cả. Trí óc vô tình làm một cái so sánh nhỏ, so sánh chồng mình, vợ mình với những đồng nghiệp khác. Thấy chông chênh. Bên ngoài khung cửa là ánh sáng, bên trong khung cửa là ảm đạm. Cuộc sống thường nhật dễ sinh ra nhàm chán. Sức ép về tiền bạc, nợ nần, cơm áo, con cái, vui chơi, giải trí... làm nổ tung mái ấm gia đình lúc nào không hay. Mấy anh chủ thì trăm anh sẵn sàng thả dê gần đủ cả trăm anh. Đồng nghiệp thì thân cận lâu ngày dễ sàm sỡ. Chỉ một chớp mắt hớ hênh, cây cối ngã đổ lúc nào không biết.

Theo một bài viết trên tờ Lao Động ở Saigon, số ra ngày 1/12/2003, thì quấy rối tình dục nơi công sở ở Việt Nam đã lên tới mức báo động. Bà Nguyễn Vân Anh, Giám Đốc Trung Tâm Nghiên Cứu Khoa Học Về Giới Tính, Gia Đình, Phụ Nữ Và Vị Thành Niên, đã đưa ra con số thống kê cho năm 2002: 338 trường hợp tư vấn có nội dung liên quan đế quấy rối tình dục nơi công sở. Trong số này có tới 192 trường hợp bị cưỡng hiếp, đạt gần 60%, mà thủ phạm chính là những người quen biết.

Cái uy, cái quyền của cán bộ, nhất là cán bộ thủ trưởng, ở Việt Nam nó to đến thế nào, những người còn kẹt lại sau tháng 4/1975 đều đã biết. Vợ con của những người phải đi học tập cải tạo là những nạn nhân bị quấy rối tình dục nhọc nhằn nhất. Từ anh công an khu vực, anh phường trưởng lên tới những cấp cao hơn đều sẵn sàng thả dê. Người chống đỡ được cũng có, người xuôi tay cũng có. Những người vợ chỉ biết có gia đình, chồng con bỗng chốc bị xoáy vào cơn bão tố của đổi đời như bèo giạt hoa trôi phó mặc cho bão tố của cuộc đời đã lộn tùng phèo. Họ bị vứt ra ngoài xã hội, tranh sống với những con cáo già. Xã hội đảo điên đã chỉ dành cho họ những tủi nhục. Như nhân vật Loan trong truyện ngắn *Vết Chàm* của nhà văn Hoàng Du Thụy. Chồng đi học tập, nàng theo bè bạn ra buôn thuốc tây ở chợ trời kiếm tiền nuôi con và thăm nuôi chồng. Ngày thăm nuôi gần kề, hàng bị mất hết, Loan bối rối không biết làm sao. Ông Lân, một đầu nậu thuốc tây, người đã theo đuổi Loan từ lâu, đã tới đúng lúc. *"Tôi đứng lên đi theo ông Lân như cái máy. Tôi không cần biết ông chở mình đi đâu. Cứ nhắm mắt theo ông rồi ra sao thì ra. Tôi đuối sức lắm rồi. Một tương lai đen tối với hai bàn tay trắng đã làm tôi rợn người. Tôi chỉ còn cái phao bám víu là ông Lân. Có thể tôi phải mượn ông một số vốn để buôn bán chứ không còn cách nào khác. Ông Lân dẫn tôi vào một nhà hàng sang trọng trong Chợ Lớn. Ông hỏi ăn gì, uống gì tôi cứ lắc đầu. Tôi còn thiết tha gì đâu. Ông Lân gọi món gì cũng được. Bữa ăn thịnh soạn trong hoàn cảnh này không hấp dẫn được tôi chút nào. Ông Lân cứ gắp thức ăn bỏ vào chén cho tôi, thỉnh thoảng ông đút tôi một miếng thịt hay một miếng khoai tây chiên dòn tan. Hình như có cả rượu mạnh mà tôi không cần biết, cứ uống cho quên mối lo đang đè nặng trong đầu. Trong bữa ăn ông Lân nói gì nhỉ? Hình như anh yêu em thì phải. Ừ, yêu thì yêu có sao đâu. Miễn mình đừng yêu lại thì thôi. Không biết tôi có nói gì với ông không, có cười cợt gì với ông không mà ông có vẻ là một người tình chăm sóc một người tình....Khi chiếc xe dừng lại thì tôi hoàn toàn đi không vững nữa. Hình như ông Lân bế tôi vào nhà. Hình như ông đặt tôi trên một tấm nệm rất êm. Ủa mà giường tôi làm gì có nệm? Tôi ú ớ kêu má nhưng không nghe tiếng má trả lời. Có ai nằm kế bên tôi, không phải là Thiện, cũng không là má. Một hơi ấm đàn ông rất lạ mà rất gần gũi. Và tôi mê đi trong những con sóng bạc đầu đang cố dìm tôi xuống đáy biển đam mê."*

Đâu có phải là nem! Đó là cái nhục nhã của một sinh vật vất vưởng trong một xã hội mà con người bị đối xử như một thứ không phải là công dân!

Không cho ăn chả có được không? Được chứ. Nói cho các bà mừng là các nhà khoa học đang nghiên cứu để bịt đi cái tật ăn chả của các ông. Họ đã làm thí nghiệm với chuột. Trong tự nhiên, giống chuột đồng cỏ *(Microtus ochrogaster)* là một giống chung tình. Sau khi giao phối, chuột đực gắn kết trọn đời với cô nàng mà chúng đã chọn, bảo vệ nàng bằng cách ghen tuông với những anh chuột đa tình khác, và cùng nàng chăm sóc con cái. Trái lại, một loại chuột đồng khác, chuột *Microtus pennsylvanicus*, phong tình hơn nhiều. Chúng kết đôi với nhiều chuột cái và chẳng mấy khi quan tâm đến các con. Vì răng mà có sự khác biệt này? Các nhà nghiên cứu đã tìm ra chính *hormone vasopressin* đã thúc đẩy hành vi chung thủy ở chuột đồng cỏ. Để xác nhận giả thuyết trên, nhà nghiên cứu Miranda Lim của Đại Học Emory ở Atlanta, tiểu bang Georgia đã cấy một *gene* vào não của chuột đồng *Microtus pennsylvanicus* đực. *Gene* này mã hóa tạo ra các cảm thụ quan *vasopressin.* Vài ngày sau, ở vùng giữa não trước của chuột đa tình đã tích tụ một lượng lớn cảm thụ quan *vasopressin*, và chúng bỏ hẳn ham muốn tìm của lạ. Anh chàng đa tình bị khoa học làm trở thành một anh chàng chung tình chỉ biết có một nàng duy nhất, và nhất quyết chung thủy ngay cả khi bị các nàng khác tán tỉnh. Các nhà nghiên cứu giải thích rằng: sự chung thủy của chuột đồng cỏ là hệ quả của một chuỗi mắt xích. Khi giao phối, cơ thể chúng giải phóng *hormone vasopressin. Hormone* này bám vào cảm thụ quan *vasopressin* ở vùng giữa não trước, kích hoạt cho hệ thống thần kinh "nhận phần thưởng". Hệ thống này gây cho chúng cảm giác hạnh phúc - thứ cảm giác đi kèm với bạn tình mà chúng vừa giao phối. Do vậy, chúng có xu hướng mãi mãi gắn bó với nhau, và từ đó chúng chỉ cảm thấy thích thú khi gần gũi với chỉ người bạn tình đó thôi.

Chắc các bà nôn nóng hỏi: có áp dụng được vào với ông chồng của tôi không? Theo các nhà khoa học thì hành vi của con người dường như cũng được dẫn dắt theo lộ trình và các *hormone* tương tự. *Vasopressin* cũng được giải phóng khi con người ái ân. Nếu điều này là đúng, các bà chỉ cần đè ông chồng hám của lạ ra, chích cho một liều *gene* cảm thụ quan *vasopressin* là tình hình miền tây yên tĩnh như không!

Cái yên tĩnh của khoa học sao bằng cái yên tĩnh của tâm hồn. Tự nguyện bao giờ cũng đáng quý hơn là bị bắt buộc. Đồ sơn thì mặc kệ nó ở Đồ Sơn, có chi mà háo hức!

Bên em
và, xa nhau
giữa lưng chừng
cách trở
mỏi mong mòn mắt
muối mặn gừng cay
xác quyết lòng sâu, cạn.
(Đức Phổ)

01/2005

CHƠI

Chơi, lý gì mà không thích! Đó là cái thú của con người. Cụ Vương Hồng Sển để cả đời ra để chơi. Tính tình cụ rất dễ dãi, nói năng bộc trực, loại... có sao nói vậy người ơi. Trong chứng chỉ Văn Minh Việt Nam của trường Đại Học Văn Khoa thập niên 60, cụ phụ trách một môn. Môn Thú Chơi Đồ Cổ! Đó là một môn học... chơi, rất vui. Sở dĩ cụ được mời dậy ở Đại Học vì cụ là một... tay chơi, chứ không phải vì bằng cấp. Nếu chỉ vin vào bằng cấp, cụ sẽ phải đi chỗ khác chơi! Trong một buổi học, cụ đã cười nụ cười hiền hòa, nói chơi mà không biết là giỡn hay thật. Đại khái cụ ngôn như thế này: "*Mai mốt các ông các bà có nói năng phải giữ mồm giữ miệng vì mang danh là ông Cử bà Cử. Nói câu nào người ta ghim câu đó. Phải có sách có chứng đàng hoàng. Lơ mơ người ta sẽ bắt bẻ. Còn trống trơn như tôi đây, nói phét nói lác văng thiên cũng chẳng hề chi. Sướng hôn?*"

Nói xong cụ cười hề hề nghe ra rất thoải mái. Cái nói... văng thiên của cụ đã biến thành những cuốn sách quý về... chơi. Thú chơi đồ cổ, thú chơi sách và cả chục loại thú khác. Cứ chơi như vậy tới... hơn nửa đời hư!

Những thú chơi của cụ Sển là thú sưu tầm. Vớ được cái chai cái bình xưa, cầm được cuốn sách hiếm, sướng tê người. Phải gian truân săn tìm, khi cầm được những vật quý trên tay mới thấy tất cả cái thú của... dân chơi.

Nhỏ, ai chẳng là dân chơi! Chúng ta, từ những ngày mũi giãi, ai chẳng có cái thú sưu tầm. Sưu tầm bi, nút chai bia, hình Tarzan, hình Zorro... là nghề của tôi ngày nhỏ. Tới thế hệ con tôi, nơi xứ người, chuyển thành hình các tài tử màn ảnh, các cầu thủ *hockey,* búp bê *barbie*. Tới thế hệ cháu tôi là hình *Pokemon*, hình *Dinosaurs* và các loại *game*. Lớn hơn một chút, tôi... trí thức hơn. Chơi sách nhi đồng, chơi tem. Chơi tem là cái thú ở với tôi lâu dài nhất. Xin tem, mối lo thiết thân của tôi ngày đó. Tới chơi nhà ai cũng lục những bao thư cũ kiếm tem. Trao đổi tem với bạn bè và xa hơn, với bạn thư từ bốn phương qua trung gian của *Pen Pals Club*. Mua tem mới... te tua. Tới các nhà sách, các tiệm chuyên bán tem sưu tập, chân bước không rời. Nhịn ăn nhịn tiêu, dành tất cả tiền cúng vào các tiệm bán tem. Ngày Bưu Điện phát hành tem mới, chầu chực hàng giờ móc tiền ra trút hết. Mua cho mình, mua để trao đổi với bè bạn bốn phương. Say mê chi mà lạ! Hình như trong tem có... ma túy. Tốn bao nhiêu cũng không tiếc. Chẳng cứ tôi, nhiều người cũng chịu chơi như vậy. Trong tùy bút *Mây Hồng*, nhà văn Trúc Chi kể chuyện say mê tem của ông bạn tên Thưởng. *"Anh là hội viên của Hội Bưu Hoa Quốc Tế từ đầu thập niên 1950. Qua trung gian của Hội, anh sưu tầm đầy đủ, kể cả tem phát hành ở Hà Nội sau hiệp dịnh Genève năm 1954. Trong phòng làm việc ngay bên dưới cái sân thượng mà chúng tôi vẫn ngồi nói chuyện, tôi đã thấy mấy cái tủ kính lớn đựng đầy những quyển album dày, trang nào cũng dán kín đủ hai loại tem sống và chết, đã được phong kỹ trong những bao giấy bóng đục và sắp theo niên lịch. Đặc biệt và rất quý là hai quyển dán những bản épreuves (in thử) của tem phát hành vào năm 1943-44, có triện của nhà in I.D.E.O. và cliché Dầu mà Thưởng đã mua lại được của một người Pháp trước là công chức bưu điện Nam Kỳ. Lúc soạn mấy quyển albums đó ra cho tôi xem, Thưởng nói: 'Mấy cái épreuves này, thật ra không có giá trị bằng tem đã phát hành, nhưng đối với người chơi tem lại quý lắm. Anh có đem vàng đến, tôi cũng không bán'".*

Nói tới cái thú chơi tem, không thể không nhắc tới nhà sưu tầm nổi tiếng Nguyễn Bảo Tụng. Tôi có gặp ông vài lần trong thời gian chúng tôi cùng viết cho bán nguyệt san Thời Nay ở Saigon. Ông phụ trách trang Bưu Hoa, một mục thường xuyên rất ăn khách. Ông vừa... bỏ tem ra đi vào ngày 10 tháng 11 năm 2004. Bộ sưu tập tem của ông gồm khoảng 100 ngàn con tem của tất cả các quốc gia trên thế giới. Những bộ tem quý hiếm của ông thật... quý. Như bộ tem Đông Dương (1898-1945), tem Việt Miên Lào (1951-2003), Monaco (1812-2003), Tòa Thánh Vatican (1852-2003), Pháp (1840-2003). Quý hơn nữa là những bộ tem này đầy đủ những con tem từ ngày phát hành đầu tiên của mỗi quốc gia! Ông còn say mê tem tới xuất bản được 10 cuốn sách chuyên trị về tem. Đó là không kể còn 3 cuốn vẫn chưa được in. Chơi tem nghề đến nỗi Đức Giáo Hoàng Paul VI đã ban tặng ông Huy Chương Bưu Hoa Tòa Thánh. Chơi như vậy mới lịch!

Bạn tôi, ông Trường Kỳ, cũng là dân chơi. Ông ấy chơi một thứ mà tôi cũng đã chơi qua hồi nhỏ: sưu tầm các tờ *programme* của các rạp chớp bóng. Loại hình chơi này chỉ có... xin. Nghề xin cũng lắm công phu. Công phu lì! Tuần nào cũng vác cái mặt... dầy vào các quầy bán vé, mua vé thì ngại, giơ tay xin tờ chương trình cũng ngại, nhưng cái ngại sau đỡ tốn kém hơn cái ngại trước. Nội dung tờ chương trình là sơ lược phim đang chiếu, quảng cáo những phim sắp chiếu. Thỉnh thoảng tờ chương trình còn *bonus* cho khán giả nguyên bản nhạc trong phim. Đã hết sức! Tôi chỉ theo được ông Trường Kỳ tới đây thôi. Cái thú sưu tầm thứ hai của ông, tôi thua. Đó là sưu tầm hình các bạn gái của bố chụp tại Cổ Ngư, Hồ Tây, Đồ Sơn hoặc Vịnh Hạ Long. Theo như ông Trường Kỳ kể trong *Một Thời Nhạc Trẻ* thì bố ông là một người hào hoa khá đông đào. Bộ sưu tập... li kì này, không thấy ông công bố bằng hình trong sách tuy sách có in rất nhiều hình!

Những nhà sưu tầm rất giầu sáng kiến. Họ nghĩ ra nhiều thứ lắm. Một anh bạn tôi hồi học Văn Khoa Saigon có cái thú sưu tầm móng tay của mình. Mỗi lần cắt móng tay, anh không vứt đi như chúng ta thường làm, mà gom lại trong một chiếc hộp. Khi anh cho tôi xem một hộp lổn nhổn đầy nhóc những vụn móng tay tôi hơi sững sờ. Lạ thật! Không lạ đâu, anh giải thích. *Móng tay là do trời cho, nó là một phần thân thể của mình, vậy mình phải biết quý và cất giữ chúng.* Nghe thì nghe như vậy, nhưng móng tay của tôi, khi rời thân thể vẫn chỉ có một điểm đến: thùng rác!

Có những thứ chỉ đáng vứt vào thùng rác nhưng dân chơi lại tranh nhau sở hữu cho được, sẵn sàng bỏ tiền (nhiều tiền là đằng khác!) ra mua và hí hửng lưu giữ. Cô ca sĩ Britney Spears (dân chơi thì phải biết em này!) nhai kẹo *gum*, nhả ra. Một anh chàng ái mộ lượm liền. Anh mang ra bán đấu giá trên mạng eBay và lượm được 790 bảng Anh! Nữ xướng ngôn viên nổi tiếng của Anh Kate Garraway, trên truyền hình, bóc một trái chuối, ăn một nửa. Còn một nửa đem bán đấu giá trên eBay. Ba chục ngàn người đã ngấm nghé. Cuối cùng anh Jaime Falarczyck đã đấu thắng với giá 1650 bảng Anh. Một chiếc bánh săng uých cũ xì, trên 10 năm, mang hình Đức Mẹ Đồng Trinh cũng đã bán trên eBay được 28 ngàn đôn. Một viên kẹo ho do tài tử điện ảnh trở thành Thống Đốc tiểu bang California Arnold Schwarzenegger mút dở rồi nhả ra cũng được mang ra bán. Sở hữu chủ của viên kẹo "quý giá" này đã cho biết là chính mắt anh nhìn thấy Arnold nhả viên kẹo ho này vào thùng rác và anh vội nhẩy tới chụp liền! Cũng trên mạng eBay, 18 thanh sắt rỉ được gỡ ra từ tượng Nữ Thần Tự Do ở Nữu Ước sau kỳ tu sửa từ năm 1984 đến 1992, được rao bán 60 ngàn đôn mỗi thanh. Còn 25 viên gạch được nậy lên từ đảo Ellis kế bên, nơi đặt chân đầu tiên của hàng triệu di dân vào Mỹ trong thế kỷ trước, đã được rao bán với giá 25 ngàn đôn một viên!

Giới thể thao chắc chẳng ai quên được cuộc sút phạt đền

sau khi hai đội túc cầu Anh và Bồ Đào Nha thủ huề trong vòng tứ kết của giải bóng đá *Euro* vừa qua. Khán giả đã treo tim theo dõi từng cú sút của các tuyển thủ. Cầu thủ xịn nhất của Anh David Beckham, người được đặt rất nhiều kỳ vọng, đã sút banh lên trời khiến đội Anh bị thua. Trái banh "lịch sử" đó bắn vọt tới khán đài rất xa gôn, tới tay anh Pablo Carral, 25 tuổi, người Tây Ban Nha. Anh này ôm liền. Lập tức, một tờ báo Anh gạ mua với giá 18 ngàn *Euro*. Anh lắc đầu và mang lên eBay đấu giá. Giá đã vọt lên tới 10 triệu *Euro*! Nhưng kiểm lại thì thấy đó là người trả giá ẩu. Cuối cùng, anh Pablo đã ôm gọn được 23.650 Euro.

Cũng thể thao, nhưng là chuyện dã cầu. Đội *Expos* của Montréal, sau 36 năm gắn bó với thành phố, đã bị lỗ nặng phải di cư qua Hoa Thịnh Đốn. Trận cuối chơi trên sân vận động *Olympic*, 31395 khán giả đã đến để chia tay với đội banh. Như mỗi lần có trận đấu, món *hotdog* (mấy anh Tây Québec gọi là *chien chaud*!) được mang ra bán cho khán giả. Mua *hotdog* là để ăn, ai cũng nghĩ vậy, trừ anh Rémi Côté, người đã mua hộp bánh cuối cùng của ngày 29 tháng 4 lịch sử đó. Anh mua nó cho đài phát thanh *Énergie 102.3* để bán đấu giá làm việc thiện. Chiếc bánh còn nguyên trong hộp đã được đưa lên mạng eBay. Đã có tới gần 34 ngàn người đã vào nghía và 142 người hùng dũng đấu giá. Chiếc bánh trị giá 3.75 đôn đã được bán với giá 2605 đôn!

Sưu tầm lon nhôm đựng nước ngọt là một chiêu khác của dân chơi. Ông Dương Hứa không phải là dân chơi. Ông... thiệt! Ông là nhân viên vệ sinh của trường *Portola Middle School* của thành phố Tarzana, Los Angeles. Ông thường tới sớm hơn giờ làm việc để lượm lon trong các thùng rác. Trong suốt 17 năm, mỗi tuần 7 ngày, ông kiên trì làm việc và lượm lon. Suốt 17 năm, ông chỉ nghỉ có hai ngày: ngày đám táng mẹ ông và ngày cậu con út tốt nghiệp trường Luật vào năm ngoái. Tổng số lon ông lượm trong 17 năm đã bán được 37 ngàn đô! Ông dùng số tiền này nuôi ba con ăn học. Hai cô con gái đầu đã tốt nghiệp ngành Kế Toán, cậu út theo nghề luật sư. Lý do của sự kiên trì phi thường này, theo lời ông Dương Hứa, là ở Việt Nam ông không được học nhiều vì nhà nghèo, tuy ông rất hiếu học. Sang tới Mỹ, ông tự nguyện phải làm đủ cách để có tiền cho các con theo học tới nơi tới chốn. Lượm lon là cách ông chọn. Từ Hiệu Trưởng tới các giáo sư và phụ huynh học sinh trường *Portola* thán phục ông sát đất. Họ kính trọng một người cha cần cù vì tương lai của các con tuy cuộc đời chỉ dành cho ông công việc thấp kém nhất là lau nhà, đổ rác và chùi cầu tiêu!

Ông Dương Hứa không lượm lon để chơi, nhưng chơi lon, chơi chai bia, chơi tiền, chơi phù hiệu, chơi mũ, chơi mẫu máy bay, xe hơi... đều là những thú chơi. Chơi có thiên hình vạn trạng. Tại Việt Nam hiện nay có thú chơi đèn dầu. Đèn dầu còn được gọi là đèn Hoa Kỳ vì nó do hãng xăng "con sò" tặng cho dân Việt Nam vào cuối thế kỷ thứ 19 đầu thế kỷ thứ 20. Hãng *Shell* không phải tốt lành gì khi tặng không cho dân Việt đèn. Họ tặng đèn để bán dầu. Ngày nay đèn dầu bị đèn điện lấn áp, chẳng ai thèm để ý đến chiếc đèn tối mù mù đó trừ dân chơi. Thứ đèn thông thường nhất là đèn hột vịt, vì nó có chiếc bóng tròn như hột vịt. Nó tràn lan từ thành thị tới thôn quê ngày xưa nên ít được dân chơi để ý tới. Họ săn những chiếc đèn cao cấp hơn. Tại một nhà thờ ở Hải Hậu, Nam Định, vẫn còn những chiếc đèn dầu treo rủ từ trên trần xuống được làm bằng đá xanh. Chân đèn, thân đèn và bầu dầu toàn bằng đá và được chạm khắc rất tỉ mỉ. Một dân chơi tên Tiến mê tít thò lò nhưng đành chỉ biết ngó vì chúng được coi như đồ thờ, không bán. Tại Sơn Tây có một chiếc đèn cổ rất đẹp. Đế và chân đèn có khắc hoa văn rồng ẩn trong mây. Chiếc đèn này do một viên quan Nam triều đặt làm tận bên Pháp cả trăm năm trước đây. Dân chơi săn đèn để sưu tập nhưng cũng chơi ra tiền khi bán được đèn cổ cho các nhà trang trí các nhà hàng sang, các biệt thự đẹp. Đèn loại thường giá khoảng 200 ngàn đồng, đèn đẹp và cầu kỳ giá từ 3 đến 5 triệu. Đèn treo vương giả từ dinh các quan lại xưa giá có khi lên tới 20 triệu đồng!

Dân chơi, chơi tuốt. Từ đồ vật nhảy qua con người. Sưu tầm... vợ là thú của dân chơi hào hoa phong nhã thuở xưa. Vua đã cung tần mỹ nữ lăng nhăng ra cũng vài trăm, có khi cả ngàn, dân có năm thê bẩy thiếp âu cũng là chuyện thường. Và là chuyện... phong lưu!

Đêm năm canh, năm vợ ngồi hầu,
Vợ cả pha nước têm trầu chàng xơi.
Vợ hai trải chiếu, chia bài,
Vợ ba coi sóc nhà ngoài nhà trong.
Vợ tư trải chiếu quạt mùng,
Vợ năm thức dậy trong lòng xót xa.
Chè thang cháo đậu bưng ra,
Chàng xơi một bát kẻo mà công lênh.

(Ca Dao)

Nghe đã cái tai chưa, các ông? Muốn nghe tiếp chăng? Cũng ca dao:

Một vợ nằm giường Lèo
Hai vợ nằm chèo queo
Ba vợ xuống chuồng heo mà nằm.

Chơi với heo, không khá! Nản lòng chiến sĩ quá!

Bạn tôi, ông Luân Hoán, cũng sưu tập, nhưng ở một cấp thấp hơn. Cấp... mỹ nhân! Trong bài thơ *Qua Ngõ Mỹ Nhân*, ông... chơi!

rập rình qua ngõ Minh Xuân
liếc cho đỡ nhớ dải lưng lụa vàng
nhìn nghiêng, nắng gác hành lang
nhìn xéo, nắng giữ hai hàng sứ xanh
long lanh mắt vượt qua thành
vén màn hỏi nhỏ bức tranh treo tường...
âm thầm gởi tặng mùi hương
lên bàn tay vãi tiếng dương cầm buồn
lòng tôi phiêu lãng mười phương
bỗng về ở trọ trên tường túc hoa

Mỗi mỹ nhân là một ngõ. Từ ngõ Minh Xuân, nhà thơ cứ tà tà vượt qua hết ngõ này đến ngõ khác, mỗi ngõ mười câu, ông thơ một dọc. Trân Châu, Thu Hà, Quỳnh Chi, Như Thoa, Lâm An, Bích Quân, Thúy Oanh, Ái Cầm, Diệu Minh, Phước Ninh, Quý Phẩm, Thạch Trúc, Ỷ Vân, Bích Hà, Xuân, Đông, Hồng, Phú, Phước, Nga... Chưa hết, ông còn chơi thêm ba chấm, diễn nôm là vân vân, nghĩa là còn nhiều nữa. Ông thật là khỏe chân luồn lách qua các ngõ!

Ông Đinh Cường, mỗi lần nói tới ông Luân Hoán bao

giờ cũng kính cẩn kêu là Đại Ca Luân Hoán. Bây giờ tôi mới hiểu tại sao!

12/2004

CHÔM

Những năm sau 1975, Saigon có một từ bộc phát rất phổ thông: "Chà đồ nhôm". Nghe ra cũng... lao động ra gì. Rất hợp với chế độ mới, chế độ chỉ biết có mồ hôi. Nhưng thực ra, trong cái tâm thức chống đối của toàn dân thời đó, "chà đồ nhôm" chỉ có nghĩa là... chôm đồ nhà! Đồ trong nhà mình mắc mớ gì phải chôm? Mình không chôm nhưng thời thế cùng mằng nó chôm. Cái thời mà nhân dân chỉ có mỗi một việc là lo làm sao cho mỗi ngày cái dạ dầy của cả nhà đừng có óc ách... hô khẩu hiệu. Để làm cho tạm yên cái dạ dầy luôn luôn muốn nổi loạn, người ta... lao động bằng cách ngó quanh khắp nhà coi có cái gì có thể mang ra chợ trời được không. Chợ trời hồi đó, gần xịt. Bước ra đường là chợ. Xó xỉnh nào cũng có những người buôn bán như chụp giật. Mang ra bán bất cứ thứ gì cũng có người mua. Sự đắt hàng làm trống trải những căn nhà lớn cũng như nhỏ. Nhà nhỏ tô hô trước, nhà lớn tô hô sau. Một doanh gia thành công, tiền bạc rủng rỉnh mà cũng nát tan với cảnh... *gặp thời thế thế thời phải thế.* Đó là ông Thưởng, một nhân vật trong bài tùy bút *Mây Hồng* của nhà văn Trúc Chi. Dù giầu có, ông cũng sa sút đến mức phải... chà đồ nhôm khá kỹ. *"Gia đình anh cũng có lúc phải bán nhiều thứ, kể cả nữ trang của chị Thưởng..."* Nhà văn Dương Nghiễm Mậu cũng... chà như ai. Trong bài *Con Đường Dương Nghiễm Mậu*, Mai Thảo đã kể lại một lần gặp gỡ họ Dương sau ngày Saigon đổi chủ: *"Một lần khác, gặp trên hè đường Tự Do, xế cửa nhà sách Xuân Thu. Mậu, một cây dù Tú Xương, tay kia xách một túi giấy, nói ở trong là một cái chăn len, đồ dùng quý nhất còn lại trong nhà, và Mậu đang trên đường ra chợ trời Tôn Thất Đạm bán lấy ít tiền đem về cho vợ mua gạo. Kể chuyện khốn quẫn mà cười thật vui, nét mặt linh hoạt, ánh mắt giễu cợt. Sau 1975, tôi đã nhìn thấy ở nghệ sĩ ta một số bản lãnh chói lòa. Những phong thái trầm tĩnh, những bản ngã dũng liệt, trong nghịch cảnh mới như một đường kiếm tuốt ra khỏi vỏ, mới lấp lánh hiện hình. Nhưng tươi tắn, vững vàng và trong sự trẻ trung đặc biệt, gần như không có tuổi, thì là Dương Nghiễm Mậu thôi."* Không có gì...

Chuyện như thế này. Buổi giao thời, nhà cầm quyền mới chỉ thích có độc một món mít tinh. Từ hai giờ sáng, trống lớn trống con giục giã, loa phóng thanh hét inh ỏi đánh thức mọi người dậy đi mít tinh. Hết dịp này đến dịp khác. Lúc nào cũng có cái cớ để... xếp hàng. Nam phụ lão ấu, tuổi nào ra tuổi đó, cứ theo cờ đỏ lầm lũi lê bước. Tiết mục bắt buộc phải có trong các buổi mít tinh là màn hô khẩu hiệu. Cán bộ giơ tay, giơ răng hô:

"Đả đảo đế quốc Mỹ!"

Toàn dân giơ tay hùa theo:

"Đả đảo! Đả đảo!"

"Hoan hô cách mạng thành công!"

"Hoan hô! Hoan hô!"

"Không có gì quý hơn độc lập tự do!"

Từng đó cánh tay... ngụy, quần áo xốc xếch, giơ lên. Từng đó cái mồm... ngụy hồ hởi ngoác lên:

"Không có gì! Không có gì!"

Rồi cười với nhau. Còn gì nữa đâu! Chôm đồ nhà rộ lên thành... mốt. Chôm đồ người cũng rộ lên... ăn theo. Nạn nhân là... tôi!

Lãnh được gói thuốc tây một ký do người thân bên Pháp gửi về cho, tôi vội cột chặt vào cái giỏ xe đạp phía trước tay lái, dắt xe ra khỏi Bưu Điện Bình Thạnh. Nhẩy lên xe, chân đạp, lòng vui. Cũng sống được một tháng. Đang... dệt mộng êm ả thì bánh xe sau như hứng cả một cơn bão. Theo phản xạ tự nhiên, tôi quay đầu lại coi. Chưa thấy ất giáp gì thì tay lái như bị cả một cơn giông lôi đi. Chiếc xe mất thăng bằng vứt tôi nằm sóng xoài xuống mặt đường. Cố nhìn vào chiếc giỏ xe, nơi nằm một trời... tương lai, gói thuốc tây nằm gọn ghẽ trong chiếc túi vải đã bị cuốn đi. Thẫn thờ nhìn theo chiếc xe *Honda 67* đang rú ga vọt mạnh phía trước, tôi thấy hai thanh niên rạp người trên xe. Không thấy chiếc túi quý giá của mình đâu, nhưng tôi biết nó cũng đang rạp người theo dân... chôm!

Chuyến xe lửa Saigon-Nha Trang đông nghẹt người.

Chỗ ngồi, đừng có mơ! Tới chỗ đứng cũng phải chen lấn hung hãn mới có. Hành lý tôi chẳng có gì, chỉ một cái túi nhỏ ôm sát trước người. Suốt chặng đường dài cứ đứng như vậy tay ôm chiếc túi chỉ có bộ quần áo, mấy thứ đồ lặt vặt cần thiết và chiếc áo mưa. Chiếc áo mưa hai lớp, vải mềm, lớp trong mầu ngà, lớp ngoài mầu xanh, tôi mua từ Hương Cảng đem về từ thời... xưa, ló ra khỏi một góc túi. Đầu đã cảnh giác, cánh tay giữ cái túi như giữ mả tổ, thế mà chỉ vài lần tầu lắc, ngoảnh nhìn thì chiếc áo mưa như có chân nhẩy từ tay này đến tay khác, mất hút nơi cuối toa. Nhìn quanh, mặt người nào người nấy hiền lành như vừa từ trong chùa bước ra. Nỗi đau chưa thấm vì trong lòng đang còn mối lo. Chỉ khi cuộc vượt biên thất bại, vội vã quay trở về, lòng đau như cắt, mắt vẫn cứ liếc quanh toa xe lửa qui hồi cố hương, mong nhìn được chiếc áo mưa mà vào thời buổi cách mạng, có bán cả thân mình cũng chẳng cách gì có được. Đành khóc theo mệnh nước!

Chuyện như thế này. Nhà thơ Bùi Giáng đi lang thang vào chợ trời, dừng chân bên hàng bán đồ phụ tùng xe đạp. Một đám bộ đội đứng bu quanh. Ông thản nhiên lấy một cái ghi đông xe đạp, cắp vào nách, quay lưng bỏ đi tỉnh bơ. Bà bán hàng vội vã đuổi theo, miệng hét inh ỏi. Ông dừng chân, quay đầu lại, tỉnh bơ phán: “Mất có mỗi cái ghi đông xe đạp mà la lối um sùm! Sao mất cả một nước mà ngậm câm tất cả, chẳng la lên một tiếng nào vậy? Lạ thật!”

Chôm, như vậy, có nhiều cấp bậc. Lớn chôm theo lớn, nhỏ chôm theo nhỏ. Con người, nhân chi sơ tính... chôm chĩa. Hình như ai cũng có máu chôm. Cứ thích cái của người ta. Đi ngang qua hàng rào nhà người ta, thấy trái bám đầy cây, phải cố chọc đỡ ít trái. Vào vườn trái cây bằng cách vạch bụi chui rào, vội tót lên cây vừa ăn cho đã vừa gói mang về, lấm la lấm lét sợ chủ vườn trông thấy. Thấy ví tiền của cha mẹ nằm hớ hênh, mượn đỡ ít đồng ăn quà. Mấy ai có một tuổi thơ không... chôm? Tổ chức *Theft Talk* phỏng vấn 13.213 trẻ em lớp 7 và lớp 8 về chuyện chôm chĩa trong năm vừa qua, 18% các em lớp 7 nhận là tay có... chất nhám. Các em lớp 8 còn siêu hơn, 26% thú nhận có chôm chĩa trong năm qua. Càng lớn, máu chôm hình như càng đậm đặc. Ông dân biểu Svend Robinson, thuộc đảng Tân Dân Chủ NDP của Canada, đã ngồi trên chiếc ghế êm ấm trong Quốc Hội Canada từ 25 năm qua. Vậy mà tay vẫn nhúng chàm. Ông chôm một chiếc nhẫn hột xoàn khi tham dự một cuộc bán đấu giá. Để làm chi? Để tặng bạn trai. Ông vẫn thường không giấu giếm chuyện đồng tính của mình. Năm 1982, ông Claude Charron, một thành viên của nội các chính phủ thuộc đảng *Québécois*, lúc đó mới 35 tuổi, là một ngôi sao đang lên của đảng. Sao đã... vụt tắt khi ông chôm một chiếc áo khoác trong cửa hàng *Eaton*! Bẩy năm sau, năm 1989, ông Lorne Nystrom, cũng một dân biểu thuộc đảng NDP, đã vô tiệm tạp hóa chôm một chai thuốc chùi mắt kính, trị giá đúng 7 đô 79 xu!

Một hoàng gia bên Âu Châu cũng có một phu nhân mặt hoa da phấn chỉ thích vào các cửa tiệm chôm những đồ lặt vặt đút vào túi. Hoàng gia này đã phải cử một người hầu đi theo với nhiệm vụ nói trước với các cửa tiệm cứ để mặc cho bà được tự do chôm chĩa tưởng như không có ai biết, rồi sau đó người hầu lẳng lặng trả tiền.

Nếu chỉ kể ra các trường hợp chôm chĩa của hoàng gia và các nhà chính trị, e có sự bất công. Dân đen cũng có quyền chôm chĩa chứ! Bà Lucy Magda, 61 tuổi, đã 34 năm làm kế toán trưởng cho nhật báo *St Catharines Standard* ở Ontario. Bà là người quen của chủ báo nên rất được tin cẩn. Vậy mà bà thụt két. Bà cứ rỉ rả mỗi ngày rỉa ít ngàn đô. Khi bị phát giác bà đã chôm tổng cộng 2 triệu 200 ngàn đô! Số tiền khổng lồ này, bà mang đi *shopping*. Mua sắm thả cửa. Nhà thì chỉ là một căn nhà nhỏ xoàng xĩnh nhưng khi sự việc đổ bể, nhà bị khám xét, Cảnh Sát đã tìm thấy trong nhà vài trăm đôi giầy, nhiều nữ trang và rất nhiều quần áo loại đắt tiền. Chuyện lạ là hầu như tất cả đều mới toanh chưa xài đến, và giầy dép, quần áo phần lớn là không đúng số của bà!

Họ chôm không phải vì lý do kinh tế. Mà vì... bệnh! Bệnh chôm vặt, tiếng Hồng Mao kêu là *kleptomania*. Thế nào là bệnh chôm vặt? Trước hết họ không cuỗm món đồ đó vì họ cần. Có nhiều người lấy đồ xong, đi ra trót lọt rồi , sau đó quay lại để trả món đồ vào đúng vị trí cũ. Nếu cuỗm cái mình cần xài tới thì lại thuộc một diện khác, diện... *shoplifting*, Cảnh Sát có chính nghĩa để điệu về bót cho ra tòa. Dân chôm vặt chính hiệu con nai vàng ra tay chỉ vì muốn hưởng cái cảm giác ăn cắp đồ của người khác. Bệnh này có những triệu chứng như sau: trước khi ra tay chôm lòng họ càng lúc càng khoái chí hơn về hành động họ sắp làm; trong khi chôm, họ cảm thấy rất thích thú, thoải mái; và khi đã hoàn tất...cảm hứng, họ tỉnh bơ không cảm thấy áy náy, hối hận hay tội lỗi gì cả.

Một bà già 91 tuổi ở Tokyo, Nhật Bổn, vừa bị bắt quả tang đang thò tay vào bóp của một khách hàng đang mua sắm trong một tiệm bán quần áo. Một nhân viên trong tiệm nhìn thấy bà rút từ bóp của bà khách hàng này ra một phong bì. ông ta liền chặn lại và kêu Cảnh sát. Bị đưa về bót, bà khai là bà không thể tự kiềm chế được ý muốn lấy đồ của người khác. Trong 3 năm qua, bà đã bị bắt 11 lần vì tội khơi khơi cầm nhầm, khi thì móc ví, khi thì đỡ nhẹ hàng trong các cửa tiệm.

Năm ngoái, tại một khu thương xá gần nhà tôi, thương xá *Place Versailles*, một nhà giáo cỡ bự, đương kim Chủ Tịch Nghiệp Đoàn Giáo Giới Montréal, đã bị bắt quả tang lấy một đôi găng tay trong cửa hàng *La Baie*. Bà giáo... gian này, cũng như những chính khách không được... chính kể trên, tất cả đều phải từ chức tuy khi ra tòa họ chỉ bị tuyên xử những hình phạt rất nhẹ. Như trường hợp dân biểu Svend Robinson, ông chỉ bị phạt làm việc cộng đồng 100 giờ, theo dõi trong 1 năm và bắt buộc phải theo một lớp hướng dẫn tâm lý.

Các quan tòa thường giơ cao đánh khẽ những trường hợp này vì *kleptomania* đã được coi như một căn bệnh tâm thần: bệnh rối loạn xung động *(impulse disorder)*. Bệnh nhân của loại bệnh đặc biệt này thường không kiềm chế được những xung động đẩy tới việc chôm chĩa đồ của người khác không phải vì đó là những thứ đồ họ cần hoặc đồ có giá trị tiền bạc. Lúc nào họ lên cơn chôm chĩa là như có một con ma trong người thôi thúc họ hành động mà họ không thể nào cưỡng chế lại được. Con ma này chắc là một loại ma ga lăng vì... khách hàng của nó phần đông là phụ nữ. Các bà cỡ 36 tuổi thường hay mắc bệnh này và bệnh hoành hành trung bình trong 16 năm.

Nguyên nhân nào làm cho người ta dính vào căn bệnh đáng... mắc cở này? Khoa học chưa có câu trả lời dứt khoát. Có giả thuyết, dựa trên những chứng cớ gián tiếp, cho là bệnh này có liên quan đến việc sản xuất bất thường chất *serotonin* trong não. Người ta đã thử cho người bệnh *kleptomania* dùng thuốc *Prozac*, một loại thuốc trị bệnh trầm cảm có khả năng làm tăng thêm số lượng *serotonin* và thấy có hiệu quả. Những người bị *stress* sau khi bị những mất mát lớn lao trong đời dễ làm mồi cho bệnh *kleptomania*. Người ta đã thử nhiều phương pháp tâm lý trị liệu để cho anh *kleptomania* đi chỗ khác chơi nhưng chưa kết luận được là phương pháp nào là phương pháp tốt nhất.

Đời tôi có duyên với... chôm chĩa. Trong thời gian nằm ấp trong trại Cải tạo Long Thành, chôm chĩa cũng tìm đến tôi mặc dù thành phần bị nhốt trong đó, bình thường ra không thể chôm chĩa được. Đó là nơi... ngụ cư của các nhân vật xếp sòng trong các ngành hành pháp, tư pháp và lập pháp cũ. Vậy mà tôi có mấy xâu lạp xưởng mang đi phòng thân, tiếc chưa dám ăn, để lâu ngày nổi mốc, phải mang ra phơi nắng. Buổi trưa một ngày Chủ Nhật, không phải đi lao động, tôi ngồi ngoài hàng hiên, trải tờ giấy báo, đặt mấy xâu lạp xưởng lên trên đón nắng. Trưa hè, gió hiu hiu, tôi ngủ gục lúc nào không biết. Khi giật mình tỉnh giấc thì mấy xâu lạp xưởng đã... ô voa mình từ lúc nào. Nhìn quanh, sân vẫn vắng lặng. Tiếc đến điếng người nhưng nghĩ lại thấy buồn nhiều hơn. Anh em cùng chung cảnh khổ, cái đói đã chôm đi mất chút lương tri của một con người trí thức. Biết giận ai, trách ai? Có trách chăng được là trách những con người đã hành hạ những con người mà họ không coi như đồng bào. Họ đã chôm mất của chúng tôi cái tư cách mà thường ra chúng tôi chẳng cần nghĩ tới nó cũng phải tiềm ẩn trong mỗi người.

Chuyện khi tôi từ trại cải tạo về thì chẳng liên quan gì đến tư cách cả. Nó đúng là... *kleptomania*! Trước khi đứt phim, gia đình tôi có nuôi một người làm, sau phải cho nghỉ. Khổ nỗi là cô nhỏ thuộc loại người có tình có nghĩa. Đã cho nghỉ rồi mà lâu lâu lại tới thăm. Mỗi lần thăm thì lê la ở cả ngày. Khi về nhất định phải chôm cho bằng được một thứ gì mới... an tâm dù đó chỉ là những thứ chẳng ra gì, chỉ có thể bỏ thùng rác! Tuy vậy cả gia đình vẫn phải... báo động đỏ mỗi khi cô nhỏ tới thăm. Cẩn tắc vẫn hơn. Lũ con tôi thích chơi trò canh gác kiểu Cảnh sát này lắm. Cho hắn chừa cái tính xấu này đi! Một lần, cả gia đình nhất định canh chừng cẩn mật không cho cô nhỏ bỏ túi được một... cọng rác xem thử ra sao. Chỉ là một sự thách đố cho vui! Lũ con tôi hào hứng thi hành nhiệm vụ một cách tuyệt vời. Gần tới giờ về, cô nhỏ cứ loanh quanh đứng ngồi không yên. Chúng tôi nhìn nhau cười thú vị. Cuối cùng, cô nhỏ cũng phải ra về tay không nhưng mặt mũi không có vẻ gì khó chịu lắm. Trước khi về, cô có vào nhà vệ sinh. Ngày hôm sau, cả nhà tôi mới chưng hửng ra. Chiếc quần lót phơi trong nhà vệ sinh đã không cánh mà bay!

10/2004

CỎ

Tiếng Anh có từ *hair* rất dễ chịu. *Hair* là *hair* tuốt tuột. Vì thế khi kịch *Hair* ra đời người ta chẳng cần biết *hair* này là *hair* nào. Tiếng Việt của chúng ta khó tính hơn nhiều. Hair ở trên đầu thì là tóc. *Hair* mọc ở ngoài cái đầu thì lại là lông. Nói tới từ lông nhiều khi chúng ta ngại miệng. Nó không được thanh. Thi sĩ Bùi Giáng chắc cũng ngại như vậy nên khi hỏi thăm người em gái ở xa, ông rất thơ.

Bây giờ em ở nơi đâu?

Cỏ trên mình mẩy em sầu ra sao?

Ờ thì cỏ. Nhưng lông mi chẳng lẽ lại gọi là cỏ mi? Nghe không đắt. Mà việc chi phải cỏ! Lông mi là một nét đẹp, cớ gì bắt nó mai danh ẩn tích? Đừng làm cái chuyện mà một ông thi sĩ khác, ông Quan Dương phải buồn.

Ai thả mây làm thu bâng khuâng?

Để lá rơi thừa thãi lời buồn
Lòng chẳng yên lành như bữa trước
Giết chết anh rồi sợi mi cong.

Sợi mi cong của người em nhỏ làm dấu ấn cho khuôn mặt thân thương. Bên cạnh lông mi, chúng ta có lông mày. *Mi* đi với *mày* bạn bè hết biết! Đẹp như ca dao.

Cầu này cầu ái cầu ân
Trăm cô con gái rửa chân cầu này
Có rửa thì rửa chân tay,
Chớ rửa lông mày chết cá ao anh.

Xuống một chút xíu nữa, đi ngang qua sống mũi, chúng ta tới một vùng cũng có thể rậm rì. Những sợi lông mọc ở đây nó lại mang tên khác: ria! Nó là nét nam nhi của giới mày râu. Cứ tưởng tượng ông Clark Gable, ông Hitler hay ông Charlot không có tí "tóc" ở đây thì nó ra làm sao. Khó coi lắm! Tôi không có ria, đúng ra là sáng nào tôi cũng cạo ria, nhẵn nhùi nhụi, thế mà trông vẫn được. Chắc nhiều người trong chúng ta cũng vậy. Chúng ta ăn đứt các ông nổi tiếng trên! Nhưng nếu các bà mà lại có tí ria thì rất phiền phức. Các bà Việt Nam chúng ta ít mang nỗi phiền muộn này, nhưng các bà Trung Đông, Nga hay Nam Âu thì không được may mắn như vậy. Tại sao vậy? Có nhiều nguyên nhân lắm. Có thể đó là hậu quả của sự rối loạn chức năng của tuyến thượng thận và buồng trứng, làm tăng nồng độ của nội tiết nam *(testosteron)* trong máu dẫn đến kích thích mọc nhiều lông ở một số vùng phụ thuộc trong đó có mép. Cũng có thể đó là hậu quả sau nhiều ngày dùng một số thuốc như *minoxidil, diazoxide, cocticosteroid, phenothiazin*... Thường thì sự tăng lông này có đi kèm với việc mọc trứng cá hoặc một số triệu chứng nam tính như giọng nói ồ ồ, tác phong và tính tình cứng rắn, thậm chí có bà còn không có kinh nguyệt! Chứng tăng lông này thông thường không ảnh hưởng tới sức khỏe nhưng bộ ria mép không mời mà tới này rất phiền phức cho cuộc sống, mang lại mặc cảm và sự thiếu tự tin khi giao tiếp với người khác. Muốn bứng đi cái bộ ria đáng ghét này, tùy theo từng bệnh, người ta có thể dùng các phương pháp diệt lông tại chỗ như: nhổ, cạo, đốt điện, bôi kem có sáp ong, dùng kem làm trắng lông hay dùng các loại thuốc nhổ lông như Cleo, Web… Hoặc, nếu cần, có thể dùng các loại thuốc ức chế nội tiết tố nam như *glucococticoit, cimetidin* hay *ketoconazole*. Dù dùng cách nào đi nữa, cũng phải do bác sĩ hướng dẫn sử dụng và theo dõi chặt chẽ vì chúng dễ gây phản ứng phụ.

Các bà ghét anh chàng ria nhưng số đông các ông lại thích. Không những thích ria mà còn thích cái thứ vượt qua miệng mà mọc là râu. Đàn ông mà mồm miệng không có tí râu tí ria trông nó nhạt nhẽo ẻo lả lắm. Nhiều khi bị các em nghi ngờ không phải là… thứ thiệt! Không có thì phải bỏ tiền ra làm cho có với người ta. Dịch vụ cấy râu ra đời. Cấy ra làm sao? Trong các thẩm mỹ viện người ta lột một mảng da đầu lấy chân tóc cấy vào chỗ muốn mọc râu. Nói thì dễ nhưng mỗi ca cấy râu phải mất từ 6 đến 8 tiếng đồng hồ. Tóc trở thành râu, chúng có… nhập giang tùy khúc không? Không! Bắt mang thân phận râu nhưng tóc vẫn cứ bướng bỉnh giữ lấy dòng giống. Kết quả là một sự… khóc cười theo râu tóc nổi trôi. Được cấy vào mép, tóc không mọc xuôi về khóe miệng như sự xếp đặt của con Tạo mà khi dài ra, nó cứ rũ xuống như liễu rủ màn che. Cắt ngắn đi thì anh tóc giả râu lại chơi trò chĩa ra phía trước như một cái bàn chải! Còn tóc mà bắt đội lốt râu thì chúng cứ rũ xuống như râu mấy anh dê già trông rất khó coi. Khi râu… gốc tóc dài thì cũng không cạo được vì cạo là hư chân tóc được ghép vào sống rất èo uột trên cằm. Chỉ còn cách dùng kéo cắt tỉa cho gọn! Giá cấy một bộ râu quai nón tại Việt Nam khoảng 30 đến 40 triệu đồng, râu Beckham từ 15 đến 20 triệu, râu Hitler khoảng 10 triệu đồng!

Các đấng mày râu được tạo hóa rộng lượng ban cho bộ râu rậm rạp tự nhiên thì lại làm tới. Chơi râu! Các tay chơi này uốn tỉa bộ râu như uốn tỉa cây cảnh. Ở Việt Nam bây giờ chơi râu là một cái mốt. Anh râu thì tôi cũng phải râu! Mà râu phải độc đáo, sáng tạo mới không đụng kiểu. Có anh mỗi tháng chơi một kiểu râu. Có bao nhiêu kiểu? Không ai đếm được vì nó biến hóa vô lường. Kiểu lọ nghệ: cạo sạch bộ râu quai nón, chỉ chừa lại đúng một chỏm ở cằm dài chừng 3 phân chạy từ mép môi dưới thẳng xuống cằm. Kiểu nhà lá: râu mép để thưa, sợi này chồng lên sợi kia, hai bên để hai đường mảnh tạo thành bằng một hai sợi râu thôi chạy thẳng xuống cằm, nhìn rất giống nhà mái lá trong tranh vẽ của con nít! Kiểu Quan Trường: mép ngắn, một đường giữa và hai đường bên cằm. Kiểu sư phụ: một chỏm rậm dài khoảng 7 phân từ dưới cằm tỏa xuống. Kiểu vòm: những sợi ria mảnh mai, nhạt, chạy vòng quanh mép kéo thẳng xuống hai bên.

Có râu, uốn éo chơi râu, chuyện thường. Ai mà *care?* Nhưng ông Stockwell Day thì lại không có cái tự do như vậy.

Ông này là cựu Đảng Trưởng Đảng Liên Minh Canada, một đảng đối lập trong Hạ Viện. Mới đây ông cùng ba Dân Biểu khác đi công du bốn quốc gia vùng Trung Đông là Ba Tư, Ả Rập Seoudite, Ai Cập và Thổ Nhĩ Kỳ. Rủi ro hành lý của ông bị thất lạc tới chậm mất một ngày, ông không có đồ cạo râu, nên râu ria có hơi dài. Bỗng ông nảy ra ý định… ngoại giao. *Chung quanh tôi ai cũng để râu nên tôi thấy mình cũng nên để râu cho giống với người ta!* Hai tuần sau, ông vác bộ râu đó về Canada. Báo chí đăng hình ông với bộ râu và làm một cuộc thăm dò. Dân chúng khoái bộ râu! Nhưng ngày hôm sau, khi tới họp ở Hạ Viện, cằm ông lại trơn tru sạch sẽ như xưa. Hỏi, ông mới thổ lộ tâm tình. *Mọi người thích bộ râu, nhưng bà xã tôi đã bỏ lá phiếu chót!*

Râu xuống đến cằm là hết đất sống. Đi xuôi xuống miền nam là một chủng loại khác, thứ mà ông Bùi Giáng gọi là cỏ. Cỏ khác tóc và râu ra sao? Cứ hỏi ông Thần Đèn Aladin khắc biết. Khi hai vợ chồng hoàng tử đang vui vẻ với nhau, công chúa bỗng sơ ý đụng phải cây đèn thần. Thần Đèn bèn hiện ra chờ lệnh sai bảo. Hoàng tử muốn Thần Đèn xê ra cho người ta… vui thú điền viên, bèn giao cho Thần Đèn một công việc thật khó. *Ngươi xây cho ta một cung điện thật lớn trên đỉnh núi kia!* Chỉ hai phút sau Thần Đèn đã dẫn xác vào báo cáo hoàn thành nhiệm vụ và đợi lệnh mới. Hoàng Tử nghĩ ngợi rồi ra lệnh. *Ngươi dời tất cả những ngọn núi xung quanh nhà ra xa 5 ngàn dặm cho ta!* Năm phút sau Thần Đèn đã lại vào chờ lệnh. Hoàng Tử tức tối ôm đầu chịu thua, bỏ đi ngủ. Lúc đó công chúa mới gọi Thần Đèn ra một chỗ, nói nhỏ. Từ đó tới sáng, không thấy Thần Đèn đâu nữa. Hoàng Tử và Công

Chúa mặc tình vui vầy với nhau. Sáng hôm sau, khi thức dậy, Hoàng Tử bỗng nghe thấy tiếng thút thít ngoài cửa. Mở cửa ra coi thì thấy Thần Đèn đang khóc. *Tại sao ngươi lại ngồi khóc ở đây?* Thần Đèn vừa thút thít vừa thưa. *Tối qua Công Chúa đưa con sợi này bảo vuốt thẳng nó ra mà con vuốt mãi nó vẫn cứ xoăn tít, con không biết phải làm sao nữa!*

Có trời mới vuốt thẳng được những sợi mọc trên thân thể loài động vật có vú! Con người là một loài có vú khá trơn tru sạch sẽ. Cứ so với loài linh trưởng gần với con người nhất thì thấy. Thí dụ như khỉ cũng lông lá rậm rì khắp thân thể. Có lông là đặc tính của loài có vú. Trong số hơn 5 ngàn loài có vú chỉ có dăm ba loài không có lông như voi, tê giác, hà mã, cá voi, chuột chũi… Lý do là voi và tê giác là những con thú lớn sống trong môi trường nóng và gặp khó khăn trong việc làm mát cơ thể nên không có lông. Cá voi sống trong nước và hà mã sống vừa nước vừa cạn nên cũng không lông tóc gì ráo. Chuột chũi sống trang hang, nơi nhiệt độ không dao động nhiều như trên mặt đất. Con người cũng… lông như ai nhưng ngắn và mịn nên không nhìn thấy. Nếu tính theo số nang lông thì con người cũng có số nang ngang ngửa với loài khỉ cùng kích thước. Chúng ta cứ thử quan sát làn da của chúng ta thì biết. Lỗ chân lông nằm khắp nhưng lông thì không nhìn thấy.

Tại sao chúng ta lại suy thoái lông như vậy? Có nhiều lý thuyết cố giải thích. Một trong những lý thuyết phổ biến nhất trong nhiều thập niên cho rằng lý do lông nơi con người mịn và ngắn dần là để giữ mát. Lông tóc quá rậm rạp sẽ làm thân nhiệt tăng cao có hại cho thân thể. Khi con người có thể đứng thẳng và đi ra từ rừng thảo nguyên, nhiều lông sẽ có hại dưới ánh mặt trời. Giả thuyết này khó đứng vững vì, cùng sống ở thảo nguyên, chẳng có loài thú nào mà lại… *no hair* như con người. Da trần làm giảm nhiệt nhưng đồng thời cũng dễ bị ánh nắng mặt trời hâm nóng hơn và dễ bị nhiễm lạnh khi màn đêm buông xuống.

Hai nhà khoa học Mark Pagel của Đại Học Reading và Walter Bodmer thuộc bệnh viện Radcliffe ở Oxford, Anh lại đưa ra giả thuyết khác. Hai ông tin rằng ký sinh trùng là chìa khóa giải bài toán không lông của con người. Giảm lông là để giảm môi trường sinh sôi của các ký sinh trùng như bọ chét, một tác nhân truyền bệnh. Khi con người thời săn bắn-hái lượm sống gần nhau, tốc độ lây lan ký sinh rất cao, da không lông dễ giữ sạch sẽ hơn. Lúc đó, con người không cần giữ ấm bằng lông mà đã có quần áo, nơi cư trú, lửa sưởi ấm.

Năm 1874, nhà sinh vật Charles Darwin đã viết : "Tại các vùng nhiệt đới, không lông sẽ giúp con người thoát khỏi các ký sinh". Một số bức vẽ trong các hang động cũng ghi lại hình ảnh con người cạo lông, râu để chống những sinh vật ăn bám tai hại này. Họ dùng vỏ sò để cạo lông. Sau đó, tới thời đại đồ đá, con người mới chế ra dao cạo. Lý thuyết này cũng giải thích tại sao đàn bà ít lông hơn đàn ông. Cả hai giới tính đều có xu hướng chọn người ít lông vì sẽ ít bị lây bệnh, nhưng xu hướng này nơi đàn ông mạnh hơn nơi phụ nữ, vì vậy phụ nữ ghét có lông trên cơ thể mình hơn là đàn ông! Lập luận của lý thuyết này nghe không ổn lắm. Nếu nói lông là môi trường cho ký sinh ẩn nấp thì tại sao nách và vùng kín, hai nơi ẩm thấp rất thuận lợi cho ký sinh trùng phát triển thì lại có nhiều lông hơn thay vì biến mất trong quá trình tiến hóa? Theo một số người phản bác lý thuyết này thì ký sinh chỉ trở thành vấn đề cho con người khi họ sống trong hang hốc kín đáo, còn không lông thì đã tiến hóa trước đó khi con người cổ đại bắt đầu đi thẳng cách nay hơn 2 triệu năm!

Robin Dunbar thì lại mặn với lý thuyết con người không có lông để giữ mát và giúp cho con người di chuyển nhanh nhẹn hơn. Nhiều người lại cho rằng lông hay không lông là tùy theo loài và tùy môi trường sống. Chẳng hạn voi sống trong môi trường lạnh sẽ trở thành voi *mammouth* có lông. Quan sát chung quanh, chúng ta dễ thấy những giống dân sanh đẻ và định cư ở những vùng lạnh lẽo thường có lông nhiều hơn những giống dân ở những vùng nhiệt đới.

Suy thoái lông nơi con người là một điều hiển nhiên dù vì bất cứ nguyên nhân nào. Nhưng đôi khi do sự sơ ý của tạo hóa, một vài con người vẫn cứ lông như xưa. Con số không nhiều. Cứ một tỷ người mới có một người… dính chấu. Từ thời Trung Cổ đến nay người ta mới đếm được có 50 người… rừng này. Năm 1547, dưới triều vua Pháp Henry II, một ông vua rất khoái những chú hề hay những chú lùn làm trò mua vui, người ta đưa đến cho ông một cậu bé 10 tuổi, nửa người nửa thú. Toàn bộ khuôn mặt, từ trán đến mũi, má, tai, cằm đều bao bọc bởi một lớp lông màu hung dài khoảng 10 phân. Chỉ có cặp mắt và đôi môi là được tha. Tên cậu ta là Pedro Gonzalez, sinh ở Teneriffa, Tây Ban Nha. Cậu chăm chỉ học tiếng Pháp và tiếng La Tinh rồi được sung vào đội hầu cận của nhà vua. Sau đó cậu được một công chúa Pháp để mắt đến. Họ có rất nhiều con trong đó có 3 gái và 2 trai cũng rậm lông như bố! Gần đây hơn, Bác sĩ Nhi khoa Baumeister đã phát hiện ở Đức một cô gái 14 tuổi có một lớp lông phủ trên mặt và toàn bộ vùng lưng. Cứ mỗi hai tuần, cô phải mất hàng tiếng đồng hồ để cạo lông. Cách đây vài năm, tại một vùng núi hẻo lánh gần biên giới Trung Quốc, người ta phát hiện một cậu bé 6 tuổi trên người phủ một lớp lông dày đặc như lông khỉ. Cậu bé này vẫn phát triển bình thường. Tại sao lại có những con người hẩm hiu như vậy? Theo các nhà khoa học thì nguyên nhân là vì một sai lệch về *gene* làm cơ thể không điều khiển được chu trình sinh trưởng của lông Sự sai lệch này có thể xuất phát từ một *gene* có trong động vật tiền thân của con người. Vẫn theo các nhà khoa học, nhiều *gene* đó vẫn còn ngủ trong bộ *gene* của con người ngày nay. Trong quá trình tiến hóa, chúng chỉ bị khóa lại mà thôi. Dưới một tác động đột biến nào đó, *gene* này sẽ bị đánh thức. Thế là lông um tùm!

Chúng ta ngày nay trơn tru là kết quả của bao nhiêu ngàn năm tiến hóa. Nhưng có những vùng trên cơ thể chúng ta vẫn chưa… tiến hóa được là tại sao? Các nhà khoa học lý giải rằng câu trả lời nằm ở sự hấp dẫn giới tính vì chính tại những vị trí bí hiểm này mùi đặc trưng nam nữ phát sinh rõ nhất! Chẳng là khoa học gia, chắc mỗi người chúng ta cũng cảm thấy như vậy. Đó là những nẻo về miệt mài trải dài từ thế hệ này qua thế hệ khác. Thứ cỏ nha phiến đó là thứ mà thơ văn thường mon men tới.

lửa rạo rực còn nguyên trong mạch máu
sóng cuồng quay ẩn náu dưới làn da

gỡ mưa mềm cho nắng ấm phù sa
cởi sương mỏng – thôi ngượng ngùng mắc cở
em hoang dại cồn dâng vùng rêu cỏ
(Hoàng Anh Tuấn)

Cồn lau cỏ lách là chốn thơ của Bùi Giáng. Nhà thi sĩ bất cần đời này lại vẫn cứ thiết tha ôm lấy tinh hoa của cuộc sống.

Đường cong có cỏ mọc ven bờ
Đứng trong vườn rậm lá chuối tơ
Chó sủa sớm chiều đi qua ngõ
Gà con mất mẹ chạy bâng quơ

Cá ở ngoài khe có ít nhiều
Cồn lau cỏ lách có hoang liêu
Em về có hỏi răng ri rứa
Nhắm mắt đưa chân có bận liều

Cũng đậm đà với cỏ, cũng mượt mà với thơ, Luân Hoán lăn từ bờ cỏ này đến bờ cỏ khác. Lăn mà vẫn nhìn được cỏ, thế mới tài.

đồi cao, cỏ tỉa gọn gàng
con chim mở mắt làng quàng muốn bay
đầu trần trụi, đứng, loay hoay
mùi hương phấn cỏ ứa đầy môi hoa
nguyệt đong đưa ánh nhạt nhòa
rừng trầm bỗng nổi điệu ca huê tình

Thơ đã mon men thì văn cũng mon men. Ông bạn văn Kiệt Tấn của tôi hết đen nhánh "*Đêm Cỏ Tuyết*" lại vàng hoe "*Người Em Xóm Học*".

"Hơi thở nồng nàn chụp phả nắng ấm hơ sưởi đồi xuân, trên đỉnh đồi còn in dấu tam giác trắng tinh khuất nắng. Hai dốc đồi hun hút đổ xuống một khe thung lũng thẳm sâu, chân nàng khép hờ, cỏ óng vàng bắt đầu xuất hiện lơ thơ e dè dưới đáy lũng".

Mấy trăm năm trước, Nguyễn Du cũng cỏ đã từng.

Cỏ non xanh rợn chân trời
Cành lê trắng điểm một vài bông hoa

Sao lạ vậy cà? Cỏ làm gì có cỏ xanh! Màu gì khác thì được chứ xanh thì nhất định không có. Ai đánh cuộc cái gì tôi cũng cuộc hết! Thi hào Nguyễn Du chắc đã bị bệnh loạn sắc!

03/2005

CƯỚI

Nói chuyện cưới vào lúc này là nói... vuốt đuôi. Những ngày lạnh đã trở về. Cảnh vật đã xuống sắc. Mọi thứ đều teo cả lại. Cưới cũng teo theo. Những ngày nóng người ta ào ào lấy vợ lấy chồng để ấp ủ nhau. Những ngày lạnh người ta nằm không cho... mát cõi lòng. Vậy nên chẳng ai muốn thắt nơ đội voan cùng với tuyết. Nhưng nói chuyện cưới lúc này lại là nói... chặn đầu. Ở Việt Nam, cùng với thu về, người ta đi may áo cưới. Từ thu sang đông người ta nắm tay dẫn nhau đi vào cuộc sống mới rầm rập. Càng gần Tết cưới càng bạo. Ai cũng muốn lấy vợ ăn tết. Rủ nhau lấy vợ như đi sắm đồ tết. Làm như trong nhà đang thiếu... máy phát thanh!

Ngày xưa, lấy vợ lấy chồng chẳng phải chỉ là việc may áo cưới. Muốn có ngày hợp cẩn, còn phải qua... đoạn đường chiến binh của lễ lạc, thủ tục. Coi mắt, dạm hỏi, thách cưới, làm rể (một lối làm...công quả!)... Trần thân mới có cái ngày... diễn hành:

Một cụ già râu tóc trắng như bông,
Mặc áo đỏ, cầm hương đi trước đám.
Dăm sáu cụ áo mền bông đỏ sẫm,
Quần nâu hồng, chống gậy bước theo nhau.
Hàng ô đen thong thả tiến lên sau.
Kế những chiếc mâm đồng che lụa đỏ.

....

Một chị sen đầu đội chiếc chăn hồng
Đặt trên cái hòm da đen bóng lộng.
Người cô dâu hôm nay coi choáng lộn,
Vành khuyên vàng, áo mớ, nón quai thao.
Các bạn cô bằng tuổi cũng xinh sao,
Hai má thắm, ngây thơ nhìn trời biếc.
Dăm bảy cô phủ mình trong những chiếc
Áo đồng lầm, yếm đỏ, thắt lưng xanh.

(Đoàn Văn Cừ)

Cưới vợ ngày nay giản dị hơn nhiều. Chỉ cần thảy nhiều địa ra phô trương cho mát mặt hai họ. Cưới xong, cái mặt có méo là chuyện ngậm mà nghe. Một mình mình biết, một mình mình... run!

Cưới vợ dễ như vậy nên người ta cưới lia chia. Chuyện bách niên giai lão, chuyện một đời trở thành chuyện... phù phiếm. Thề thốt thì cứ thề, cho cá trê chui ống lúc nào mà chẳng được!

Một công dân Mã Lai, ông Kamaruddin Mohammed, đã mặc áo cưới sơ sơ có 53 lần. Ông bắt đầu cuộc... viễn du vào năm 1957 và trong 47 năm ông cứ đổi thuyền giong buồm lia lịa. Ngoài chẵn chòi năm chục bà vợ bản xứ, ông còn thiếm sực luôn một bà người Anh và một bà Thái Lan. Chỉ có bà vợ Thái Lan này sống với ông lâu nhất, tới 20 năm lận. Còn những bà khác đều chỉ... ghé bến. Có bà vẻn vẹn có hai ngày! Ông có nhiều vợ nhưng không phải là người vô trật tự. Lúc nào ông cũng chỉ có một vợ. Ông chỉ thay vợ chứ không đa thê! Lý do thuyền ông phải vất vả ghé nhiều bến hoàn toàn là một lý do thẩm mỹ. *"Tôi chỉ thích ngắm nhìn phụ nữ đẹp mà thôi!"* Chỉ trừ cô vợ người Thái bỏ ông để về bên kia thế giới, những người vợ khác thì ông bỏ. Mới đây, ngày 4 tháng 10 năm 2004, sau 47 năm phiêu lưu, ông Mohammed, nay đã 72 tuổi, làm một quả cưới ngoạn mục: trở về mái nhà xưa! Ông cưới lại bà vợ đầu tiên mà ông đã bỏ gần nửa thế kỷ trước. Bà Khadijah, năm nay vừa được 74 cái xuân xanh, cũng đã qua ba đời chồng, đã gật đầu... tái hồi Mohammed. Ông già này thật là người có trước có sau!

Không thấm gì với ông Mohammed nhưng cũng đáng ghi vào... hôn sách là ông Trần Viết Chu, hiện sống ở làng Câu Nhi, xã Hải Chánh, huyện Hải Lăng, tỉnh Quảng Trị. Trái với ông Mohammed lúc nào cũng chỉ một vợ một chồng, ông Chu cần tới 24 bà nâng khăn sửa túi một lúc! Mười ba bà đang sống chung với ông tại quê nhà, 11 bà lưu lạc khắp nơi trên khắp các nẻo đường đất nước: Đà Nẵng, Huế, Nghệ An, Lâm Đồng, Long Khánh, Quy Nhơn... Lực lượng nữ binh này sản xuất cho ông gần 100 con và xấp xỉ 200 cháu nội ngoại! Hơn một nửa trong số các bà này là những người bị chồng bỏ. Tính ông rất... mã thượng. Ông chúa ghét loại đàn ông quất ngựa truy phong nên mở lòng đón nhận những người đàn bà bất hạnh này về chung sống với ông. Lòng thương người của ông quả là bao la như lượng hải hà!

Không bén gót hai cao thủ trên, nhưng ca sĩ Jo Marcel của chúng ta cũng là một tay cự phách. Anh đã lên xe hoa tất cả 7 lần. Trong số 7 cô dâu có một cô người Nhật, một cô lai Pakistan, một cô người Hoa và một cô người Mỹ. Ông chồng... quốc tế này thật ra rất ngoan ngoãn. Trả lời phỏng vấn của ký giả Trường Kỳ, bạn thân của anh, Jo đã giãi bầy: *"Quan niệm của tôi là Trời cho cái gì mình hưởng cái đó, thế thôi, không có đòi hỏi. Trời cho cái gì, mình appreciate cái đó, không đòi hỏi, không hối tiếc và chỉ có vâng lời!"* (Tuyển Tập Nghệ Sĩ 6, trang 109). Đức vâng lời của anh thật đáng làm gương cho mọi người!

Thế giới càng ngày càng nhỏ lại bằng... chiếc giường. Ông Mohammed quốc tế, Jo Marcel quốc tế, các cô gái miệt vườn Việt Nam cũng quốc tế như ai. Các cô đua nhau đi lấy chồng nước ngoài. Họ thi nhau làm Huyền Trân. Ngày xưa Huyền Trân còn đổi cuộc đời được hai châu, châu Ô và châu Lý; ngày nay các kiều nữ Việt Nam lấy rẻ hơn: chỉ vài trăm đô Mỹ! Cuộc đổi chác... cay đắng này đã bùng lên thành một phong trào. Phong trào lấy chồng Đài Loan. Mấy ông Đài Loan, có ông tật nguyền, có ông tâm thần, có ông... nội, không có khả năng lấy vợ bản xứ, vậy mà sang Việt Nam cứ như thánh như tướng, đi tuyển vợ mà cứ như đi coi vũ sexy! Éo le như vậy mà những thiếu nữ Việt Nam, tuổi còn hơ hớ, vẫn cứ lũ lượt kéo nhau đi lấy chồng Đài. Tất cả chỉ vì đồng đô la. Cái màu xanh lá ngày nay trở thành màu hy vọng trong một nước mà con dân cứ bị đẩy ra khỏi nước như một người mù đi tìm đường sống. Hơn một phong trào, lấy chồng Đài Loan đã trở thành một thảm kịch!

Những anh Đài Loan đó, chỉ cần vài ngàn đô trong túi, đã quậy nát đất nước ta. Lấy vợ ở Việt nam dễ như đi mua cá nên một anh Đài tới Cần Thơ cưới lia chia, chơi luôn hai phùa chú rể trong 3 ngày! Anh này tên Lin Ming Wei, 35 tuổi, tới Việt Nam bằng chiếu khán du lịch. Cô dâu số 1 là cô V.T.H.Nh, mới 21 cái xuân xanh, cư ngụ tại xã Giai Xuân. Lễ vật là 5 triệu đồng, 30 con vịt và một con heo quay! Cưới xong, cô Nh động phòng với Lin tại một khu vườn du lịch nổi tiếng tại thành phố Cần Thơ. Cô khóc đòi về với gia đình. Chú rể bất bình. Ngày cưới mà khóc là xui, theo phong tục Đài Loan, phải cưới lại trong 3 ngày sau. Ba ngày sau, anh Lin đi làm chú rể ở nơi khác. Cô dâu số 2 là T.T.T.Th, cũng 21 tuổi. Sự việc hai lần cưới này đổ bể. Chú rể tếch về Đài Loan.

Tại thủ đô Seoul của Đại Hàn cũng như tại nhiều thành phố khác, người ta thấy nhan nhản những tấm bảng đại loại như: "Hãy cưới cô dâu Việt Nam" và ghi chú rõ: người chưa vợ, góa vợ hay khuyết tật đều có thể tìm được cô dâu Việt! Đó là những tấm bảng rao hàng của từ 700 đến 1000 văn phòng môi giới hôn nhân tại nước này. Lệ phí cho mỗi cuộc hôn nhân là khoảng từ 10 ngàn đến 12 ngàn đô Mỹ tùy theo tình trạng của... chú rể. Càng lớn tuổi, càng có khuyết tật thì càng phải bù thêm nhiều tiền để... kê bằng những khiếm khuyết. Số tiền này, các văn phòng môi giới nuốt hết, chẳng có đồng nào rơi rớt tới... cô dâu. Nhà báo Yoo Hyuen San của báo Han Kye Le đã có lần giả danh đi kiếm vợ để đột nhập vào thế giới lạ lùng này. Sáng ngày 3 tháng ba vừa qua, tại Sài Gòn, các anh Đại Hàn tuyển thê được dẫn tới một khách sạn để coi... hàng. Có khoảng 160 cô gái ứng tuyển sáng hôm đó. Từng đợt 10 cô một được đưa ra. Mỗi cô tự giới thiệu họ tên, tuổi, trình độ học vấn... Và vẻn vẹn chỉ có thế. Các cô được chọn lựa vào vòng hai, 15 cô tất cả, được đưa ra trình diện sau đó. Họ bị bắt bỏ giầy để đo chiều cao, cười để coi răng coi miệng... Nghe ra như một cuộc mua bán trâu bò! Chỉ trong một năm, năm 2003, đã có 1403 cô gái Việt được sang Đại Hàn làm vợ bằng cách tuyển chọn... thú vật như vậy!

Mấy ông Mã Lai cũng tham gia tuyển chọn. Ông John Lee, 54 tuổi, chỉ cần có 90 phút để chọn được một cô vợ đáng tuổi con ông. Cuộc tuyển chọn diễn ra tại một khách sạn ở Sài Gòn. Mười ba cô gái, mặc áo thun quần *jean*, được đưa từng cặp một vào phòng khách sạn. Ông Lee được giới thiệu về tuổi tác, nghề nghiệp. Ông cũng cho biết là không hút thuốc lá, không uống rượu. Thế là đủ cho... chân dung chú rể. Lee xin sờ tay một số phụ nữ để xem da họ có mịn không. Chẳng cô nào chống đối. Cuối cùng, ông chọn được vợ. Mai mối cho ông là công ty môi giới hôn nhân *Silver Stream International Matchmaker* do vợ chồng Elvin Lai Kok Siong và Ngô Thị Minh Tâm, 24 tuổi, điều hành, trụ sở tại Kuala Lampur. Ông Lee chỉ phải chi ra có 28 ngàn tiền Mã cho tua du lịch tìm vợ này. Tuyên bố với báo *Metro* phát hành tại Kuala Lampur, ông Lee cho rằng lấy vợ ở Việt nam còn rẻ hơn thuê người làm tại Kuala Lampur!

Tân Gia Ba cũng coi gái Việt như rứa. Tờ *Strait Times* xuất bản tại Singapore, số ra ngày 19 tháng 10 vừa qua, có đăng một bài gây công phẫn trong dư luận người Việt ở Tân Gia ba cũng như người bản xứ. Bài báo nhan đề "Đàn ông Singapore kiếm được vợ Việt nam trong 4 giờ!" đề cập chuyện một anh Tân Gia Ba sang Việt nam phỏng vấn 50 cô gái và chọn được một cô làm vợ chỉ trong 4 giờ... làm việc. Cô Junaidah Jaf ở Singapore, sau khi đọc bài báo, đã hốt hoảng: *"Tôi đọc bài báo và tự hỏi có phải chúng ta đang sống ở thế kỷ thứ 21 không? Tại sao những người đàn ông có thể chọn phụ nữ như những món hàng mua ở chợ như vậy?"* Câu trả lời xin nhường cho những người cầm quyền tại Việt Nam! Trong hai năm qua, ở Tân Gia Ba có khoảng 10 văn phòng môi giới hôn nhân được thành lập để giới thiệu phụ nữ Việt Nam cho đàn ông Tân Gia Ba. Họ cạnh tranh nhau ráo riết làm cho giá cả càng ngày càng đi xuống. Năm 2001, tua trọn gói đi lấy vợ Việt Nam là 16 ngàn đô, nay chỉ còn từ 10 đến 12 ngàn đô.

Con gái Việt nam rẻ như bèo! Bèo là một thứ thổ sản ở Việt nam mà hình như rất đáng hãnh diện. Chẳng thế mà trước đây phi hành gia vũ trụ Việt Nam Phạm Tuân, đi ké tầu vũ trụ của Liên Sô, đã mang bèo hoa dâu lên không gian. Ngày nay, bèo không được xuất khẩu theo chiều cao mà lan ra theo chiều ngang. Nhà cầm quyền cứ thoải mái đưa bèo qua Đài Loan, Trung Quốc, Tân Gia Ba mà chẳng cần biết bèo sẽ trôi giạt về đâu. Bèo thì muôn đời cứ thân phận bèo, cần chi để mắt tới!

Để mắt tới có lẽ chỉ có dân Việt Nam hải ngoại. Một lực

lượng có thể cạnh tranh với các binh đoàn Đài Loan, Trung Quốc, Tân Gia Ba là lực lượng lão ông Việt Nam hải ngoại. Già mà còn rất khí thế! Họ đang ồ ạt tiến về Việt Nam để giúp giữ phụ nữ Việt Nam trong tay người Việt Nam. Những bàn tay nhăn nheo, không quản đường xa, vẫn cứ hiên ngang vác đô la về Việt Nam xông trận. Vài trăm đô mỗi tháng cho một phụ nữ, chuyện nhỏ! Tiền già đủ dư sức qua cầu! Nhưng binh đoàn... yêu nước này đang có cơ bị... giải giới. Theo hãng thông tấn Đức *Deutsche Press Agentur* thì Bộ Tư Pháp Việt nam đang nghiên cứu một luật lệ mới giới hạn tuổi kết hôn với phụ nữ Việt Nam. Tuổi chênh lệch giới hạn như thế nào, chưa rõ. Nhưng các lão ông hải ngoại chắc sẽ rớt đài hết!

Cưới ngày nay rất mù mờ. Có khi cũng cưới đấy nhưng là cưới... giả. Nhiều cô gái Việt Nam muốn xuất ngoại tới các nước tiền tiến chịu chi tiền để cưới giả. Qua sông có thuê đò đàng hoàng. Tiền trao nhưng không chịu... cháo múc. Qua sông xong là anh đường anh tôi đường tôi, tình nghĩa chi mà vấn vương. Chỉ nói mấy cô Việt Nam là nói oan, các cô ở các nước đang phát triển khác cũng rứa.

Anh Satnam Patmar, 38 tuổi, dân Canada gốc Ấn Độ, hiện làm quản trị viên tại một cửa hàng bách hóa ở Edmonton, về thăm quê hương vào năm 2001. Anh được giới thiệu với một cô giáo tiểu học. Chỉ ít ngày sau, họ đã làm cô dâu chú rể trong một tiệc cưới lớn với 200 khách tham dự. Một năm sau tân nương Karmjeet Jaswal đặt chân tới phi trường quốc tế Edmonton. Anh chồng hớn hở mang hoa ra đón. Ngay tại chỗ lấy hành ly, tân nương Jaswal nói huỵch toẹt ra là cô chẳng bao giờ thương yêu gì anh chồng hờ cả, đây chỉ là một đám cưới giả để cô qua được Canada. Anh Satnam bỗng dưng thấy mình là một con đò vô duyên. Cô vợ hờ qua được sông là thản nhiên đấm... (cái cô không có) vào con đò! Bèn tức. Chơi lại liền. Anh báo với nhà chức trách. Sở Di Trú như mở cờ trong bụng. Họ biết có rất nhiều người mưu mô làm đám cưới giả để nhập cảnh vào Canada nhưng không có chứng cớ nên chỉ biết hậm hực. Vớ được trường hợp hãn hữu này, họ truy tố cô Jaswal liền một khi. Kết quả, tòa phán cô Jaswal đã vi phạm đạo luật *Immigration and Refugee Protection Act*, phát cho 4 tháng tù. Sau khi thụ án, cô dâu gian này có thể bị trục xuất về Ấn Độ.

Kết hợp một người nam và một người nữ vào với nhau là chuyện... may rủi. May thì keo sơn, chẳng may thì rã đám. Giới trẻ ngày nay, muốn chắc ăn, cứ thử trước cưới sau. Mua bánh mua kẹo còn được nếm trước huống chi mua... người! Không thử thì lỡ vớ phải một anh tối tối mở nhà máy cưa, một chị đêm đêm giật mình nhẩy chồm chỗm như cóc nhái, chịu gì nổi! Nhiều anh chị kỹ tính nên thử hơi lâu, sinh ra những phản ứng phụ. Tới khi quyết định sánh bước bên nhau trong áo cưới thì đã có tiểu đồng theo hầu. Bố làm chú rể, mẹ làm cô dâu, anh nhóc làm *garcon d'honneur*. Cả nhà đều có việc. Vui biết mấy!

Ham vui là đặc tính của thời đại này, thời đại mà con người được thả rông mọi thứ. Mọi người đều được tự do chạy theo anh chàng bản năng. Mà anh chàng này là chúa sinh chuyện. Chuyện trăm năm có nhiều phần trở thành chuyện... trăm ngày. Ham tiền cũng là một lối sinh chuyện khác. Chẳng phải chỉ có tụi trẻ. Mà các ông bố bà mẹ mang danh ông tham bà tham cũng sinh chuyện như điên. Tôi biết có một bà... tham đã dậy anh con trai: anh em như thể tay chân, còn vợ như chiếc áo muốn cởi lúc nào thì cởi. Diễn nghĩa lời dậy dỗ này là tiền bạc thì đưa cho bố mẹ, anh em cất giùm cho, đừng đưa cho vợ mà... khốn. Mà tiền vào thì hạnh phúc đi ra. Thế nên... cởi áo xoành xoạch! Cái gọi là tình nghĩa coi bộ là một thứ... vô nghĩa!

Nhà văn Trúc Chi, trong tùy bút *Chút Nắng Và Chút Tình*, đã la cà về cái nghĩa trong tình vợ chồng: *"Tại một số các nước mà tôi đã có dịp đi qua, chính mắt tôi đã trông thấy và nhìn cuộc sống của nhiều đôi vợ chồng già. Tôi cảm động khi nhìn những bàn tay lóng cóng, những bước đi chậm chạp, những mái tóc bạc phơ săn sóc nhau, tận tụy với nhau khi trở trời trái gió, những khi ông ươn mình, bà cảm cúm. Có lần, tôi đã nói chuyện về cái khái niệm nghĩa này với một ông bạn người Anh, bạn vong niên, lớn hơn tôi cả hai chục tuổi, khi tôi thấy hai vợ chồng ông săn sóc cho nhau từng chén trà có pha sữa tươi, từng lát bánh mì nướng phết bơ. Không hẳn là* cung kính như tân, *cũng không hẳn là tình tứ, mà họ quí nhau lắm. Tôi có hỏi ông bạn, trước là giáo sư Anh ngữ tại Đại Học Luân Đôn, về một từ ngữ tương đương với cái* nghĩa *trong đời sống vợ chồng, sau khi đã dài dòng liệt kê một loạt thí dụ để làm sáng tỏ cái khái niệm ấy. Suy nghĩ một hồi, ông cười hóm hỉnh quay sang trêu vợ: 'Tôi nghĩ không ra, nhưng không phải vì vậy mà chúng tôi không biết ăn ở với nhau cho có* ni-ơ , *phải không mình' (*ni-ơ *là cách ông bạn tôi phát âm tiếng* nghĩa*)"*.

Tình nghĩa vợ chồng, tôi đã được nhìn thấy trong tuần qua. Vợ chồng ông bạn vong niên của tôi có 8 con và 15 cháu nội ngoại. Cái đám hậu duệ lên tới con số 31 trự này đã đứng ra tổ chức lễ Cưới Vàng kỷ niệm 50 năm gắn bó của vợ chồng ông. Lý do tổ chức, theo anh con trai trưởng, là: 50 năm trước, khi bố mẹ cưới nhau, con cháu không được dự vì không được mời! Trong tiệc cưới, ông bạn vong niên của tôi đã kể chuyện đi may bộ đồ cưới ông mặc hôm nay. Ông dặn ông thợ may tây may cho đẹp vì đây là bộ đồ cưới. Cưới vợ? Ừ, cưới vàng 50 năm! Năm chục năm? Ừ, chứ sao! Ông thợ may tây hồi hộp hỏi tiếp: Một bà? Ừ, một bà! Ông tây khoái chí, vỗ vai ông bạn tôi, tay chỉ ra đống cà vạt bầy bán. Ông chọn lấy một cái, tôi mừng!

Tây hay ta gì, nghĩa vẫn cứ là quý!

11/2004

ĐÊM

Cái đêm hôm ấy đêm gì
Bóng gương lồng bóng đồ mi chập chùng.
(Cung Oán Ngâm Khúc)

Cái đêm đó, ai chẳng biết. Nó chập chùng những hồi hộp, lo lắng, sợ hãi, bồn chồn... Nó là cái mốc của cuộc sống. Nó... đêm dài một đời! Ai đã chồng vợ, đố có quên được cái đêm... không thể quên được đó. Thì ai chẳng biết nó... bóng lồng bóng! Nhưng cái lồng này nó lạ lắm. Chẳng cái nào giống cái nào. Biết là đêm của mỗi người có một dấu ấn riêng, không ai có được cái đêm của người khác, nhưng đêm của người khác, nó ra sao? Muốn biết phải hỏi các ông nhà văn, các bà nhà thơ, họ tài lắm. Họ biết hết, và họ kể ra vanh vách.

Trong Giông Tố của Vũ Trọng Phụng, cô gái quê Mịch

đã bị Nghị Hách đè ra hiếp trên ghế xe hơi riêng trên quãng đường làng khi lằng nhằng đòi mua rơm của Mịch để... nhồi vào bánh xe bị xẹp! Ăn vụng chóng no, bụng Mịch to dần lên, buộc Nghị Hách phải cưới về làm vợ lẽ. Đêm động phòng, Nghị Hách thấy ra một Mịch khác.

"Đoạn lão tần mần lột những cúc áo của Mịch ra. Tự lão, lão cởi cho Mịch cái áo nhung dài, và bỏ vòng hoa, xuyến, hột. Lão ôm xổ lấy Mịch một cái, lại hôn đánh choét một cái. Mịch hãi hùng đẩy mặt lão ra mà rằng:

- Ấy chết! Thế không tế tơ hồng hay sao? [.....]

- Ôi chà! Vẽ! cô dâu về nhà chồng bụng to bằng cái thúng, lại còn vẽ tế với lễ! Mày cũng lắm chuyện lắm.

Nói thế xong, lão lại mân mó vợ lẽ, làm đủ những trò của một người mới cưới vợ, vào buổi tối tân hôn.

Mịch giữ lấy tay lão mà rằng:

- Ấy chết, tôi đã có chửa đấy!

Lão nghị vênh mặt lên mà rằng:

- Biết! Biết! Không có, thì ông cưới làm thèm vào!

Mịch cũng đã đến lúc nhờn, gắt.

- Ăn nói đến hay thôi!

- Chứ lại gì! Ấy may mà mày lại có mang đấy. Thế là có phúc lắm đấy.

- Thôi đi! Nỡm lắm nữa!

Nghị Hách cười một cách đa dâm mà rằng;

- Ông... ông lại... hiếp cho chuyến nữa bây giờ.

Rồi đứng lên, vươn vai và, sau khi ngáp dài một cái:

- Lạ thật! Hôm hiếp nó thì thế, mà bây giờ nó lấy mình thì thế!

Lão ra ngồi bàn, nhìn mình trong gương một lúc lâu. sau cùng, lại đến ngồi giường, ôm lấy Mịch mà hôn hít một hồi vào khắp mọi chỗ, hai tay cũng thám hiểm khắp mọi chỗ. Trong lúc ấy Mịch nhắm nghiền mắt lại, tưởng tượng nghị Hách là Long...

Nhưng chợt lão ta vỗ vào bụng vợ bốp một cái, kêu to lên:

- Thế này thì còn nước mẹ gì nữa!

Thế là nghị Hách, không ân cần được nửa lời, lại tất tả xuống thang. Vài phút sau, tiếng máy xe hơi nổ lên sình sình sình.

Đêm hôm ấy Mịch nằm một mình, nghĩ đến Long, hối hận."

Cái đêm tân hôn này lãng xẹt! Một đêm tân hôn không ra một đêm tân hôn. Nó khập khiễng đủ thứ. Một đêm tội nghiệp!

Trong Đoạn Tuyệt của Nhất Linh, đêm động phòng của Loan và Thân cũng là một đêm tội nghiệp. Một đêm hằn dấu khinh ghét của Loan, một cô gái tân tiến, với người chồng hủ lậu mà nàng bị ép buộc kết duyên. Nàng hiến thân trong khinh bỉ.

"Thân, sau khi đã khóa cửa cẩn thận, tiến đến sau lưng nàng. Hai người lặng yên hơn một phút đồng hồ, không ai dám cất tiếng nói trước.

Bỗng Loan thấy một bàn tay nhẹ để lên vai nàng. Nàng vẫn không quay lại, ngước mắt nhìn ra ngoài cửa sổ và lúc đó, hình ảnh Dũng lại hiện ra trong trí tưởng của Loan rõ rệt như trông thấy trước mắt. Các ngôi sao trên trời biến hết, mắt nàng vẫn mở mà không nhìn rõ vật gì, nàng chỉ thấy toàn một màu đen thẫm như mực.

Một lát, nàng thấy cánh tay Thân đỡ nàng và đặt nàng ngồi xuống ghế. Thân lúng túng nói mấy câu rất sẽ, nàng không nghe rõ. Trong lúc nàng ngồi lặng yên cúi mặt, thì Thân ra phía giường loay hoay xếp dọn. Nàng đưa mắt nhìn mới hay rằng Thân đương giải một miếng vải trắng lên trên chiếu. Bỗng nàng hiểu và cảm thấy tất cả cái mọi rợ trong cử chỉ của Thân lúc đó. Nàng mỉm cười khinh bỉ, nghĩ thầm:

- Chỉ có sự trinh tiết của tâm hồn là đáng quí thôi.

Nghĩ vậy rồi nàng đứng dậy, bỏ chiếc khăn quàng xuống bàn và lạnh lùng cởi áo ngoài."

Những nhân vật tiểu thuyết, họ không giống chúng ta. Hai cảnh động phòng trên là hai màn kịch. Họ bị tác giả bắt vác theo một gánh nặng, làm thành một cá tính riêng, một biểu tượng riêng. Mỗi hành động của họ trong đêm khó quên này cũng chỉ là một cách họ đóng trọn vai trò của họ trong cuốn truyện. Chúng ta không tìm thấy mình trong đó. Đêm tân hôn của chúng ta chỉ mang dấu ấn của chúng ta, một mình mình biết một mình mình hay. Nói theo Hồ Xuân Hương thì... *cấm ngoại thủy không ai được biết!*

Đêm động phòng của Quang Trung Nguyễn Huệ, hơn hai trăm năm trước, ai mà biết được nó ra sao. Nhưng các nhà văn, họ biết. Đúng hơn, họ cảm được. Họ tài lắm. Họ đi vào từng nhân vật. Họ nghĩ, họ hành động với những nhân vật của họ. Đêm đó, Ngọc Hân trong Sông Côn Mùa Lũ của Nguyễn Mộng Giác có tâm trạng ra sao?

"Đôi hài trước mắt Ngọc Hân hơi xoay hướng, như dợm

bước về phía cửa phòng. Nhưng sau đó, đôi hài vẫn bất động. Rồi đột nhiên, Ngọc Hân cảm thấy có một bàn tay đặt lên vai phải mình. Nguyên Súy đặt yên bàn tay lên vai Công chúa một lúc, rồi bóp nhẹ lên cái vai mềm. Bàn tay mơn man ve vuốt khắp bên vai phải, rồi vuốt nhẹ lên chiếc cổ trắng. Công chúa hồi hộp liếc nhìn, trong hoảng hốt chỉ nhận ra được ống tay áo gấm đỏ và một bàn tay gân guốc da ngăm.

Ngọc Hân xúc động đến nghẹn thở, hoang mang, lúng túng chưa biết phải làm gì, nói gì. Đúng lúc đó, bất ngờ Nguyên Súy quì chân xuống trước sập, úp mặt vào hai đầu gối của Công chúa. Ngọc Hân không ngờ Nguyên Súy làm như vậy, đôi tay chới với không biết phải làm gì, phải đặt vào đâu. Mái tóc dày và quăn phủ lên vạt áo lụa của Công chúa. Một sức mạnh huyền bí xa lạ thôi thúc, khiến Công chúa đưa tay ôm lấy vai Nguyên Súy.

Nguyễn Huệ ngửng lên vui mừng, và lần đầu tiên, Công chúa bị cuốn hút vì ánh nhìn đam mê đến cuồng nộ của vị danh tướng vừa làm đảo lộn cả Bắc hà.

Nguyễn Huệ nhìn đăm đăm vào khuôn mặt sượng sùng thảng thốt của Công chúa, miệng mỉm cười gượng gạo như cách cười một kẻ phạm tội, nói nho nhỏ:

- Công chúa còn nhỏ quá, và đẹp quá. Như một cái bông búp. Đừng lo âu. Ta biết Công chúa đang lo âu đủ điều. Ta sẽ không cho phép bất cứ ai, dù là quỉ thần, được làm cho Công chúa khổ. Công chúa hãy yên tâm."

Nguyễn Huệ, viên tướng đánh nam dẹp bắc lừng lẫy đó, trước khi bước chân vào phòng hợp cẩn, là một Nguyễn Huệ không yên tâm. Ông nói những lời vô nghĩa với thuộc hạ chung quanh, chậm chạp bước những bước ngắn trên hành lang, lòng nặng trĩu những ngần ngại khi sắp phải giáp mặt với một nàng Công chúa cành vàng lá ngọc. Viên tướng gốc nông dân tự cảm thấy mình như một kẻ mộc mạc, quê mùa, sần sượng.

"Nguyễn Huệ bước vào phòng. Trước mắt ông, rõ ràng hiển hiện hình ảnh một đứa trẻ lạc loài. Một nàng tiên nhỏ lỡ mê cảnh tục lụy lạc lại cõi thống khổ! Đôi vai nhỏ ấy, dáng ngồi thu mình để sẵn sàng chịu đựng tất cả bất trắc ấy, khuôn mặt non nớt sượng sùng cúi xuống và đôi tay chới với tìm bấu vào chéo áo, nhất là chiếc cổ cao và trắng nuốt yếu đuối, bao nhiêu hình ảnh cam chịu giữa cảnh màn trướng lộng lẫy khiến Nguyễn Huệ bối rối chùn bước. Lạ lùng thay, ông cảm thấy bất nhẫn. Yếu đuối. Hổ thẹn nữa. Ông nghĩ nếu mình làm bất cứ điều gì, dù là đưa chân bước tới hay phát một cử động nhỏ cũng phạm cái tội tày trời là phá phách sự toàn mỹ của trời đất. Những gì xảy ra sau đó, ông chỉ ý thức được có một phần rất nhỏ. Đôi vai yếu, chiếc cổ trắng của Công chúa thu hút, lôi cuốn ông. Khi đặt tay lên vai Công chúa, ông cảm thấy lần vải mịn mơn man mấy ngón tay, và một thứ ấm áp dịu dàng truyền qua bàn tay lan man khắp người ông. Bàn tay đưa lên vuốt ve cổ Công chúa nhè nhẹ. Ông sợ mấy vết chai trong lòng bàn tay làm sước làn da non nớt trinh bạch đó, nhưng đồng thời, có một thúc giục ma quái xui ông nắm chặt lấy chiếc cổ ấy. Ông hoang mang, sợ hãi. Máu chảy rần rật trong người ông. Cho nên khi quì xuống gục mặt vào đầu gối công chúa, ông làm đúng cử chỉ của một kẻ sám hối.

Làm sao Ngọc Hân có thể hiểu được ý nghĩa những điều bất thường ấy nơi một viên tướng từng xô ngã cả hai triều đình ở phương Nam và phương Bắc, và sẽ còn đảo lộn trật tự của một đất nước ổn định, dù là ổn định vá víu, suốt mấy trăm năm.”

Nhà văn Trần Vũ không mặn với Nguyễn Huệ của Nguyễn Mộng Giác. Ông cho Nguyễn Huệ của Nguyễn Mộng Giác lành quá, lụy quá. Trả lời phỏng vấn của Lê Quỳnh Mai trong Văn Học số 221, tháng 9/2004, Trần Vũ vạch rõ: *“Ngay khi gấp sách, tôi quyết định viết một truyện ngắn phác họa lại Nguyễn Huệ, đúng theo suy nghĩ của mình. Hoàng Đế Quang Trung trong tâm trí tôi phải mang hình ảnh Thành Cát Tư Hãn, vó ngựa trường chinh, bách chiến bách thắng và có chất... thổ phỉ! Phần khác, tôi không tin Lê Ngọc Hân có thể yêu Nguyễn Huệ ngay phút đầu tiên, dễ dàng và say đắm. Khác biệt giai cấp, văn hóa, tâm lý quá lớn. Chưa nói tới thù cha, thù nhà, nợ nước, khiến Ngọc Hân khó mà... vô tư. Sau 75, các tiểu thư Saigon trong một thời gian dài đã không vô tư, trừ phi làm Vương Thúy Kiều liều mình chuộc cha đi học tập, đa số đã từ chối các “anh hùng quân đội nhân dân”. Tôi muốn thể hiện lại điều đó, sự chối từ áo vải cờ đào của những thiếu nữ kinh kỳ sinh sống nơi kinh đô bị chiếm đóng.”*

Trong truyện ngắn đó, truyện Mùa Mưa Gai Sắc, Nguyễn Huệ động phòng với một phong cách khác, phong cách của một con mãnh thú chiếm đoạt một con mồi chưa bị khuất phục.

“Huệ chụp lấy ngực áo cưới của Ngọc Hân xé toạc.

Bằng hành động của con mãnh thú, Huệ xô ngã sấp Ngọc Hân ra giường, tháo dây đai quật xối xả lên tấm lưng mảnh dẻ tưởng như giải lụa bạch đang oằn mình chịu đòn. Huệ quất như thúc voi, thúc ngựa, tiếng roi đáng chát chúa toé lửa vun vút cuồng nộ. Rồi không kềm chế được, như Nguyễn Nhạc ngày xưa mất tự chủ trước da thịt mời gọi của Phú Xuân, Huệ đè ngửa lên biểu tượng trinh trắng của Thăng Long. Những bắp cơ Huệ còn nhớp nháp mồ hôi quấn lấy mình Ngọc Hân đang nghiến chặt răng chịu đựng. Huệ vục gáy xuống ngực Ngọc Hân cắn như xé thịt. Dáng đè của Huệ, hai đùi chống xuống giường, mình trần phủ lên người Ngọc Hân y như dáng hổ đang ngoạm hoẵng. Đến lúc Huệ bắt Ngọc Hân co hai đầu gối, thì nàng quá đau đớn không dằn được, bật tiếng kêu nấc trong đêm tối. Huệ nghe tiếng nấc, khoái cảm càng tăng lên như những lúc chứng kiến hành quyết. Đao phủ Tây Sơn xử trảm bằng cách chém ngửa nghịch nhân, mã tấu phập xuống tiếng thét của tội đồ bị đứt ngang ở cuống họng chỉ phát ra được tiếng nấc khô. Tiếng nấc khô của Ngọc Hân lúc nãy.

Mùi mỡ trong đèn chai cháy èo uột ngọn lửa lúc tối lúc sáng, căn phòng của Trịnh Cán đóng xong vai trò lịch sử rơi chìm vào giấc ngủ đẫm mùi rượu đế của Huệ. Cơn dông chùng xuống sau gần suốt đêm quất qua lầu Tử Các. Những hột mưa gai sắc như muốn trổ mái bắn xuống mình Ngọc Hân ẩm ướt, tủi hổ.”

Cùng một đêm động phòng của Nguyễn Huệ, hai nhà văn tả theo hai phong cách khác nhau. Nguyễn Huệ nào mới chính là Nguyễn Huệ? Chẳng có Nguyễn Huệ nào đơn độc chỉ là Nguyễn Huệ. Chỉ có Nguyễn Huệ-Nguyễn Mộng Giác và Nguyễn Huệ-Trần Vũ. Nguyễn Huệ chỉ là một nhân vật, mà một nhân vật thì nhà văn mặc tình nhồi nặn. Chúng giả đấy mà như thật. Cái tài của nhà văn nằm trong cái mà người ta gọi là hư cấu. Nhân vật là hình nộm mà nhà văn muốn giật dây theo tưởng tượng của mình như thế nào cũng được.

Tối Tân Hôn của Vũ Hoàng Chương có thật không?

Gió bỗng đổi chiều trên táp xuống
Nặng chĩu hai vai nàng cố gượng
Thắt vòng tay ghì riết lưng ta
Những luồng run chạy khắp thịt da ngà
Run vì sợ hay vì ngây ngất
Ta chẳng biết, nhưng rời tay chóng mặt
Toàn thân lạnh ngắt
Thuyền chìm sâu sâu mãi bể Hư Vô
Mà hương ngát đâu đây còn phảng phất
Mà bên tai đàn sáo vẫn mơ hồ.

Ngửa trông lên cung Quế tít mù xa
Dần dần khuất
Dưới chân ta
Thuyền mây sóng lật.
Không gian vừa sụp đổ chung quanh
Một trời đêm xiêu rụng tan tành.
Dư hưởng yếu từng giây
Dư hương dần loãng nhạt
Trong tay níu, đôi thân liền sát
Nhè nhẹ rơi vào lớp sóng khinh thanh.

Sao lìa ngôi phương hướng ngã bên mình
Cơn lốc nổi
Đờn tiên thôi gọi
Âm thầm xa bặt tiếng tiêu
Những mê man say uống miệng người yêu
Ta cũng như nàng
Cảnh mộng chốn bồng lai đâu nhớ tới.

Hai xác thịt lẫn vào nhau mê mải
Chút thơ ngây còn lại cũng vừa chôn
Khi tỉnh dậy bùn nhơ nơi hạ giới
Đã dâng lên ngập quá nửa linh hồn.

Năm học Đệ Nhị ban Văn Chương tại trường Chu Văn An Saigon, giáo sư Việt văn của tôi là thi hào Vũ Hoàng Chương. Trong chương trình văn chương Việt Nam năm đó có phần Thơ Mới. Chúng tôi được chính Vũ Hoàng Chương dạy thơ Vũ Hoàng Chương. Bữa giảng tới bài Tối Tân Hôn, thầy Chương say sưa đọc, nói về hoàn cảnh sáng tác, tâm trạng của thi sĩ khi sáng tác bài thơ này. Và, bất ngờ, Thầy Chương đã nói thật. "Khi làm bài thơ này, tác giả chưa hề biết đàn bà!"

Thế là thế nào?

11/2004

ĐỔI

Không biết đã có ai coi phim *Normal* (Bình Thường) chưa nhỉ? Có gì lạ không? Tên phim thật… bình thường nhưng nó đề cập tới một chuyện không bình thường. Nhân vật chính tên Roy, do Tom Wilkinson đóng, là một người bình thường, có vợ, hai con, một trai một gái. Vợ chồng sống với nhau êm đẹp trong 25 năm. Bỗng anh chàng Roy đòi quyền sống! Ai không cho anh chàng này sống? Chính là cái bản tính nữ của anh. Vợ con đề huề như vậy trong suốt một phần tư thế kỷ, anh chàng vẫn sống giả. Anh không phải là anh mà là… chị. Anh đổi giống! Xã hội chung quanh anh phản ứng kịch liệt. Từ nhà máy nơi anh làm việc đến nhà thờ Tin Lành nơi anh vẫn dự lễ hàng tuần, chỗ nào cũng bất bình cho anh… nghỉ chơi. Nhưng trong cái tổ ấm 25 năm của anh mới… tiêu điều lá liễu. Vợ anh, chị Irma, do nữ tài tử

Jessica Lange đóng, vốn tận tụy yêu thương chồng, nay cứ băn khoăn không biết mình đã làm gì nên nỗi khiến chồng phải… cải giống! Mẹ anh cứ ngơ ngẩn không tin là mình đã đẻ ra một "bé gái"! Con trai lớn của anh không thể chấp nhận chuyện mình có tới… hai bà mẹ. Chỉ có cô gái út tỏ ra thông cảm với cha vì chính cô cũng là một *tomboy*, một cô gái lẽ ra phải là con trai! Và ông bố anh Roy bây giờ mới nhớ lại là hồi nhỏ đã đánh con mấy trận vì tội… mặc váy đầm của chị! Nữ đạo diễn kiêm soạn giả kịch bản phim Jane Anderson chỉ cho nhân vật Roy đổi giống và sau đó, cho vợ của Roy sát cánh làm bạn với chồng cũ khi ông từ "Ong Roy" trở thành "Bà Ruth". Những vấn đề còn lại, đạo diễn đã khôn khéo lơ đi không đề cập tới.

Chuyện tưởng chỉ có trong phim đã có thật ngoài đời. Anh Lesley Morgan, ngụ tại Windsor, tỉnh bang Ontario, Canada, đã trở thành đàn bà hai năm trước đây. Anh làm việc trong một hãng sản xuất phụ tùng xe hơi và sự đổi giống của anh gây nên một tình trạng dở khóc dở cười cho các đồng nghiệp. Anh chàng đồng sự 48 tuổi của họ bỗng trở thành nữ nhi. Phiền quá đi chứ! Tháng giêng năm 2005 vừa qua, hãng đã phải làm riêng cho "chị" một nhà vệ sinh riêng vì chị không thể dùng nhà vệ sinh nữ cũng như nam. Lập tức nhà vệ sinh… chẳng nam mà cũng chẳng nữ của chị bị viết những câu chế giễu vung vít trên tường. Chiến tranh… hận thù leo thang bằng những bãi nước tiểu lềnh khênh khắp phòng vệ sinh, vương vất lên cả bàn cầu. Rồi những phụ tùng trong dây chuyền làm việc khi đến tay chị có đính kèm theo những mẩu giấy chế nhạo. Tới 9 giờ tối ngày 20 tháng ba vừa qua, giọt nước cuối cùng đã làm sụp đổ sự chịu đựng của chị. Một cú điện thoại gọi đến nhà riêng của chị đã đe dọa tính mạng chị. Chị đi trình cảnh sát, xin nghỉ việc, đầu hàng một cách vô điều kiện. Một người đàn bà không... nguyên thủy mà do những chuyên gia ở Thái Lan tạo ra sau một ca phẫu thuật kéo dài 9 tiếng đồng hồ sau 8 năm trị liệu bằng *hormone*, đã không được quyền làm... đàn bà!

Đàn bà hồi hai như chị Morgan ở Canada coi bộ nhụt chí khí hơn dân đổi giống Việt Nam ta. *Dân ta hằng anh dũng, dân ta vẫn oai hùng*... là nhạc hiệu của giòng giống ông-thành-bà ở Sài Gòn. Chuyên viên trang điểm Nguyễn Thái Tài, chủ tiệm trang điểm cô dâu Thái Tài tại đường Nguyễn Tri Phương, quận 10, vừa hiên ngang đi Thái Lan cắt giống từ phồng sang tẹt được báo chí tìm tới phỏng vấn đã dõng dạc yêu cầu cứ đưa tên thật của chị lên báo, không viết tắt viết tiếc lôi thôi chi cả. Báo hỏi gì Thái Tài cứ... vô tư trả lời tuốt tuồn tuột. Chị cho biết ngay từ nhỏ chị đã cảm nhận chị là nữ chứ không phải là nam. Tạo hóa coi bộ nhầm lẫn gì đây khi dựng nên cái thân thể... việt vị của chị. Đến năm 20 tuổi được mẹ hỏi sao ngần này tuổi mà chưa bao giờ thấy con có bạn gái, Thái Tài không ngần ngại nói với mẹ; "Con là con gái chứ không phải con trai, chắc là sai sót của bà mụ khi sinh con ra". Bà mẹ khóc khi nghe thấy con nói ra sự thực. Nhưng cũng chính bà mẹ đau khổ này đã vì lòng thương con mà trở thành nguồn an ủi, thông cảm cho anh khi anh quyết định đi Thái Lan thực hiện phẫu thuật đổi giống.

Theo Thái Tài cho biết thì đổi giống không phải là leo lên bàn mổ là đực rựa, bước xuống là nữ nhi đâu. Sự đời đâu có nhấp nháy như vậy! Tại bệnh viện Yanhee, một trong những bệnh viện Thái Lan nổi tiếng nhất trong việc… cắt ráp, bệnh nhân gặp rất nhiều thử thách. Trước hết là trắc nghiệm tâm lý để xác nhận có đúng con tạo đã lơ đễnh trong việc tạo dựng nên cái thân xác bờ Nam bờ Bắc này không. Sau đó là hàng loạt xét nghiệm và đo các chỉ số về *hormone* và *gen*. Khi có kết quả chắc chắn, lúc đó họ mới bắt đầu chu trình bằng cách tiêm *hormone* nữ mỗi tuần một lần trong vòng từ hai đến ba tháng rồi cho bệnh nhân về Việt nam uống thuốc bổ sung đều đặn mỗi đêm trong sáu tháng. Trong suốt thời gian này, cơ thể Thái Tài phản ứng dữ dội, tính tình dễ xúc động, hay bị choáng váng, nhưng cái cảm giác cơ thể mình là nữ ngày càng được định hình hơn. Phải mất hai năm đi về giữa Thái Lan và Việt Nam và trải qua bốn lần phẫu thuật lớn, tốn hết 30 ngàn đô Mỹ, con người mới sửa lại được sự sai sót của bà mụ đãng trí! Khoa học đã biến chàng thành nàng nhưng luật pháp vẫn cứ rề rề chậm tiến. Trên phương diện pháp lý, Nguyễn Thái Tài vẫn cứ là me-sừ! Thế nên chị Thái Tài lúc nào cũng… bất hợp pháp. Chị than thở: "Mỗi khi đi chứng giấy tờ người ta không thể tin người đứng tên trên giấy tờ là tôi!". Thành ra tất cả của cải, bất động sản là của "ông" Thái Tài, mà trên đời này làm gì có một đấng mày râu tên Thái Tài nữa. Thế mới rắc rối cái lá đa tự phát! Chưa hết! Chị Thái Tài này chẳng… tài nào lấy chồng được trên phương diện luật pháp. Thế nên tuy đã chung sống với một ông chồng hờ từ 5 năm nay, cuộc tình rắc rối này cũng đã phải hạ màn cái rụp!

Luật pháp không cho người đổi giống lấy chồng nhưng khoa học có hoàn mỹ đến độ tu bổ lại được một người đàn bà hoàn chỉnh có thể làm đầy đủ được việc phòng the của một người đàn bà không? Muốn biết cho tường tận, chúng ta lại phải nín thở theo dõi anh Việt kiều Zoni.

Zoni là một Việt Kiều 40 tuổi nhưng vẫn phòng không gối chiếc. Về nước anh gặp được cô gái rất đẹp, rất dễ thương tên Thúy Lan ở quận 4, Saigon. Anh đem lòng yêu người con gái mà anh tin chắc là con nhà lành này, bởi vì tuy quen nhau đã hơn một năm mà nàng vẫn giữ gìn cái ngàn vàng, chưa cho anh. Để giữ người đẹp, anh không ngại ngần móc hầu bao thuê hẳn cho nàng một ngôi nhà mặt tiền ở quận 1, trả tiền thuê trước 5 năm, sắm xe xịn và trang bị tổ ấm tương lai đầy đủ tiện nghi. Đến ngày động phòng, người đẹp mới thủ thỉ rất dễ thương: "Em không thể chăn gối với anh được vì em nguyên là con trai. Mọi thứ của em là nhân tạo, chỉ để làm kiểng thôi!" Anh Zoni không phải là nhà... chơi kiểng nên anh chỉ còn biết kêu trời! Hóa ra chuyện... vượt tuyến chỉ là chuyện vòng ngoài. Vòng trong: cho em xin lỗi!

Bà Olivia Jenson, Giáo sư địa-vật-lý tại Đại Học tại Đại Học McGill, nguyên cũng là một mày râu chuyển hệ vào năm 1993, đã có kinh nghiệm về các bước cần thiết để nhảy qua phía đối lập. Trước hết phải thiến bịch tinh hoàn và phần lớn... súng. Lộn phần da súng vào trong để cho thành... vực sâu. Độn gò bồng đảo, tỉa bớt khí quản để làm giảm bớt sụn ở phần cổ. Đó là phần cơ bản. Tân trang phần mặt tiền gồm làm môi, xẻ cằm, làm mũi, làm da. Có người đã tốn khá nhiều tiền để mua kem dưỡng da thoa lên toàn thân để tạo nên làn da mịn màng của phụ nữ. Lại còn cái vụ phát ngôn nữa. Dễ gì mà õng ẹo cho ra người đẹp! Đó là chưa kể việc phải bơm *hormone* nữ vào trong suốt cuộc đời.

Làm đàn bà kể ra cũng lắm công phu. Mà không được làm đàn bà thì ấm ức chi đâu. Ấm ức đến… 73 năm! Đó là trường hợp ông Lưu Dương Dương, cán bộ nghỉ hưu tại tỉnh Phúc Kiến, Trung Quốc. Ngay từ năm lên 6 tuổi, ông Lưu đã cảm thấy mình như con gái, thích mặc quần áo của các chị và chỉ thích chơi với bạn gái. Ông là con trai duy nhất trong một gia đình có tới năm chị em gái nên cha mẹ bắt lấy vợ sớm để *suya* là có cháu nối dõi tông đường. Năm 1955, bị cha mẹ ép quá, ông đành phải cưới vợ và sanh được hai con gái. Vợ chồng sống rất hòa thuận nhưng nội tâm thì rất đau khổ. Ông định ly dị nhiều lần nhưng vợ không chịu vì sợ khổ cho con và e ngại miệng tiếng người đời. Năm ngoái, vợ ông qua đời vì bệnh ung thư. Trước khi chết, bà căn dặn người trong gia đình là khi bà chết hãy để cho ông chuyển đổi giới tính để sống cuộc sống theo đúng ý ông trong lúc tuổi già. Ngày 16 tháng 3 vừa qua, ông đã chịu phẫu thuật để biến thành dì Lưu. Nay dì rất vui sướng, đi du sơn ngoạn cảnh thoải mái!

Thoải mái thật! Ngày nay, tại các nước khắt khe như Ba Tư chẳng hạn, người ta không thể ngờ là việc biến bà thành ông, biến ông thành bà cũng khá phổ biến. Theo Bác sĩ Bahma Digrarili của phòng xét nghiệm Manvihkia tại thủ đô Teheran thì dư luận tại quốc gia Hồi Giáo này đã ngầm thừa nhận việc đổi giống. Phòng mạch của ông ngày nào cũng có hàng chục người đến khám và giải phẫu. Chi phí cho mỗi ca phẫu thuật khá mắc, khoảng 2500 *euro*. Còn giáo luật Hồi Giáo, vốn chi phối đời sống toàn diện của con người, thì nói sao về những trường hợp nhảy rào ? Theo luật Hồi Giáo ở Ba Tư quy định thì người đồng tính luyến ái nam sẽ phải chịu án tử hình, đồng tính luyến ái nữ bị phạt đánh 200 roi. Thế nhưng luật này lại không đả động tới hình phạt dành cho người thay đổi giới tính! Các giáo sĩ Hồi Giáo còn bảo lãnh cho những ai muốn thực hiện việc chuyển giống! Giáo sĩ Mohamad Kaminidya, một giáo sĩ có uy tín của Hồi Giáo Shiite tại thành phố Kuma, người đã từng bảo lãnh cho hàng chục người muốn thay đổi giới tính, đã giải thích: "Chúng tôi chỉ phản đối nạn đồng tính luyến ái, thay đổi giới tính tự nguyện hoàn toàn khác với đồng tính luyến ái. Những người thay đổi giới tính không hề có tội!". Ngon chưa? Ngon như vậy là nhờ quan điểm của một nhân vật tôn giáo rất uy tín của đất nước này, Đại Giáo Chủ Yatula Khomenei. Theo Khomenei thì một người nào đó, dù là nam hay nữ, muốn thay đổi giới tính của mình hoặc cảm thấy bản thân bị trói buộc trong một cơ thể sai giới tính thì họ hoàn toàn có quyền tự giải phóng khỏi đau khổ.

Những người được giải phóng khỏi cái thân xác… lộn làm tới một cách ồn ào quá đáng. Họ tổ chức thi hoa hậu quốc tế! Năm 2004, cuộc thi người đẹp… nhân tạo được tổ chức tại thành phố biển Pattaya ở Thái Lan. Tên chính thức của cuộc thi là *Miss International Queen 2004*. Lọt vào vòng chung kết có 24 thí sinh đến từ Nhật, Hàn Quốc, Mã Lai, Tân Gia Ba, Phi Luật Tân, Nam Dương, Đức, Pháp, Ấn Độ, Đài Loan, Lào và Hương Cảng. Cô thí sinh mang số 3 Treechada Petcharat, 19 tuổi của Thái Lan đã đoạt vương miện người đẹp… dỏm. Các thí sinh đã trải qua 4 vòng thi: trang phục dân tộc, áo tắm, áo dạ hội và ứng xử. Giải thưởng là 7000 đô

Mỹ tiền mặt cùng nhiều tặng phẩm của các công ty đa quốc gia. Được phỏng vấn, hoa hậu xin được gọi thân mật bằng cái tên Poy, tiếng Thái có nghĩa là "đuôi tóc"! Cô bé "Đuôi Tóc" này đã thành thật cho biết ngay từ khi còn rất nhỏ, độ 5-6 tuổi, cô đã tự ý thức mình là con gái, đúng hơn một trái tim con gái trong một thể xác con trai. Cô chỉ thích mặc áo đầm khi đi học, đòi mẹ mua búp bê và thích được gọi là *nong xảo* (bé gái) thay vì *nong chai* (bé trai). Trong gia đình, các em của cô cũng chỉ gọi cô bằng chị chứ không bao giờ gọi bằng anh. Năm cô 17 tuổi mới được cha mẹ đưa đi phẫu thuật tại bệnh viện nổi tiếng Yanhee. Tên cô được thay đổi từ một cái tên rất đàn ông là Saknarin Malayaporn sang một cái tên rất thùy mị là Treechada Petcharat. Cô hiện là sinh viên năm thứ hai ngành điện toán tại Đại Học nổi tiếng của Thái Lan Assumption. Cô mới trúng tuyển một học bổng toàn phần để sang Mỹ du học vào tháng 5 năm 2005 này. Ngoài tiếng Thái, Poy còn thông thạo tiếng Anh và tiếng Hoa.

Năm nay, cuộc thi hoa hậu chuyển đổi giới tính lại được tổ chức tại Pattaya vào ngày 8 tháng 5 vừa qua. Có 30 thí sinh từ khắp nơi về tham dự. Hoa hậu là cô Tiptantree Rujiranon. Giải thưởng là 2500 đô Mỹ và một chiếc xe hơi! Tân hoa hậu Tiptantree đã nói lên mong ước của mình: "Em muốn những phụ nữ như chúng em có thể sống bình thường trong xã hội như những người đàn ông và đàn bà khác và có đầy đủ quyền lợi như mọi người".

Điều mong ước tưởng như giản dị đó lại chẳng giản dị chút nào. Luật pháp còn rất ngỡ ngàng trước việc một ông biến thành một bà hay ngược lại. Lý lịch thay đổi như vậy có thể gây ra nhiều chuyện rắc rối. Chẳng hạn như một tội phạm đàn ông trăm phần trăm muốn tránh sự tầm nã của pháp luật nên chuyển hệ như vậy để đánh lạc hướng nhà chức trách thì sao? Luật pháp nào mà… khám được!

Luật pháp là chuyện của mấy ông mặc áo đen, còn đối với người dân thường, thì việc nhảy sang khối đối lập chỉ là việc thay đổi… lặt vặt! Một chú bé hỏi mẹ:

"Chuyển đổi giới tính là gì hả mẹ?"

Bà mẹ thở dài:

"Đó là chuyện dại dột của một người muốn chuyển đổi công việc từ ngồi xem ti vi sang làm bếp, rửa chén bát, giặt giũ… ấy mà!"

05/2005

GIA VỊ

Tản Đà thì ai cũng biết. Nhưng Bạch Thái Bưởi thì chắc có người không biết. Ông là một cự phú từ thời Pháp thuộc, làm giàu nhờ khai thác ngành thương thuyền. Bạch Thái Bưởi là bạn của thi sĩ Tản Đà. Thấy bạn viết báo và làm thơ nên lúc nào cũng kiết xác, Bạch Thái Bưởi mời Tản Đà tới ở trong tư dinh của ông. Ông chiều ông bạn tối ngày chỉ có rượu và thơ này rất mực. Một bữa, đi xa về, Bạch Thái Bưởi thấy ông bạn thi sĩ đang trần trùng trục cậy gạch ngoài sân lên, bèn hỏi: "Sao mảnh sân đẹp thế bác lại toan phá đi?". Tản Đà thản nhiên trả lời: "Đẹp thật nhưng dẫu sao thì cũng phải có chỗ trồng húng chứ!". Biết bạn thường hay nhắm rượu kèm với húng và mùi, Bạch Thái Bưởi vui vẻ cho rào hẳn một góc sân lại để cho trồng toàn húng láng, mùi tàu, mùi ta, tía tô, lá lốt để chiều ông thần khẩu của bạn!

Ăn uống mà không có chút hành ngò, chút tỏi ớt, thì còn ra cái gì nữa! Ngài… ăn sĩ Tản Đà vốn sành ăn. Món gì gia vị nấy, thiếu một chút là hỏng. Cứ như ca dao.

Con gà cục tác lá chanh
Con lợn ủn ỉn mua hành cho tôi
Con chó khóc đứng khóc ngồi
Mẹ ơi đi chợ mua tôi đồng giềng.

Gia vị là một bước tiến văn minh của nhân loại. Thời hồng hoang, tổ tiên loài người mới biết săn bắn, ngả được một con thịt là thi nhau xé ra ăn sống nuốt tươi với nhau, máu me tùm lum đầy miệng. Tới khi khám phá ra lửa, con người mới biết… *barbecue*. Cứ nguyên con hơ trên lửa cháy mà ăn. Ngày nay, những ngày hè nắng ấm, chúng ta cũng *barbecue*, nhưng cái *barbecue* của chúng ta khác với tiền nhân. Thịt thà cứ thơm lừng làm hàng xóm rất tốn nước miếng. Cùng một miếng thịt nhưng được ướp bằng những gia vị khác nhau, chúng ta có những mùi vị khác nhau. Mỗi dân tộc có một thứ gia vị riêng. Ngày còn du học tại Manilla, thủ đô của Phi Luật Tân, tôi sống trong một cư xá dành riêng cho các sinh viên ngoại quốc theo học UP, *University of Philippines*. Cư xá *International Center* được chia ra làm hai khu, một bên nam và một bên nữ, mỗi bên có một khu nhà bếp. Cái bếp của chúng tôi nó có cái mùi gia vị dễ nể vì nó tập trung cả hàng vài chục quốc tịch nấu nướng chung. Giờ nấu ăn người ngợm ướp mùi… quốc tế. Mấy ông Ba Tư mang ra cả đống lá lẩu khô được gửi từ chánh gốc qua chiên xào hăng hăng mùi… ngàn lẻ một đêm. Mấy ông Ấn Độ, cà ri làm chuẩn, vàng mũi mọi người. Một anh bạn Ấn Độ gần phòng tôi có hôm nhận được tiếp tế của gia đình đã mời tôi dùng thử kẹo Ấn Độ. Tôi bóc ăn. Mùi cà ri nồng nặc. Chẳng lẽ nhổ ra, tôi cứ phải ngậm kẹo, ấm ứ khen ngon. Chờ ông bạn quay lưng, tôi vội nhổ ra liền. Trong bếp còn tập trung các ông Lào, Căm Bốt, Thái Lan, *Népal, Hongkong*… Mỗi quốc gia là một thứ mùi. Gia vị giao lưu với nhau một cách ồn ào quá đáng. Lừng lẫy quá, chẳng nên!

Tại vùng Tây Vancouver, có một nhà hàng Ba Tư đã để cho mùi nấu nướng bay tràn lan ra khắp khu phố. Dân chúng trong một chung cư trước mặt nhà hàng đã phải chịu đựng cái mùi khó chịu đến sanh bệnh nên hè nhau ra trước cửa quan than phiền. Hội Đồng thành phố đã mang vấn đề ra tranh cãi. Cuộc tranh cãi ồn ào quá lắm mới đi được đến quyết định cho ra đời một quy định cấm các nhà hàng để mùi quá nồng xông vào nơi công cộng. Nhà hàng nào vi phạm sẽ có thể bị nộp phạt tới mười ngàn đô!

Món mắm tôm mắm ruốc của chúng ta mà… mở cửa thì chắc lãnh cái phạt mười ngàn đô là cái cẳng! Cứ vào hành lang một chung cư có nhiều người Việt chúng ta cư ngụ, mắm muối vơ vẩn trong không khí là cái chắc. Cũng như chung cư có nhiều người Ấn Độ thì ca ri không lảng vảng trong từng thước không gian làm sao được! Đối với chúng ta, mắm tôm mắm ruốc mắm nêm là thứ khoái khẩu, thơm lừng, mắc mớ gì mà phạt? Cũng như đối với một con dân xứ Phật, cà ri của người ta ngon nhức răng, thơm nhức mũi, tại sao lại dám chê? Nhưng mỗi dân tộc có một cái mũi riêng, đôi khi chúng nó háy nguýt nhau dữ lắm, quốc hồn quốc túy cứ gói ghém trong mũi nhau, chẳng nên quảng bá ra ngoài quốc tế!

Ngay trong cùng một xứ sở, gia vị cũng có những cách đi riêng vào món ăn tùy theo từng vùng. Dân miền Trung của chúng ta có lẽ là những bậc thầy về dùng gia vị. Nhà văn Nguyễn Tuân, trong tùy bút *"Nhớ Huế"* có kể lại chuyện ông theo cha tới ăn cơm tại một nhà bà thập lục đờn nổi danh. *"Nghe đờn xong, thì ăn cơm muối, thật là cơm muối, thật là cơm muối theo cái nghĩa đen chật hẹp của nó. Chỉ có cơm và muối. Muối rồi lại muối. Trong lòng mâm đồng tam khí bày đủ mười hai đĩa muối. Nào muối riềng, muối tỏi, muối ớt, muối tiêu, muối hột phộng, muối sỏi sườn, muối mè..v..v.. Bữa cơm đạm bạc nhai rất thong thả nơi nhà bà đờn để lại cho hai cha con tôi một dư vị mà sau này bao nhiêu thịt cá yến tiệc cũng không làm cho tôi quên được cái đậm đà có tính cơ bản, rất bình dị mà lại rất kiểu cách, rất là muối Huế đó. Và chép miệng mà thấy rằng cũng chỉ có ở Huế đó, thì muối trắng mới đủ mùi đủ màu như vậy, thì sự túng bấn mới đượm mùi trang trọng tinh tế như vậy thôi."* Mới có muối đã Huế đến như vậy. Ớt còn Huế đến đâu!

Đã nghe ớt đỏ cay nồng
Tìm trong vị hến một dòng Hương xanh
Ruốc thơm, cơm nguội, rau lành...
Mời anh buổi sáng chân thành món quê.

Đó là thơ Cơm Hến của nhà thơ Võ Quê. Huế đi với ớt nhuần nhuyễn đến có thể gọi dân Huế là người Việt gốc… ớt! Mỗi miếng cơm là một miếng ớt, tôi đã biết có những người Huế tài tình đến vậy. Ớt cay xé lưỡi. Nhưng làm thế nào để biết độ cay? Phải thăm hỏi tới ông chuyên viên về *sauce*

Blair Lazar. Ông vừa mới trình làng thứ s*auce 16 Million Reserve*. Đây là thứ sốt cay nhất thế giới mà ngành hóa học có thể chế tạo được . Nó cay gấp 30 lần thứ sốt cay nhất *Red Savina* của xứ Mễ Tây Cơ, gấp 8000 lần thứ *sauce Tabasco!* (Ông chuyên viên này có cái bậy là không nhắc gì tới cái chất cay của Huế!). Cay như vậy là cay đến cái độ nào? Ngày nay, trên thế giới, người ta đo độ cay bằng đơn vị gọi là đơn vị *Scoville*, lấy theo tên của nhà hóa học Mỹ Wilber Scoville, người đã dựa vào số lượng nước đường dùng để giải cay để tạo ra đơn vị đo lường này vào năm 1912. Và cái thứ nước sốt cay nhất thế giới của ông Lazar cay tới 16 triệu *Scoville*! Để có sự so sánh thì thứ nước sốt cay nhất hiện nay được ghi vào sách kỷ lục thế giới Guinness là sốt *Red Savina* chỉ cay có 570 ngàn đơn vị *Scoville*. Cay như vậy ai mà dám… đưa cay! Có chứ. Chính là ông cha đẻ của nó Blair Lazar. Ông đã bỏ ra một thời gian để huấn luyện lưỡi trước khi nín thở thử cái nước sốt mà ông đã chế ra. Nếm một giọt xong, ông cho biết: "Cay tàn canh! Nó giống như là lưỡi bị một nhát búa đập mạnh vào. Trời ơi! Nó cay! Lưỡi tôi bị sưng dộp lên và đau như bị giam vào hỏa ngục trong nhiều ngày sau đó." Bạn nào tò mò muốn thử xem cay tàn canh là cay như thế nào thì có thể tới New Jersey, tìm tới hãng *Extreme Foods* của ông Lazar xin thử. Ông ấy sẵn sàng tiếp đón. Trong văn phòng của ông đã có sẵn một tủ lạnh đầy nhóc nước suối để giải cay. Có một điều nên biết trước là khi nếm cái… hỏa ngục này thì mồ hôi sẽ tháo ra đầm đìa và nước mắt sẽ tuôn ra xối xả trong khoảng nửa tiếng đồng hồ khiến mắt không thể nhìn được. Nếu ngại đi xa, các bạn có thể thỉnh một chai cay, nút được gắn khằn, cổ chai treo lủng lẳng một cái đầu lâu tí hon, trong chai chứa một vài hạt chất cay *capsaicin* được cô đọng thành tinh thể. Tinh thể trong chai này chỉ có thể dùng cho những chiếc lưỡi thường sau khi đã hòa tan vào trong 950 ngàn lít nước! Giá mỗi chai là 199 đô Mỹ.

Tỏi có cay không? Tỏi sống thì cay nhưng tỏi chín lại có vị ngọt. Tại sao vậy? Bởi vì tỏi tươi chứa đầy các hợp chất của lưu huỳnh trong đó có một hóa chất có tên gọi là *alliin.* Khi các bà nội trợ băm hoặc nghiền nát một tép tỏi, *alliin* nhanh chóng chuyển hóa thành một hóa chất khác gọi là *allicin.* Chính anh chàng này là thủ phạm khiến tỏi sống trở nên cay gắt. Nó kích hoạt hai *protein* ở trong người chúng ta là TRPV1 và TRPA1. Hai *protein* này tương tác với những *neuron* cảm nhận đau trong miệng chúng ta. Khi tỏi được nấu chín thì khác. *Allicin* sẽ biến thành một hợp chất khác của lưu huỳnh. Sự thay đổi này, theo như nghiên cứu mới đây của các Viện Nghiên Cứu *Scripps*, Quỹ Nghiên Cứu *Novartis* và Viện Đại Học Y Khoa Hàn Quốc, dẫn đến sự giảm cay của tỏi chín.

Cay thì cay, tỏi vẫn là người bạn đường của các bậc nội trợ. Có chút tỏi vào, dù phi, xào hay nêm, món ăn dọn lên thấy điếc mũi liền! Không biết các vị sành ăn tại Huế có biết là nơi đất thần kinh này có một cuốn sách dạy nấu ăn bằng thơ rất hy hữu. Đó là cuốn *"Thực Phổ Bách Thư"* của bà Trương Thị Bích, con dâu nhà thơ Tùng Thiện Vương Miên Thẩm, viết từ thế kỷ thứ 19. Đây là một cuốn sách rất thơ. Thơ từ bài đề từ, lời tựa tới phần tổng luận. Tất cả đều là thơ tứ tuyệt. Sách dạy nấu 100 món Huế, từ các món cung đình như nem công chả phụng đến các món bình dân rau, dưa, mắm. Vui nhất là bài tựa sách do mẹ chồng đề cũng… tứ tuyệt như ai.

Một miếng ăn ngon tiếng để đời!
Bắt chước bà gia thuở dọn xơi
Làm thành thực phổ dạy cho người
Dâu, con, cháu, chắt coi mà học
Một miếng ăn ngon tiếng để đời!

Trong trăm món, tôi xin đơn cử món mà tôi thích : món tôm chua. Dĩ nhiên, với món này, anh chàng tỏi bắt buộc phải có mặt.

Tôm tươi phèn rửa bớt đầu đuôi
Muối, rượu say sưa để một hồi
Ớt, tỏi, măng, riềng, xôi đủ vị
Trộn đều, gài chặt ấy là rồi.

Món ăn miền Trung là bậc thầy về gia vị. Ăn mà không xuýt xoa, không rựa nước mắt, không điếc tai là vẫn chưa biết mùi vị của những món ăn ngon. Món ăn miền Nam cũng… gia vị như ai. Không thua kém một chút nào. Nhà văn Vũ Bằng, trong cuốn *"Món lạ miền Nam"*, đã đi một đường thịt chuột. Chuột bốn món! *"Món chuột ướp ngũ vị hương chừng một tiếng đồng hồ đem khìa với nước dừa, đậy vung lại chừng mười lăm phút để giữ lại hương thơm; món chuột ướp hành, tỏi, sả, bỏ lò; món chuột kho mềm sau khi ram vàng và món chuột xào lăn"*. Nghe nồng mùi gia vị. Nhưng, vẫn theo tiên sinh họ Vũ, gia vị không phải là một thứ dễ chơi! Nêm nếm thì cũng vừa đủ thôi, tham lam quá là giết chết gia vị! *"Có những người sành ăn muốn thưởng thức món ăn gì, hết sức giữ cho kỳ được vị của món đó trong khi chế hóa mới vừa lòng. Ăn rươi, sợ tanh, mà cho gia vị đánh át mất cả vị của chính con rươi; ăn dê hầm mà cho lá sả và tẩy gừng quá tay để cho mất mùi hoi; hoặc pha mắm tôm ăn chả cá mà cho nhiều rượu và chanh quá, làm mất cả vị của mắm tôm, ăn như thế tức là "ám sát" các vị căn bản của món ăn, thực bất tri kỳ vị!"*

Gia vị không phải chỉ đãi ông thần khẩu là xong, chúng còn là thầy lang của chúng ta. Hành là thứ gia vị có mặt hầu như trong khắp các món ăn. Hành có vị cay, tính ấm, có tác dụng làm toát mồ hôi, lợi tiểu, tiêu viêm… Tây y lại cho là hành có tính chất lợi tiêu hóa, chống thối, chống ung thư. Những bệnh thông thường như cảm lạnh, đau đầu, nghẹt mũi, khó tiêu, hành lo liệu được cả. Hành nghiền nát, bôi ngoài da chữa được chứng phỏng, viêm mủ da và làm các vết thương mau liền sẹo.

Tỏi cũng thuộc họ hành, có vị cay, tính ấm. Nhiều thế kỷ trước, người Ai Cập đã dùng rượu ngâm tỏi để uống chữa các bệnh thấp khớp, bệnh tim mạch, bệnh phế quản, bệnh tiêu hóa. Ngày nay đông y cũng như tây y đều quý trọng tỏi. Từ nhiều năm nay, tôi vẫn mỗi ngày một viên thuốc tỏi do Tây y chế tạo, uống cho mạnh khỏe. Nhiều người còn cho rằng tỏi đã bị biến chế uống không tốt bằng tỏi thiên nhiên nên dùng tỏi ngâm rượu uống mỗi ngày. Cứ y như người Ai Cập xưa. Nghĩa là uống xong, người cứ như là một bó tỏi biết di chuyển, tỏa mùi thoải mái! Có mùi tỏi trong miệng trở ngại cho cuộc sống lắm. Vì vậy những lọ thuốc tỏi Tây y luôn được ghi là *odourless*!

Chất cay và nóng của ớt có tính chất kích thích dạ dày và lợi tiểu dùng để trị tiêu chảy và sốt rét. Trong Tây y, ớt thường được dùng trong các trường hợp lên men ruột, tiêu chảy, kiết lỵ, nôn mửa, xuất huyết tử cung, viêm thanh quản…

Cũng thuộc loại cay là gừng. Trong các bài thuốc dân gian, gừng có mặt thường xuyên. Trong uống, ngoài thoa, gừng luôn luôn là người bạn tốt của sức khỏe. Nhưng gừng không phải là… số dách. Để chữa bệnh đau bụng chẳng hạn, gừng chỉ đóng vai phòng hờ. Ca dao có cách chữa thú vị hơn nhiều.

Đau bụng lấy bụng mà chườm
Ví bằng không khỏi, hắc hương với gừng.

Gừng mà đi với muối lại là chuyện khác. Nó là một hợp chất có tác dụng như một thứ keo gắn bó.

Anh nói trước gừng già cay lắm đó
Em lơn ngơn bưng đĩa muối lại gần
Gừng chấm muối sẽ trở thành duyên nợ
Câu ca dao này phải biết để phòng thân

(Quan Dương)

Đó cũng là một thứ gia vị. Gia vị của cuộc đời!

06/2005

HẠC

Hạc là một loại chim lớn, cẳng dài, cổ và mỏ cũng dài, tượng trưng cho sự sống lâu. Lớn và dài dĩ nhiên để chỉ những cái tồn tại lâu dài nên tuổi của những người sống lâu được gọi là tuổi hạc. Thất thập cổ lai hi! Bẩy chục cái xuân xanh coi như đã hiếm lắm rồi. Câu nói này coi bộ đã bị vượt qua cái rụp. Bẩy chục tuổi bây giờ cứ quơ tay xung quanh một cái là đã nắm được vô số. Dễ còn hơn đập muỗi! Chỉ tiêu được tăng lên. Bách niên giai lão! Nhà văn Võ Phiến cũng nghĩ như vậy.

Ra đi tuổi chẵn năm mươi
Năm mươi tuổi nữa nào nơi ta về
Ngàn năm mây trắng lê thê

Đi là tức tưởi bỏ nước ra đi, về là về với mây trắng lê thê. Trăm năm đã vội về sao? Nhiều cụ không chịu về sớm như vậy. Chỉ nguyên tại tỉnh An Giang của chúng ta, số cụ vượt qua cái rào cản trăm năm cũng đã lên tới 89 cụ! Vô địch là cụ bà Nguyễn Thị Thạnh, sơ sơ mới có 115 tuổi, hiện sống với con cháu tại xã Nhơn Mỹ, huyện Chợ Mới. Đầu năm nay, 2005, cụ bị té cầu thang do sơ ý, con cháu cứ tưởng cụ không qua khỏi, nhưng cụ vẫn kiên cường sống, sức khỏe đang hồi phục. Bí quyết sống lâu của cụ Thạnh? Làm việc! Theo lời ông Phạm văn Phủ, con trai thứ ba của cụ, năm nay cũng đã 74 tuổi, thì khi còn con gái cụ Thạnh phải chăm sóc 10 mẫu đất ruộng vườn của gia đình, ngoài ra cụ còn qua tuốt bên kinh Ông Cò để làm ruộng mướn cho người khác. Chính quyền địa phương đã toan tính vận động để cụ được ghi vào kỷ lục người già nhất trong sách Kỷ Lục Guinness (lại Kỷ lục Guinness, cái thú chơi mới của nhà cầm quyền quốc nội!) nhưng giấy tờ của cụ không ổn. Ngày trước, trong căn cước thời Việt Nam Cộng Hòa có ghi cụ sanh năm 1890, thẻ chứng minh nhân dân của cụ bây giờ cũng ghi như vậy, nhưng vì nhà nghèo, căn nhà chỉ như một cái chòi nhỏ cất tạm trên cù lao, mỗi khi tới mùa nước nổi căn nhà lại chìm lỉm trong nước nên bao nhiêu giấy tờ quan trọng của cụ đều bị ngấm nước, mối mọt tiêu hủy hết. Họ cũng đã nghĩ đến việc đo tuổi xương của cụ nhưng phí tổn cao tới 15 triệu đồng (khoảng 1000 đô Mỹ) nên đành thôi.

Chính quyền tỉnh An Giang chắc không biết là bên Cuba có cụ Benito Martinez, 125 tuổi, hơn cụ Thạnh chẵn chục tuổi. Cụ này thì có giấy tờ đàng hoàng. Cụ chào đời vào ngày 19 tháng 6 năm 1880 tại Haiti. Cụ này cũng là dân nghèo, làm công nhân chặt mía, tính tình vui vẻ, ưa đùa giỡn với láng giềng và tự xưng là rất hấp dẫn đối với phái nữ! Cụ cho biết là ngoài sự làm việc đều đặn, cụ còn ăn nhiều rau và khoai, ít dùng thịt. Đó là bí quyết để cụ trở thành con hạc đầu đàn của thế giới ngày nay.

Cũng vui vẻ, ưa đùa giỡn là cụ Đoàn Văn Chấn, cũng ở An Giang, trẻ hơn cụ Benito sơ sơ có 14 tuổi. Cụ sanh năm 1894 và giấy tờ còn đầy đủ đàng hoàng. Râu tóc cụ bạc phơ nhưng trông cụ còn rất phương phi, tráng kiện. Cụ có thói quen rất tài tử là thỉnh thoảng lại vuốt tóc, chải râu trong khi nói chuyện! Chuyện cụ kể rất chi tiết và hấp dẫn. *"Tui nói cô nghe, hồi đó lục bình trôi cứng sông Tiền, sông Hậu, bên này bờ không cách chi bơi qua được bờ bên kia thì lấy chi mà mò cá bắt cua! Chính quyền Pháp thuộc hồi đó cũng có nhiều biện pháp lắm, tỷ như bắt mỗi gia đình phải đóng trước bến sông một chuồng gỗ mỗi bề hai mét. Hàng ngày gia đình nào không vớt đầy một chuồng lục bình sẽ bị phạt còn nặng hơn đóng thuế thân. Còn dưới ruộng chuột nhiều vô kể, nhà tui có năm công ruộng chưa kịp cắt, nó cắn có một đêm là rạp đồng. Mấy ông quan huyện bắt mỗi gia đình một ngày nộp hai gắp, mỗi gắp mười đuôi chuột. Mà cái thứ chuột cống nhum, chuột lang ngoài đồng đuôi nào đuôi nấy bự bằng ngón tay cái, thúi vô phương kể xiết! Mấy ông xã, ông ấp có nhiệm vụ thu gom đuôi chuột thúi chịu không nổi, lại thêm ăn của đút lót hổng chịu kiểm tra gắt gao, rốt cũng chuột vẫn hoàn chuột, lục bình thì cứ trôi đầy đồng vô phương kể xiết"*. Lối nói chuyện chi tiết, mạch lạc lại thỉnh thoảng chêm sấm Trạng Trình hoặc ca dao tục ngữ miền Nam thật lý thú chứng tỏ sức khỏe cụ Chấn còn rất tốt, trí óc còn minh mẫn. Ngày Tết cụ thích ăn thịt mỡ và chê ăn thịt nạc cứ như nuốt… bao bố tời! Vì sao cụ lại… ngon như vậy? *"Có gì đâu, chắc tại tui lao động nhiều, ít lo nghĩ. Mà thấy ở trong đồng trong ruộng vậy chớ tôi có thói quen nấu nước chín để uống từ năm 30 tuổi đến giờ. Đến bữa cơm thì ăn rau nhiều lắm"*.

Cứ rau dưa quê mùa như thế, trăm tuổi lẻ mười một còn… thanh niên ra phết. Các cụ ở thành thị, nhất là thành thị Mỹ, bèo nhèo hơn nhiều. Trong truyện ngắn *Hoa Táo* của Trần Mộng Tú, cụ bà Mary Ann Harris, mới 76 tuổi, đã liệt hai chân, bầu bạn với chiếc xe lăn, thân thể tàn tạ. *"Cô đi lấy một thau nước nhỏ đem đến gần cụ bà, lau mình cho cụ. Da thịt cụ mềm nhão, cô có cảm tưởng đang cầm trong tay một cái áo vải bông vừa cũ vừa rách nát, cụ đẫy đà nên ngực cụ bây giờ như hai trái dưa đã bị dập nẫu, thịt ở hai cánh tay cụ đong đưa như hai tảng mỡ sa. Nga vừa lau cho cụ vừa nghĩ ngợi miên man đến luật đào thải. Bất giác cô nhìn xuống ngực mình, bộ ngực của một bà mẹ trẻ đang cho con bú sữa con so. Cô bâng khuâng nghĩ đến thân mình một mai tuổi hạc"*.

Tuổi hạc, cái tuổi chỉ ước mong được yên ổn nhiều khi cũng chẳng dễ. Bệnh tật chúng đã chẳng tha hạc, cái xã hội văn minh đầy thủ tục nhiêu khê nó cũng hành hạ hạc đến xơ xác. Cụ bà Cui Yu Hu, niên kỷ đã 104, mười năm trước đây, từ Trung Quốc sang Úc thăm con với visa du lịch có thời hạn 12 tháng. Hết hạn cụ về nhưng chẳng có hãng máy bay nào chịu đưa cụ về vì cụ quá già và ốm yếu. Thế là cụ phải ở lại Úc một cách bất hợp pháp! Tuy cư trú bất hợp pháp nhưng năm nay cụ vẫn nhận được thư chúc mừng sinh nhật 104 tuổi của Thủ Tướng Úc J. Howard. Chúc mừng nhưng luật vẫn cứ là luật, một phiên tòa diễn ra tại Melbourne, nơi cụ cư trú vào đúng ngày Phụ Nữ 8/3 vừa qua đã bác bỏ đơn thỉnh cầu cuối cùng của cụ xin được cấp *visa* thường trú với lý do là cụ đã ở quá lố thời hạn được phép. Dù Tổng Lãnh Sự Trung Quốc đã can thiệp với lý do cụ không còn thân nhân chăm sóc ở quê nhà nhưng Tòa vẫn bác bỏ. Hiện vẫn chưa rõ giới chức Úc sẽ trục xuất cụ như thế nào! Dễ ợt! Nếu tôi là ông Tòa ở Úc, tôi sẽ cứ bình tĩnh ngồi trên lưng rùa mà chờ. Chẳng cần trục xuất cũng chẳng cần hãng máy bay nào chuyên chở cả. Sớm muộn gì hạc vàng cũng rước cụ về trời!

Các chuẩn... hạc của Mỹ càng ngày càng nhiều. Theo báo cáo của Trung Tâm Thống Kê Y Tế Quốc Gia *(National Center for Health Statistics)* thì trong năm 2002, tuổi thọ trung bình là 77.3. Qua năm 2003 tăng lên 77.6. Hạc bà thọ hơn hạc ông. Tuổi thọ trung bình của các bà là 80.1 so với các ông chỉ có 74.8. Sự tăng thêm tuổi thọ này là kết quả của sự giảm bớt 8 trong số 15 nguyên nhân gây tử vong hàng đầu ở Mỹ. Ba căn bệnh thanh toán các cụ hàng đầu là bệnh tim, ung thư và tai biến mạch máu não đã giảm tử suất từ 2.2% đến 4.6%. Nhưng tử suất do những bệnh Alzheimer và Parkinson, hai căn bệnh thường cặp kè với tuổi già lại gia tăng trong năm 2003.

Hạc Mỹ không ngon bằng hạc các nước khác. Theo ghi nhận của Tổ Chức Y Tế Thế Giới thì tuổi thọ bình quân cao nhất là tại Nhật với tuổi trung bình là 81.9, Monaco với 81.2, San Marino và Thụy Sĩ với 80.6, Úc với 80.4, Andora là

80.3, Iceland với 80.1. Ngoài ra đứng cao hơn Mỹ còn có các nước Áo, Bỉ, Canada, Phần Lan, Pháp, Đức, Hy Lạp, Do Thái, Ý, Lục Xâm Bảo, Tân Tây Lan, Tân Gia Ba, Tây Ban Nha và Anh. Tại Nhật Bản có tới 23 ngàn cụ hạc và trong 5 năm qua, số hạc đã tăng gấp đôi khiến cho Liên Hiệp Quốc đã phải dự phóng là tới năm 2050, Nhật sẽ có gần một triệu hạc vui vầy với con cháu một cách mạnh khỏe. Theo cuộc kiểm kê dân số vào năm 2000 thì tại Mỹ có 50.454 cụ trên trăm tuổi. Riêng tại Canada, theo kết quả cuộc kiểm kê dân số năm 2001, thì có cả thảy 3795 cụ trên trăm tuổi. So với cuộc kiểm kê trước vào năm 1996 đã gia tăng 21%.

Hai cái hạc ngày xưa chắc chẳng ai trong chúng ta không biết là Khổng Tử và Tô Đông Pha. Vào thời của Khổng Tử, tuổi thọ trung bình của người Trung Quốc là 30. Vậy mà Khổng Tử chơi một đường hạc tới 73 tuổi mới gẫy cánh. Cứ thử so sánh với tuổi thọ trung bình ngày nay là 80 thì Khổng Tử, nếu sống vào thời của chúng ta bây giờ, sẽ hạc tới… 192 tuổi! Nhờ đâu mà bậc Vạn Thế Sư Biểu…vạn tuế đến như vậy? Trong sách Luận Ngữ, Khổng Tử đã viết như thế này: *"Quân tử có ba chặng đời. Niên thiếu huyết khí chưa định, tránh sắc. Tráng niên huyết khí sung mãn, tránh đấu. Lão niên huyết khí suy nhược, tránh đắc."* Sắc là… đánh cờ người. Còn nhỏ, cơ thể chưa phát triển đầy đủ chẳng nên gầy cuộc cờ! Đấu là tính hiếu thắng. Máu hăng trong người đang bừng bừng, chẳng nên như gà chọi, bạ đâu đá đấy. Y học ngày nay xếp tính hiếu thắng vào loại hình A. Người có loại hình này thường có tỷ lệ cao huyết áp rất lớn do thường xuyên sống trong tâm trạng căng thẳng. Đắc là… ham hố.

Già rồi, các chức năng cơ thể đã suy yếu, cả thể lực lẫn tinh lực đều sắp cạn kiệt, cần tránh chẳng nên tham muốn quá độ có thể dẫn đến lao tâm, lao lực, có hại cho sức khỏe và tuổi thọ.

Thi hào Tô Đông Pha, tác giả bài *Tiền Xích Bích Phú* nổi tiếng, sống vào đời Tống bên Trung Hoa, thọ 75 tuổi, trở thành hạc vì ông đã tự giữ được sinh hoạt điều độ, tiết chế ẩm thực "mỗi bữa không dùng quá một chén rượu, một miếng thịt". Ngoài ra ông sống rất lạc quan, ham vận động. Cuộc đời ông bẩy nổi ba chìm, mấy lần bị hạ ngục. Vậy mà, ngay trong ngục thất ông vẫn tập luyện đều đặn, giữ tâm trí thảnh thơi, tinh thần sáng suốt. Ông không hề buồn chán, phiền muộn, thích ngao du sơn thủy, thưởng ngoạn danh lam thắng cảnh, giữ được cả sức khỏe thể chất và tinh thần. Ông để lại cho người đời sau hai… mẹo vặt. Dùng lược chải trên da thịt để tăng sức khỏe và xoa chân. Xoa chân là điều ông tâm đắc để lại cho hậu thế nhất. Mỗi ngày, trước khi đi ngủ và thức giấc buổi sáng, ông đều ngồi trên giường, nhắm mắt, co từng bàn chân đặt lên đầu gối chân kia, dùng lòng bàn tay xoa mạnh gan bàn chân mỗi bên chừng 200 lần. Y học ngày nay cũng đã hiểu được thâm ý của Tô tiên sinh: xoa gan bàn chân có thể góp phần trị được nhiều bệnh như thiếu máu, tiểu đường, yếu sinh lý, đau lưng…

Bạn nào mặn truyện Tầu như *Càn Long Du Giang Nam* chẳng hạn hẳn phải biết ông vua đời nhà Thanh này. Ngài cũng… hạc đấy. Hạc còn hơn cả Khổng Tử và Tô Đông Pha. Thọ sơ sơ tới 89 tuổi lận! Bí quyết của vua càn Long cũng là xoa vuốt như Tô Đông Pha nhưng vị vua hạc này xoa vuốt bạo hơn. Thuật dưỡng sinh của Ngài là mười điều phải làm thường xuyên: răng thường đánh, bọt thường nuốt, tai thường rung, mũi thường vuốt, mắt thường đảo, mặt thường xát, chân thường vuốt, bụng thường xoa, chi thường duỗi, hậu môn thường động!

Còn Hoa Đà? Ông thầy thuốc của các thầy thuốc sống vào đời Tam Quốc bên Tầu này cũng thọ ra gì. Khi lâm chung, tai ông vẫn thính, mắt vẫn tinh, tóc không một sợi bạc! Học trò của ông là Ngô Phổ cũng hạc đến trăm tuổi. Bí quyết của ông là tập luyện. Ông được hai vị tiên trên núi truyền cho y thuật cao siêu và phép tập luyện phỏng theo tư thế của năm loài muông thú là hổ, hươu, gấu, khỉ và hạc, gọi là "ngũ cầm hý"! Đây là bài luyện khí công cao cấp, kết hợp nhịp nhàng giữa vận động gân cơ với luyện thở, lấy khí công dẫn dắt các cơ quan nội tạng, điều hòa trạng thái hoạt động cho cân bằng, khiến cơ thể tráng kiện, như trẻ lại, kiềm chế quá trình lão hóa.

Trăm năm cuộc sống, ăn thua chi! Con người có thể sống lâu hơn nhiều nữa! Mọi động vật đều sống gấp 7 lần thời gian phát dục. Vậy mà loài người chỉ được từ 3 đến 4 lần! Điều này có nghĩa là con người, qua quá trình tiến hóa, đã đánh mất đi một nửa tuổi thọ! Làm sao lấy lại được cái nửa tuổi thọ quý giá đã đánh rơi mất kia? Các nhà khoa học đã tìm ra là trong quá trình chuyển hóa thức ăn, cơ thể sinh ra phần nhiều *oxy* tam bội có dạng phân tử, rất bền. Nhưng cũng có một phần nhỏ *oxy* đơn bội có dạng các gốc tự do, không bền, gọi là gốc tự do nội sinh. Ngoài ra, cơ thể cũng bị các gốc tự do ngoại lai ngoài môi trường xâm nhập vào. Mỗi ngày gốc tự do va chạm vào các tế bào khoảng một ngàn lần, tạo ra các phản ứng *oxy* hóa dây chuyền, phá hủy cấu trúc màng tế bào, làm tổn thương phân tử ADN, gây lão hóa. Muốn ức chế hay trung hòa các gốc tự do, người ta tìm ra được công dụng của *selen, vitamin E, A, C, polyphenol* và *flavonoid.* Chúng làm chậm quá trình lão hóa. Trong các chất này, quan trọng hơn cả là *selen* và *vitamin E.*

Nhưng chính con người cũng có thể góp phần vào việc tự chống quá trình lão hóa bằng cách tổ chức hợp lý việc sinh sống và ăn uống. Tạo môi trường sống trong lành để hạn chế sự xâm nhập của các gốc tự do ngoại lai, ngăn ngừa *stress* để tăng sức đề kháng. Về ăn uống, phải hợp lý. Không phải cứ ăn nhiều là tốt đâu! Ăn nhiều, tế bào phải làm việc nhiều và, dĩ nhiên, tạo ra nhiều gốc tự do. Nên chọn những thức ăn gây no nhưng ít năng lượng. Khi ăn vừa đủ năng lượng, gốc tự do sinh ra ít, không gây quá tải cho quá trình tự xử lý của cơ thể. Người ta đã thử làm thí nghiệm cho chuột ăn một khẩu phần bằng 50% năng lượng cần thiết và đã kéo dài được 40% tuổi thọ của chúng.

Tập luyện thể dục thường xuyên cũng là một phương cách tốt. Nó giúp duy trì sự linh hoạt, dẻo dai, tạo sự cân bằng, làm cho đầu óc lanh lợi và làm cho hệ thống tim mạch luôn khỏe mạnh.

Phụ nữ sinh nở vào độ tuổi từ 30 đến 40 thường có khả năng… hạc hơn những người sinh nở sớm. Một nghiên cứu ở Mỹ cho thấy số người sanh đẻ lần đầu ở tuổi 40 sống được trên trăm tuổi cao gấp 4 lần so với mức bình thường.

Ngủ rất cần thiết. Ai cũng biết vậy. Giấc ngủ giúp phục

hồi các tế bào bị tổn thương hàng ngày mà nếu không được phục hồi sẽ làm tê liệt chức năng của các cơ quan. Nhưng ngủ mỗi đêm bao nhiêu giờ thì tốt? Một cuộc điều tra gần đây của Hiệp Hội Ung Thư Hoa Kỳ cho thấy những người ngủ trung bình 7 giờ một ngày là nhóm có tỷ lệ tử vong thấp nhất. Tuy nhiên nếu ngủ quá nhiều lại có hậu quả tệ hại hơn là ngủ ít! Thí dụ ngủ mỗi đêm 9 tiếng thì nguy hiểm hơn là ngủ 4 tiếng! Đó là điều chúng ta ít ngờ tới.

Cũng ít ngờ tới là sinh hoạt tình dục cũng là một yếu tố rất quan trọng. Giáo sư Jean Woo thuộc trung tâm lão hóa San Po, Hương Cảng, cho biết là sự kích thích ham muốn cuộc sống lứa đôi ở tuổi già là một yếu tố hỗ trợ quan trọng cho việc tăng tuổi thọ. Một nghiên cứu của Anh cho thấy là những người trong độ tuổi 45 đến 59 tí toáy ít hơn một lần một tháng có nguy cơ tử vong gấp đôi những người cứ phăng phăng hai lần một tuần!

Ông già số dzách một hôm
Chép câu đậu khấu bao hàm mãn khai
Nhớ quên bao nét mày ngài
Rồng bay xuôi ngược tuyệt tài ngữ ngôn.

(Bùi Giáng)

Hạc mà oai phong như rồng như phượng như vậy mới là hạc. Hạc mà củ rủ củ rù như gà nuốt dây thung thì chán mớ đời! Nhưng oai phong được mấy người? Già cả thường cô đơn buồn chán. Con cháu người nào có việc đó, cuộc sống ngày nay như cái roi mây quất vào mông ngựa, cứ phải hộc tốc chạy đua với thời gian mà sống, lấy đâu thời giờ kề cận bên những hạc ông hạc bà đang cần sự an ủi của người khác. Sự gì con cháu không làm được thì đã có… búp bê làm dùm. Hãng sản xuất đồ chơi Nhật Bản Tomy vừa tung ra thị trường 8000 búp bê *Yumel* (tiếng Nhật có nghĩa là Giấc Mơ) để bầu bạn với các cụ già người Nhật. Búp bê này có bộ nhớ gồm 1200 cụm từ để thủ thỉ với các cụ. Cao 37 phân, trông giống như một bé trai đang buồn ngủ, búp bê được trang bị 6 bộ phận cảm biến và một *IC* để kiểm soát giờ ngủ của chủ. Người ta có thể cài đặt sẵn trước giờ ngủ và giờ thức dậy của búp bê phù hợp với giờ giấc của chủ. Buổi sáng thức dậy búp bê líu lo. *"Chào buổi sáng ông/bà!"*. Buổi tối, nếu cụ chủ đi ngủ sớm, chưa chơi đủ giờ với búp bê, nó sẽ hỏi. *"Sao ông/ bà lại vội vàng đi ngủ thế?"*. Khoảng 500 khách hàng đã gửi lời nhận xét về cho hãng sản xuất sau khi đã dùng thử búp bê *Yumel*. Đa số đều hài lòng và cho biết chú nhỏ này đã thay đổi đời sống của họ đến thế nào. Nhiều người đã rất thương mến *Yumel* khi em bày tỏ nỗi bực bội bằng những câu hỏi rất dễ thương, ngủ kề bên với em và nghe những câu nói an ủi đúng lúc của em.

Các cụ hạc của chúng ta chưa được hưởng cái thú chơi búp bê này vì các cụ chưa biết tiếng Nhật! Nhưng nếu biết tiếng Anh thì có lẽ một ngày gần đây các cụ có thể nựng nịu trong tay một đứa cháu… bản xứ! Có cháu vui vầy bên cạnh mà chẳng phải tã lót gì! Còn gì sung sướng cho bằng tối tối, tới giờ đi ngủ, cháu búp bê rũ mí mắt xuống, khẽ kề vào tai các cụ thì thầm: *"Chúc ông /bà ngủ ngon!"*

Suỵt! Hãy im lặng cho bầy hạc ngủ yên!

03/2005

HĂNG

Con bọ xít, tôi biết từ thuở ấu thơ. Đó là một loại côn trùng, hình dạng xấu xí, màu sắc ảm đạm, hôi thì hết biết. Chạm tay vào nó, ngón tay hăng lên mùi hôi. Giết nó chết, mùi hăng bốc lên còn bạo hơn nữa. Hung hăng con bọ xít, dễ hiểu! Nhưng còn hăng tiết vịt thì tại sao? Tiết canh vịt, ăn tới đâu, lục phủ ngũ tạng nở ra tới đó. Ngon hết biết. Tiết vịt đã theo chân chúng ta ra tới hải ngoại. Nơi nào có đông người Việt, nơi đó có tiết canh vịt. Thành phố tôi ở cũng có tiết canh vịt, tuy không ê hề như ở Little Saigon. Tiết canh vịt, chơi thêm một ly đế hay một chai la ve, mềm cả môi miệng. Có hăng chỗ nào đâu? Cắt tiết vịt, nhổ mớ lông ở cổ, nắn nắn cho đúng mạch máu cổ, cứa lưỡi dao sắc lẻm, tiết phọt ra có vòi. Vịt có hung hăng dẫy lên cũng là chuyện thường. Nhưng đầu, cánh, chân đã bị bàn tay con người khóa hết, cái dẫy cuối đời cũng chỉ nhẹ nhàng như một cái rướn mình. Hăng chỗ nào đâu? Tức khí, mở từ điển ra tra, cũng chỉ nhận được lời ghi ngắn gọn: *sôi nổi bồng bột trong chốc lát (hàm ý châm biếm)*. Con vịt vẫn còn ngơ ngác không hiểu tại sao nó lại sa vào chốn hung hăng này!

Hung hăng là sao? Trên chuyến bay số TS 175 của hãng hàng không Air Transat bay từ San André Island, thuộc Colombia, tới Montréal mới đây, bọ xít đã bay ra. Chuyến bay dài gần 7 tiếng đồng hồ, chỉ còn khoảng một tiếng nữa thì hạ cánh, hai bọ xít cái bỗng... hăng! Sau bữa ăn, một bà gục đầu trên bàn để khay trước mặt ngủ. Bà ngồi ghế trên, cũng buồn ngủ, ngả ghế ra sau nằm. Chiếc bàn để khay của bà ngồi sau dính vào lưng ghế của bà ngồi trước. Bà ngủ trên bàn để khay bỗng bị đập đầu, hét toáng lên, chửi bà ngồi trên. Bà ngồi trên chửi lại. Hai bà gang miệng ra hợp tấu hết mức. Một bà thuộc một đoàn du lịch gồm 40 người đi chung nên được đoàn này hỗ trợ gây nên một cái... chợ. Phi công hoảng hồn trước tình trạng rối trật tự vội điện báo về cho trạm không lưu Montréal thông báo máy bay có thể phải hạ cánh khẩn cấp sớm hơn. Cuối cùng, nhờ sự can thiệp tích cực của phi hành đoàn, tình thế tạm lắng dịu, máy bay đáp xuống an toàn. Hai con bọ xít cái, một 19 tuổi một 25 tuổi, không được an toàn. Họ bị truy tố ra Tòa về tội có những hành động đe dọa tính mạng người khác. Bộ Trưởng Vận Tải Canada Jean Lapierre, nhân dịp này, đưa ra lời cảnh cáo các hành khách đi máy bay, nếu có những hành động gây nguy hiểm cho khả năng điều khiển phi cơ của phi hành đoàn sẽ bị khép vào tội hình!

Hung hăng là sao? Ngày 9 tháng 12 vừa qua, chuyến bay của hãng hàng không United Airlines đã hạ cánh xuống phi trường Tân Sơn Nhất đánh dấu lần đầu tiên, sau 30 năm gián đoạn, máy bay thương mại Mỹ trở lại Việt Nam. Nhân biến cố này, phóng viên đài BBC đã gọi điện thoại về phỏng vấn Tổng Giám Đốc Hàng Không Việt Nam Nguyễn Xuân Hiển. Phóng viên hỏi: "Mỹ đã bay chuyến đầu tiên vào Việt Nam, liệu Hàng Không Việt Nam có tính mở chuyến bay qua Mỹ không?" Ông Hiển trả lời cộc lốc: "Tôi không muốn!". Phóng viên BBC hỏi dồn: "Phải chăng Việt Nam sợ vấn đề cạnh tranh?" Ông Hiển hăng tiết vịt: "Sao anh lại ăn nói thiếu văn hóa thế, sao lại bảo là tôi sợ? Anh ra khỏi nước lâu nên nói thiếu văn hóa!". Và để dọa anh phóng viên, ông Hiển thêm: "Anh nhớ rằng tôi đang ghi âm cuộc nói chuyện này đó nhé!" Đó là cung cách của một con bọ xít chưa thức tỉnh trong thế giới văn minh!

Hung hăng là sao? Trong truyện ngắn *Những Người Ngủ Muộn*, nhà văn Trang Châu đã vẽ ra một con bọ xít tên Hợp, nguyên Trung Úy ngày xưa. *"Hợp chỉ có tài chỉ tay năm ngón. Tính nó lại độc tài và cộc. Thêm vào đó nhậu một tí vào là hay to tiếng gây gổ. Thất thế nhưng nó không chịu lép vế. Không còn mang lon nó vẫn không bỏ cung cách của một ông sĩ quan chuyên ra lệnh và không ngừng coi vợ như một thượng sĩ thường vụ. Cho đến một hôm vợ nó quá mệt mỏi lớn tiếng chỉ trích con người vô tích sự của nó. Hợp nổi đóa đánh vợ. Bất ngờ có anh chàng Ấn độ hàng xóm cao bự bất bình vì chuyện hành hung đàn bà nhảy vào can thiệp. Nó giận dữ bỏ đi. Rồi khi nguôi giận tính trở về thì đã muộn.*

Vợ nó đã đâm đơn xin ly dị. Và anh chàng Ấn Độ hào hiệp đã nhảy vào thế chỗ của nó."(Văn Học, số 222, tháng11 và 12/2004).

Hung hăng là sao? Trên xa lộ trong giờ tan sở, tôi đang lái xe về nhà. Đường kẹt cứng, nhích từng chút. Tôi chớp đèn đổi *lane* tính ra *exit*. Anh Tây lái xe trên xe tôi cũng chớp đèn. Chiếc xe tải cồng kềnh phía *lane* bên phải vừa chạy qua xe tôi. Tôi vội lách sang nhưng cũng giữ tốc độ chậm lại nhường cho xe trên ra trước mặt xe tôi. Anh Tây lách qua rồi thắng gấp trước xe tôi. Tôi vội thắng lại, tưởng có chuyện gì trước mặt. Phóng nhanh được vài thước anh Tây lại thắng gấp. Tôi lại phải vội thắng theo. Cứ như vậy vài lần, tôi mới vỡ lẽ ra là anh ấy tức vì tôi dám lách xe ra trước anh ta. Tôi bóp còi lia lịa cho anh chấm dứt cái trò nguy hiểm ti tiện ấy đi. Anh quay kính xe, trừng mắt như muốn nuốt sống tôi rồi mới đi đứng đàng hoàng lại. Nếu anh ấy hung hăng hơn, mở cửa xe bước ra, chắc sẽ có chuyện. Nhưng chắc cũng chẳng có chuyện gì đâu, vì anh Tây cao to hơn tôi nhiều! Hung hăng cỡ đó chứ hung hăng nữa tôi cũng nhường!

Đời sống thường thản nhiên bầy ra cho chúng ta những điều bất như ý. Như khi đang lái xe trên xa lộ, một anh chàng hung hăng phóng xe như bay, đổi *lane* lia lịa, cúp đầu xe chúng ta. Hay chúng ta đang vội tới một cuộc hẹn quan trọng, một cuộc phỏng vấn xin việc làm, mà đường xá bị kẹt, xe cộ nhích từng chút, biết bao giờ mới tới nơi hẹn? Hoặc chúng ta đang xếp hàng trả tiền trong một siêu thị, bỗng một khách hàng chen ngang vào tính tiền trước, tức khí chứ! Chúng ta thường dễ nổi xung trước những điều mà chúng ta cho là...

khiêu khích đó. Nếu trong người chúng ta, tiết vịt đã có sẵn, chúng ta phản ứng liền. Phóng xe theo rượt, cúp đầu chiếc xe hỗn láo kia lại; luồn lách, bóp còi, lầu bầu chửi thề luôn miệng trong biển xe bị kẹt; hoặc nắm áo anh chàng vô trật tự không chịu xếp hàng kia kéo lại! Nhiều khi bầu máu nóng bốc lên sôi sùng sục, chúng ta không kiểm soát được lời nói, cử chỉ của chúng ta, khiến dễ vượt quá lằn mức, nhiều phần sẽ được giao du với cảnh sát. Phiền!

Muốn khỏi phiền, chúng ta cần tự chế. Nhà tâm lý học Richard Driscoll cho rằng có nhiều người nổi giận nhưng không hề nhận ra tại sao mình giận. Nộ khí sung lên, mặt mũi căng cứng, chửi vung xúc xích, miễn sao cho hả cơn giận của mình là được. Nếu tạm dẹp được anh Trương Phi nóng tính trong người, tự hỏi thầm vài câu hỏi sau để biết mình đang giận tới đâu. Mình có thường xuyên có cảm giác như mình bị người khác ngược đãi không? Mình có thường cho rằng những chuyện xảy ra chung quanh là do người ta cố ý nhắm vào mình không? Mình có hay than phiền không? Mình có hay thổi phồng mọi chuyện một cách quá đáng không? Trả lời được những câu hỏi này, nhiều phần nguyên do khiến mình hung hăng bất tử đã ló rạng. Biết được nguyên do, nếu bạn thành thật với mình, thì có khi sự tức giận đã đi chỗ khác chơi rồi! Lúc đó bạn đã có đủ bình tĩnh để sẵn sàng nói chuyện với người mình giận. Có đối thoại vấn đề sẽ được giải quyết một cách suông sẻ trong thân tình.

Một trong những lý do khiến một người dễ hung hăng là tự cho cái tôi to quá. Tôi chỉ biết tôi, mọi người khác là thứ yếu. Tôi muốn thế này, tôi muốn thế kia, người khác phải chiều theo ý tôi. Những người nghĩ như vậy luôn luôn vác mặt lên trời, kênh kiệu với những người khác. Những con sâu cái kiến chung quanh chẳng coi ra cái thá gì. Ta muốn dày xéo lúc nào thì dày xéo, chẳng phải quan tâm tới những thứ bèo bọt này.

Tiền bạc cũng dễ làm con người tự đưa mình lên cao hơn người khác. Tôi có tiền, tôi sang trọng, hà cớ gì tôi phải xếp hàng chung với những đứa rớt mùng tơi chung quanh tôi? Nhưng có bao giờ bạn nghĩ lại chút xíu. Tiền bạc là thứ ở ngoài con người mình. Nó không thay thế được nhân cách. Nó cũng không ở với chúng ta lâu bền được. Có đó nhưng nó bỏ chúng ta ra đi lúc nào không biết. Lại nữa, như thế nào là nhiều? Tôi có một, nhiều người có trăm, có ngàn, vội vơ cái hão huyền làm mày làm mặt làm chi?

Hung hăng là cách rước tật bệnh vào người. Theo một nghiên cứu của Đại Học Harvard thì, ở nam giới, người thường xuyên nổi sung sẽ có nguy cơ mắc bệnh tim mạch cao gấp ba lần những người đằm tính. Nơi phụ nữ, những cuộc cãi vã tóe lửa với người khác sẽ làm tăng kích thích tố và làm giảm sự miễn dịch trong cơ thể. Điều này làm họ dễ mắc bệnh ung thư hơn.

Hung hăng, nó như một cái van xả khiến các kích thích tố tàn phá hệ tuần hoàn và hệ thống miễn nhiễm của con người. Khi ta hung hăng giận dữ quá mức, tuyến thượng thận sẽ tiết ra *adrenalin* và *cortisol* nhiều hơn mức bình thường. Hai *hormone* này sẽ làm cho nhịp tim đập mạnh, huyết áp tăng nhanh, hệ thống miễn dịch yếu đi. *Hormone* tăng quá mức cũng khiến tiểu huyết cầu trong máu kết thành khối và chất béo đi vào máu trong cơ thể. Lúc đó năng lượng dư thừa không được sử dụng tới, gan sẽ chuyển hóa chất béo thành *cholesterol*. Chất này tăng quá mức sẽ đóng mảng trên động mạch, dần dần theo thời gian nó là hiểm họa gây ra bệnh tim mạch. Các nghiên cứu cũng cho thấy tình trạng này sẽ càng trầm trọng hơn với những ai luôn luôn có thái độ thù địch với những người chung quanh.

Lởn vởn quanh chúng ta hàng ngày có những khuôn mặt bao nhiêu gân trong người dồn hết lên mặt, bao nhiêu máu trong người biểu tình trên má, cổ như có một cái đai sắt đóng cứng làm mặt vênh lên. Trông không khá được. Họ chiếm khoảng 20% trong số nhân loại quanh chúng ta. Số 20% khác là những người thuộc loại hiền lành. Số còn lại thì làng nhàng bậc trung. Làm sao chúng ta có thể biết được mình có thuộc 20% số người luôn muốn cà khịa với cuộc đời chung quanh kia?

Theo ông Redford Williams, Giám Đốc cơ quan *Behavioral Medecine Research Center* thuộc *Duke University Medical Center* ở North Carolina, thì những người dễ nổi giận hay có những trạng thái thông thường sau đây: độc tài, bi quan, hung hăng, cay độc, khích bác, nhạo báng, hay nghi ngờ và không tin tưởng người hay việc làm của kẻ khác. Những anh bọ xít này thường dương dương tự đắc muốn hành động, đối xử với người khác sao cũng được. Người khác phải lép vế. Cùng với cơn giận, họ càng lúc càng nâng mình lên cao, lên tới không biết dừng lại ở mức nguy hiểm.

Muốn được an toàn, tất cả mọi người cần phải học cách làm sao để đối phó với cơn giận. Dĩ nhiên, bầy tỏ hay kiềm chế sự tức giận đều không tốt cho sức khỏe. Theo các chuyên viên tâm lý thì trước tiên chúng ta phải biết chế ngự cảm xúc của mình để làm thế nào cho không nổi nóng. Qua một nghiên cứu mới đây ở Stockholm, Thụy Điển, với 5700 người, cả nam lẫn nữ giới, từ 15 đến 64 tuổi, người ta ghi nhận rằng nếu những nhân viên có thể giải quyết một cách cởi mở với chủ nhân về cách đối xử bất công khi đã giữ được bình tĩnh thì họ ít bị huyết áp cao so với những người tự tức tối hay giận dữ để sa vào tình trạng hung hăng.

Trong một cuộc nghiên cứu khác được công bố trên tạp chí *Health Psychology* vào năm 2000, những bệnh nhân bị đau tim ở Canada sau khi tham dự lớp huấn luyện cách kiềm chế cơn giận dữ thì huyết áp của họ giảm xuống rất nhiều.

Phương cách cổ điển để kiềm chế con bọ xít trong người vẫn là ngừng lại, đếm từ 1 đến 10, uống một ly nước lạnh và ra ngoài đi bộ. Máu tiết vịt trong người sẽ dịu xuống, mọi sự sẽ nhẹ nhàng đi, con người sẽ bình tĩnh, suy nghĩ và đánh giá lại mọi việc. Cơn bão bỗng nguội đi thành một cơn mưa nhỏ, ướt mình chút đỉnh, có chết con vịt nào đâu!

Đồng nghiệp của tôi có một anh võ sĩ nghiệp dư. Anh hay chỉ cho các đồng nghiệp bằng cách biểu diễn những cú đấm nhanh lẹ và chính xác vào khoảng không trước mặt. Có lần tôi nửa đùa nửa thật hỏi Jean là có khả năng đánh đấm như vậy chắc dễ đưa con người tới sự hung dữ lúc nào cũng muốn đè bẹp người khác. Anh cười bảo không phải vậy đâu. Khi mình có một sức mạnh, mình tự tin hơn và dễ nhân nhượng với người khác hơn. Nghe vậy thì biết vậy nhưng tôi đã quan sát lối sống của anh. Thấy anh khá ích kỷ. Anh không cần biết đến người chung quanh. Anh hành động như một người muốn mọi người phải công nhận cái vị trí biết nhả những cú đấm của anh. Qua anh, tôi vẫn không xóa bỏ được ý nghĩ võ đài chỉ là nơi người ta được trả tiền để bán cái hung hăng trong sự cổ võ của những người thích bộc lộ cái man dã trong con người mà họ cố giấu giếm trong cuộc sống thường nhật. Đó không phải là một môn thể thao như những môn thể thao khác.

Nghĩ như vậy nên tôi rất tò mò khi đọc bài *Đấm bốc Và Giảng Đường Đại Học* của Giáo Sư Gordon Marino trên mạng Talawas, Ông là một giáo sư khá đặc biệt: ông vừa giảng dậy triết học trên Đại Học vừa dậy đánh bốc. Ông bị các giáo sư khác chỉ trích vì *"làm sao một người mang chí hướng phát triển trí tuệ lại dính dáng tới một thứ thể thao mà học sinh đấm vỡ óc nhau?"* Để... giải độc, ông lý luận là *" ra đấm và chịu đấm giúp anh cảm thấy an toàn hơn trong cuộc đời, và rằng người nào không dễ bị kẻ khác đe dọa thì nói chung ít đe dọa kẻ khác hơn"*. Gordon đưa ra một khuôn mặt tiêu biểu: võ sĩ hai lần đoạt giải vô địch hạng nặng George Foreman. Ông này là một nhà kinh doanh thành công, một võ sư đấm bốc và là một mục sư. Khi được hỏi: "Làm sao ông có thể thỏa hiệp giữa việc dạy bọn trẻ quăng ra một cú đấm nốc-ao với lời dạy của Giêsu rằng chúng ta nên chìa má bên kia ra?" thì ông cười khùng khục giải thích:" Để thành công trên võ đài anh phải điều khiển được cảm xúc của anh- nó gồm cả giận dữ nữa. Và những đứa trẻ nào theo đuổi nó đến cùng thì ít hung bạo hơn khi chúng bước vào đây".

Hóa ra đánh đấm nhau máu me tùm lum lại là một cách

huấn luyện để dẹp bớt cái anh hung hăng đi. Nghịch lý này chắc phải có thời gian tôi mới tiêu hóa được. Tôi vẫn thích lối dậy con người dẹp cái hung hăng của *Luân Lý Giáo Khoa Thư* hơn. Chúng ta thử đọc bài *"Tính tức giận"*.

"Khi ta nói điều gì, hay làm việc gì, ta phải giữ mình, đừng có nóng nảy, tức giận. Tức giận lên thì thường quên mất cả lẽ phải, và có khi sinh ra làm xằng. Tiểu dẫn: Đinh ra chơi ngoài vườn, thấy ở bụi cây có cái hoa đẹp, chạy lại hái, để vào mũi ngửi. Chẳng ngờ có con ong ở trong hoa, đốt ngay vào cằm, rồi bay đi mất. Đinh tức giận đuổi đánh con ong. Bỗng thấy gần đấy có tổ ong, càng giận thêm, liền lấy hòn đá ném vào giữa tổ. Đàn ong bay ra, xúm lại đốt Đinh sưng cả mặt. Ấy cũng vì tức giận mà thành phải chịu đau."

Bài dậy cho các học sinh lớp Đồng Ấu, nhưng có lẽ người lớn học cũng được!

12/2004

HOA

Chẳng phải tự nhiên tôi viết về hoa mặc dầu tôi rất thích viết về hoa. Thường thì hoa đi với mùa xuân. Mùa xuân mà không được trang trí hoa lá cành là mùa xuân… dỏm. Bây giờ là mùa hè, sáng dậy đã có nắng chui vào tận giường ngủ đánh thức. Cùng với mặt trời tôi nghĩ là mùa hè mới là mùa rực rỡ nhất của hoa. Nắng và hoa dường như không đi với nhau vì nắng thường hay chơi trò bắt nạt dùng sức nóng thiêu đốt hoa. Nhưng hoa lại cần ánh nắng rực rỡ để khoe hết vẻ diễm lệ của màu sắc. Hoa với nắng như tình vợ chồng: khắc nhau đó mà hợp nhau đó. Cái khắc và cái hợp quyện vào nhau, biết chìm nổi với nhau, biết chơi trò hình và bóng với nhau. Lúc nào là hình lúc nào là bóng, hai con người phối hợp với nhau bằng định mệnh như biết tung biết hứng đúng lúc. Tình vợ chồng lặng lẽ núp bóng cuộc sống. Nó có đó mà như không có đó. Chỉ khi nào nó bỏ đi, người ta mới hốt hoảng trong trống vắng.

Nay kệ bơ vơ mùa xuân tới
Ra vườn ta ngắm lan làm vui
Ơn em khi nhớ bùi ngùi đó
Nhưng tận trời cao vói khó rồi

(Nguyễn Nam An)

Ơ hay, hình như tôi đang nói chuyện hoa và nắng thì phải! Mình tiếp tục câu chuyện nhé. Chớm hè, nơi thủ đô Ottawa của Canada, có hội hoa uất kim hương. Hàng chục ngàn bông hoa nằm trải ra thành những vạt màu rực rỡ. Dân chúng và du khách từ khắp nơi đổ về trảy hội. Lần đầu dự hội, tôi ngơ ngẩn với những thảm hoa, chỗ thì đỏ, chỗ thì vàng, chỗ hồng chỗ tím, chỗ trắng chỗ đen… Uất kim hương có bao nhiêu màu sắc thì nơi đây những sắc màu đó tụ hội lại đủ. Cứ như là đang ở Hòa Lan, quê hương của uất kim hương vậy. Thì uất kim hương này là tình nghĩa Hòa Lan đối với Canada chứ gì nữa! Chuyện như thế này. Trong Thế Chiến Thứ Hai, khi Hòa Lan bị chiếm đóng, hoàng gia Hòa Lan chạy qua tá túc ở thủ đô Canada. Khi chiến tranh chấm dứt, các ông hoàng bà chúa trở về nước trong lòng mang theo sự biết ơn đất nước đã cho họ tá túc trong lúc nguy nan. Để tạ cái ơn lớn lao đó, mỗi năm, vào lúc chớm hè, hoàng gia Hòa Lan lại gửi từng chuyến bay chở uất kim hương qua thủ đô Canada. Năm nay, nhân kỷ niệm 60 năm chấm dứt Thế Chiến Hai, họ còn gửi thêm cô công chúa Margriet qua dự hội. Cô công chúa này đáng lẽ là người Canada nếu năm 1944, Canada không làm một cử chỉ đặc biệt cho hoàng gia.

Cô được sanh ra trong một bệnh viện ở Ottawa nên, theo thông lệ quốc tế, cô sinh trên đất Canada thì là một thần dân Canada. Nhưng đúng ngày cô ra đời, chính phủ Canada đã công bố là căn phòng bệnh viện nơi cô được sinh ra là thuộc đất nước Hòa Lan. Như vậy, cô vẫn mang quốc tịch Hòa Lan!

Cám ơn bằng hoa, chuyện mọi người vẫn thường làm. Nhưng không phải bằng nhiều chục ngàn cây hoa. Thường thì chỉ một bó. Với hoa, chúng ta đã nhờ những sứ giả kiều diễm này nói dùm chúng ta những điều dấu yêu. Mừng một đứa trẻ chào đời, chung vui trong một dịp lễ, tỏ tình với người yêu, đón ngày hạnh phúc của hôn nhân, biểu tỏ một lời xin lỗi hay thương tiếc một người ra đi, chúng ta đều nói bằng hoa. Người ta gán cho mỗi loài hoa, mỗi sắc hoa một tiếng nói riêng. Tiếng nói của tình yêu thương, nhất là tình yêu nam nữ, là loài hoa hồng. Ngày biểu tỏ tình yêu là ngày *Valentine*, 14 tháng 2 mỗi năm. Đây là một ngày lễ của cả thế giới. Năm nay, theo Hiệp Hội Trồng Hoa và Cây cảnh Hoa Kỳ, dân chúng Mỹ đã tặng nhau tới trên 175 triệu bông hoa. Hoa hồng là hoa của ngày *Valentine*. Mà hoa hồng đỏ là thông dụng nhất. 66% tổng số hoa hồng được tiêu thụ là hoa hồng đỏ. Màu đỏ, nhìn vào đã thấy thắm thiết! Cuộc thăm dò cũng cho thấy là có 39% tặng nguyên một bó hoa và 23% chỉ tặng một bông hoa. Mua một bó hoa mà chỉ tặng mỗi người một bông thì người ta tặng được nhiều người hơn. Lối tặng… xé lẻ này có lợi về kinh tế nhưng không có nghĩa là xé lẻ tình yêu. Tình yêu không phải là thứ để chia nên dù là một bó hay một bông hoa tình vẫn đầy như nhau. Có lẽ vì vậy nên, vẫn theo cuộc thăm dò này, 82% số người mua bông tặng là cánh mày râu!

Hoa là biểu tượng của niềm vui. Vui nhất là… vui như tết! Tết Việt Nam là của hoa mai.

Xuân này em có về không
Nhành mai cố quận nở bông dịu dàng
Nhu mì kiều diễm thu trang
Nhành mai phố cũ dịu dàng nở bông
(Bùi Giáng)

Những ngày chợ hoa tết Saigon, mai làm vương giả cả con đường Nguyễn Huệ. Những cụm màu vàng chói lên dưới nắng xuân. Người ta lũ lượt du xuân trong chợ hoa ngày tết. Những cành mai được săm soi, đánh giá trên từng cánh hoa, từng búp hoa, từng dáng cành, từng thế đứng. Quan trọng hơn cả là hoa có mãn khai vào đúng giao thừa và ba ngày tết không. Mai ẻo lả nên mai thường vắn số. Mai chưng tết thường chỉ được 3 hay 4 ngày, có loại chỉ được một ngày. Kiếp phù du của mai đã được một nông dân cải đổi. Tên ông nông dân cứu mai này là Phạm Văn Hiếu, người làng Long Tuyền, tỉnh Cần Thơ, đã có đúng nửa thế kỷ gắn bó với mai. Năm 1993, ông nghiên cứu thành công cách làm cho mai kéo dài ngày thọ. Mai của ông Hiếu sống được khoảng 10 đến 15 ngày, giữ nguyên được sắc màu mà cánh hoa lại to, bung đều rất đẹp mắt. Nhiều khi cành đã khô, cây đã héo mà cánh hoa vẫn không chịu lìa cành, thà chết khô, quyện chặt. Ông Hiếu, có biệt danh là Năm Hiếu, có tài chi mà làm mai cãi lại ý trời được như vậy? Hỏi ông thì ông ỡm ờ : “Đó là tổng hợp các chế phẩm dinh dưỡng và đo mây, đoán gió, hiểu trời…”

Gặng hỏi mãi thì ông hé lộ thêm chút đỉnh : "Cũng phải mất năm sáu năm lao tâm khổ tứ. Sáng ra Đại Học Cần Thơ làm quen, học hỏi, xin tài liệu các thày rồi về nhà mầy mò đọc lại. Chế phẩm nào có tác dụng cho lá, cho cành; hóa chất nào kềm chế trái… Nông sản thì mênh mông nên tôi chỉ nhắm vào cây mai".

Chỉ nhắm vào cây mai cũng đủ cho ông hốt bạc. Sau khi giữ được cánh hoa, ông lại làm cho lá mai tự rụng!

Muốn mai nở đúng vào ngày tết, nhà vườn phải tuốt lá vào khoảng giữa tháng chạp âm lịch. Đây là một công việc khá phiền phức và tốn kém. Thường thì mỗi nhà vườn phải thuê hàng chục người tuốt lá trong hai ngày mới xong. Ông Năm Hiếu không mất công như vậy. Đúng ngày tuốt lá, ông một mình đủng đỉnh ra vườn phun đều lên lá một loại hỗn hợp chế phẩm dinh dưỡng. Ba ngày sau, lá mai chuyển mầu rồi từ từ rụng!

Mai là hoa tết trong Nam, đào là hoa tết ngoài Bắc. Cành đào sắc hồng đỏ có nét đẹp khác mai sắc vàng. Cả hai đều là linh hồn của ngày tết cổ truyền Việt Nam. Cái nôi của hoa đào là vùng Nhật Tân nằm giáp ranh Hà Nội. Phần đất đuôi của dinh Lẫm xưa chuyên trồng đào tiến vua nay vẫn còn rộ lên màu hoa đào mỗi độ xuân về. Nhưng khung cảnh như trong truyện cổ tích này sẽ còn được bao lâu nữa? Người dân trồng đào đang lo cho số phận của khu đất nổi tiếng với loại đào bích tiến vua trước sự xâm lăng thô bạo của các tòa nhà lầu, các biệt thự lộng lẫy đang thi nhau mọc lên. Sẽ không còn đất cho hoa nữa. Xi măng cốt sắt sẽ vùi lấp những cành đào rộ hoa mỗi dịp xuân về. Còn đâu những cành đào đã e ấp đi vào truyền thuyết?

Truyền thuyết được kể lại rằng: Mùa xuân năm Kỷ Dậu 1789, sau khi đại thắng quân Thanh, vua Quang Trung tiến quân vào Ngọc Hồi, giữa vườn bích đào, đã cho người mang một cành đẹp nhất vào thành Phú Xuân tặng Ngọc Hân Công Chúa. Đó là một truyền thuyết đẹp trong lịch sử. Nhưng các nhà sử học thì lại bác bỏ câu chuyện thi vị này. Giáo Sư Trần Quốc Vượng cho là lịch sử nước ta thường pha trộn giữa truyền thuyết và hiện thực mà chuyện cành bích đào vua Quang Trung tặng Công Chúa Ngọc Hân là một ví dụ. Theo Giáo Sư Vượng thì mối tình sâu đậm giữa Công Chúa Ngọc Hân và vua Quang Trung còn không có thì truyền thuyết cành hoa đào tặng người tình của vị vua xuất thân áo vải lại càng không thể có. Cái uyên bác của các nhà sử học vẫn không thể xóa được trong lòng người dân Nhật Tân sự kiêu hãnh của nơi sản sinh ra cành bích đào truyền thuyết. Ông Nguyễn Văn Sửu, một nghệ nhân đã có tới bốn đời trồng hoa đào nơi dinh Lẫm này vẫn lắc đầu quầy quậy : "Cụ nội tôi kể cho ông tôi nghe, ông tôi kể lại với bố tôi, rồi bố tôi kể cho tôi. Bốn đời người, tới nay tôi gần 70 tuổi, vậy mang tuổi tác của bốn đời người ra để so sánh với mốc lịch sử nửa đầu thế kỷ XVIII thì gần lắm! Tôi nghĩ, đôi khi các nhà sử học cũng quên những chi tiết khi ghi chép, và có thể câu chuyện này cũng là một sự quên lãng."

Chuyện của 216 năm về trước đã thuộc về quá khứ. Cứ cho cành bích đào làm chứng nhân của một mối tình vương giả cho nó đẹp. Có hề chi! Chuyện cành đào của lịch sử cận đại thì chẳng có mối tình nào dính dáng vào. Nó là một cú bất ngờ xảy ra vào cái Tết năm 1962. Bốn chục năm sau, trong một cuộc mạn đàm với tuần báo *Việt Tide*, ông Cao Xuân Vỹ, cựu Tổng Giám Đốc Thanh Niên kiêm Thủ Lãnh Thanh Niên Cộng Hòa dưới thời Tổng Thống Ngô Đình Diệm, đã tiết lộ sự kiện bên lề lịch sử này. Đó là việc ông Hồ Chí Minh đã gửi tặng Tổng Thống Ngô Đình Diệm một cành đào vào dịp tết qua phái đoàn Ấn Độ trong Ủy Hội Quốc tế. *"Dinh Độc Lập có nhận không? Được Việt Tide gặng hỏi về việc đó, cụ Cao Xuân Vỹ hồi tưởng lại câu chuyện của mùa Xuân 1963. Tổng Thống Diệm lúc đó rất ngạc nhiên và hỏi Chánh Sự Vụ Sở Nội Dịch Phủ Tổng Thống là ông Tôn Thất Thiết và yêu cầu Giám Đốc Nha Nghi Lễ Phủ Tổng Thống liên lạc với Bộ Ngoại Giao để tìm hiểu. Câu trả lời của Bộ là cũng không hay biết gì về việc này. Cụ Vỹ có nhớ là nhiều người đã bàn bạc với Tổng Thống Diệm, với ý chung là 'người ta biếu thì mình nhận, còn dùng vào việc gì thì hạ hồi phân giải'. Cành đào đó sau được phía Ấn Độ chuyển tới, một cành đào rất đẹp và được trưng ở Phòng Khánh Tiết dinh Độc Lập".*

Hà Nội kinh kỳ là thành phố của hoa. Hoa Hà Nội trong trí nhớ của tôi là những quán bán hoa bên bờ hồ Hoàn Kiếm. Những quán muôn sắc này đã bị dẹp từ lâu. Hoa theo chân những đôi quang gánh len lỏi vào khắp hang cùng ngõ hẻm cùng cái dáng chạy lanh chanh của những nàng thôn nữ áo nâu non. Bây giờ hoa Hà Nội cưỡi xe đạp khoe hương khoe sắc trên khắp đường phố.

Cô gái Nghi Tàm thồ hoa vào thành phố
cô chở hoa hay hoa chở cô

chiếc xe đạp đi qua những con phố cổ
Hà Nội hơn 40 năm
hạt bụi cũ không bay
trên tán lá bàng con chim xưa
còn nằm nguyên trong tổ
hồn tôi cong
như một cánh cúc gầy.

(Trần Mộng Tú)

Hoa là tình yêu, là hòa bình. Giới hippy đã tôn vinh hoa trong phong trào phản chiến tại thành phố San Francisco, thánh địa của giới râu dài, áo hoa và những âm thanh cuồng loạn của một số tuổi trẻ Hoa kỳ. *"Vào mùa hè năm 1968 được gọi là Mùa Hè Của Tình Yêu (Summer Of Love) đã có sự tập họp của khoảng 100 ngàn người có mặt tại khu Height và Ashbury. Đó là những ngày hội của hoa và của âm nhạc. Người tham dự đều gắn một cánh hoa trên tóc, đúng với lời ca: "If you're going to San Francisco, be sure to wear some flowers in your hair..." của bài San Francisco. Cũng từ đó danh từ Flower Power ra đời để nói lên sức mạnh của hoa, tượng trưng cho hòa bình. Hình ảnh của bông hoa do một thiếu nữ Hippy gắn vào mũi súng của một quân nhân trong lực lượng chống bạo động trong một cuộc biểu tình phản chiến tại Mỹ đã trở thành một hình ảnh khó phai mờ trong trí óc mọi người"*. Trích đoạn trên là đoạn văn của người hiền khô được gắn... oan cái hỗn danh "Vua Hippy", ký giả Trường Kỳ, trong cuốn hồi ký *"Một Thời Nhạc Trẻ"*.

Thông điệp tình yêu của hoa chính là sự dịu dàng làm nguôi ngoai đi những thúc phọc của cuộc đời vốn nhiều tranh đua và thúc hối. Cái mà chúng ta thường gặp ngày nay trong cuộc sống bon chen và nhộn nhịp là *stress*. Cái áp lực của cuộc sống với những người chung quanh đã làm buồn nản một số người. Ký giả An Duy của báo Thanh Niên đã kể lại chuyện trong gia đình có một bà mẹ nóng tính, hay la lối, gây gổ với chồng. Ông chồng khốn khổ này đã chống lại bằng một thứ vũ khí kỳ khôi: hoa lan! *"Ba bố trí một khoảnh sân trước nhà để trồng hoa lan. Ba cho biết: 'Lúc nào mẹ các con nổi nóng, ba sẽ ra tưới hoa để tránh cãi lại với mẹ'. Giải pháp của ba tôi quả thật rất có hiệu nghiệm. Khi mẹ tôi vừa chuẩn bị 'Ông này...' là ba vội bước ra vườn lan. Lúc nóng giận muốn nói cho thỏa lòng mà không có đối tượng nghe, mẹ bực mình lắm. Không tha cho ba, mẹ cũng ra vườn lan. Thế nhưng nghe mùi thơm của hoa 'bạch ngọc điểm', đồng thời nhìn thấy hoa được treo trên cao, rễ bám vào những cục than, mẹ tôi quên giận, nêu thắc mắc: 'Hóa ra hoa lan không trồng bằng đất hay cát mà trồng bằng than hả ông?'. Cơn nóng giận của mẹ đã được hạ nhiệt. Khi tôi trở thành thiếu nữ, trong lần phụ ba tưới lan, ba đã căn dặn tôi: 'Khi nào con lập gia đình, nhất định con phải trồng hoa trong nhà nghe không!'"*

Nóng tính ai bằng nhà độc tài Saddam Hussein của Iraq. Nằm trong tù, ông cũng biết tìm tới hoa để ngẫm tới sự đời. Mỗi ngày, trong ba tiếng đồng hồ thư giãn và tập thể dục, ông đã chăm sóc mảnh vườn nhỏ của riêng ông, sống với hoa để làm đẹp cho cuộc sống. Dầu hết sức muộn màng!

05/2005

NG...

Làm khó dễ nhau gì đây? Chữ nghĩa là thứ phải lành lặn mới ra chữ nghĩa, bắt nó *handicap* uốn miệng đọc sao đặng đây? Chẳng nên trách nhau sớm sủa như vậy. Cứ từ từ tôi sẽ trình bày nỗi khổ tâm của tôi. Chung qui là cái tiếng Việt mình nó dây mơ rễ má quá lắm. Na ná nhau là nó dắt dây nhau cùng đi. NG… là ngủ chứ có gì đâu. Ngủ thì viết phắt ngay là ngủ đi cho thiên hạ nhờ, bầy đặt làm chi! Biết là ngủ có khi trần xì một mình, có khi hai mình, có khi nhiều mình, lại có khi nói là ngủ mà làm những chuyện có ngủ nghê gì được đâu! Ngủ nghê? Cái ngủ nó bắt đầu rủ rê rồi đấy! Trước khi ngủ, người ta thường chơi một màn… ngáp. Ngáp là dấu hiệu buồn ngủ. Ngáp vào buổi tối, trước giờ đi ngủ là màn *prelude* của ngủ. Nhưng ngáp không gần cái giường là một thứ… tốn tiền. Một thành viên hội thẩm tại tòa án Los Angeles đã ngáp khi đang dự phiên tòa vào ngày cá tháng tư vừa qua. Ông thẩm phán của Tòa Án Tối Cao Los Angeles Craig Veals không vui vì cái biểu hiện chán nản này và tuyên bố phạt cái ngáp vô duyên này một xín tiền đô Mỹ. Tác giả của cái ngáp phản đối. Chỉ há miệng ra mà thất thoát một xín, vui sao được? Ông tòa bèn xuống giá: một bích thôi! Ông há mồm đành phải nộp phạt vì chẳng dại gì mà đôi co. Ông Tòa có quyền phạt tới mức một xín rưỡi những ai không giữ trật tự trong phòng xử lận! Có đau cái túi tiền lần sau mới biết đường mà ngáp có trật tự.

Ngáp có trật tự, khó lắm. Dân Nhật vốn được tiếng là dân có trật tự nhất thế giới mà ngáp cũng không có trật tự được. Họ ngáp vung vít: trên đường phố, trong xe điện ngầm, tại giảng đường, trong các hội nghị..v..v.. Khi đất nước có cả một dàn… đồng ngáp như vậy, chính phủ phải hỏi tại răng liền. Họ cho mở cuộc điều tra. Và tìm ra một đống nguyên nhân. Giờ làm việc trong ngày ở Nhật càng ngày càng dài ra trong khi những nơi chơi khuya lại mở cửa búa xua 24/24. Công chức ở Tokyo làm việc có khi tới 10 giờ đêm mới xong. Rồi có chịu về nhà đâu. Họ túa ra đi chơi ở những nơi giải trí hoặc đi mua sắm nơi các siêu thị cũng mở cửa suốt đêm. Anh chị nào ngoan ngoãn về nhà thì cũng đâu có chịu đi ngủ. Coi TV này, điện thoại này, *internet* này. Ngủ chi cho uổng! Các anh chị cứ bã cả người ra mang tới hậu quả là năng suất làm việc kém, ảnh hưởng tới nền kinh tế quốc gia. Chuyện đùa sao! Nhật Bản đã bị tụt xuống hàng thứ 18 trong số 30 nước thành viên Tổ Chức Hợp Tác và Phát Triển Kinh Tế (OECD). Ngáp dễ sợ như vậy đó!

Năm 1986, khoa học gia Wolter Seuntjens đã bỏ công ra nghiên cứu tại sao người ta lại cứ gang miệng ra, nước mắt nước mũi chảy ròng ròng như vậy. Thông thường người ta vẫn cho ngáp là vì cơ thể cần một lượng *oxy* hoặc cơ thể bã rồi, cần nghỉ ngơi. Nhưng trong một công trình nghiên cứu dày 464 trang, Wolter đã tìm ra ngáp còn liên quan tới tính dục nữa! Khi một đối tác ngáp, điều đó có nghĩa là thôi nhé, không có đánh cờ đánh quạt gì hết hoặc có buộc phải trả bài thì cũng ầu ơ cho xong chuyện chứ chẳng thích thú gì. Wolter quan sát loài khỉ và nảy ra một nghi vấn: tại sao những anh khỉ đực ngáp nhiều thường là thứ khỉ chúa, có hàm lượng *testosterone* cao, làm tình với nhiều chị khỉ cái và con cháu đầy đàn? Thấy vậy, ông bèn làm thí nghiệm với người. Ông tìm hiểu 2000 trự có nhu cầu tình dục mạnh và rất mạnh, thấy họ rất hay ngáp dù không buồn ngủ hay mệt mỏi. Khi tìm hiểu văn hóa nghệ thuật phương Đông, ông rất thú vị khi thấy các nhà văn, nhà thơ thường cho nhân vật ngáp khi muốn tỏ tình hoặc ước muốn chuyện cờ người. Không hiểu nhà khoa học này đọc thơ văn ở đâu, chứ riêng tôi, muốn tìm văn thơ về ngáp để phụ họa cho bài này mà chẳng tìm được một dòng nào cả. Văn thơ của chúng ta hình như không biết ngáp! Riêng đối với Wolter thì thơ văn cứ ngáp như thường. Ông đã thử cho 200 ông xem những đoạn phim kích thích hay đọc những đoạn văn thơ gợi ý tình dục thì thấy 76% các ông đã ngáp ngắn ngáp dài kèm theo đòi hỏi cao độ về tình dục. Đó là một kết quả khá thực tiễn: từ nay xin các bà để ý, nếu thấy ông nào mà ngáp thì hãy tránh xa, còn nếu thấy ông xã ngáp thì hãy xáp gần!

Khi ngủ còn có một trò chơi khá phổ biến là nghiến răng. Lại NG… Trò này nam nữ đều có tỷ lệ tham gia ngang nhau. Khoảng từ 5 đến 20%. Cái tật này cũng ồn ào ra trò khiến người ngủ chung rất khó chịu hoặc thấy ghê răng. Không hiểu có vị nào có kinh nghiệm với cái trò rờn rợn này không chứ tôi đã từng nghe tiếng nghiến răng và thấy rất khó chịu. Người ta nghiến răng mà mình cảm thấy răng mình buốt nhói. Ngoài sự bất tiện gây ra cho người ngủ chung, nghiến răng còn có cái hại nhãn tiền cho chính người nghiến. Trước hết là mòn răng, mất hết lớp men, gây tê buốt, nứt gãy các múi răng, răng lung lay hoặc… rụng! Hậu quả là các vị nghiến răng trông già trước tuổi vì mặt răng bị mòn sẽ làm giảm kích thước hàm răng khiến cằm nhô lên cao. Thứ đến là các cơ hàm bị co thắt mạnh trong suốt thời gian nghiến nên sẽ bị mỏi, đau các cơ, đau đầu, đau cổ. Hậu quả cũng làm xí trai xí gái đi vì các cơ hoạt động quá mức có thể bị phì đại, làm cho mặt bất cân xứng hay có bộ mặt vuông chữ điền. Sau cùng là rối loạn khớp thái dương-hàm. Người bệnh sẽ khó chịu hoặc đau ở khớp, có tiếng kêu lụp cụp khi há miệng, hay nhai. Nguyên nhân của nghiến răng có thể là *stress,* có cản trở hoặc vướng cộm nơi khớp cắn, rối loạn chức năng hệ thần kinh trung ương, suy dinh dưỡng, uống rượu hút thuốc hoặc do di truyền. Làm sao mà hết nghiến răng đây? Cứ tới các ông nha sĩ để mài, điều chỉnh răng hoặc đeo máng mặt răng. Dân gian ta có lối chữa mẹo bệnh nghiến răng bằng cách cho ăn tinh hoàn gà trống! Vị nào khi ngủ mà hay chơi loại nhạc rợn tóc mai này cứ thử coi xem sao. Không chữa được bệnh nghiến răng cũng bổ được chuyện khác!

Một trò khác khi ngủ là… ngưng thở. Lại vẫn NG…! Trò này hơi nguy hiểm vì có khi thăng luôn! Nó là chú chim báo bão của bệnh đột quị, căn bệnh được coi là kẻ sát nhân số một trên thế giới. Gọi là đột quị khi mạch máu dẫn tới não bộ bị bể hoặc tắc nghẽn do cục máu đông. Riêng trong năm 2002, anh đột quị đã làm thế giới vắng vẻ mất 5 triệu rưởi người. Nguyên nhân của chứng ngưng thở khi ngủ, người ta chưa biết rõ. Các nhà khoa học chỉ nhận thấy rằng một cơn ngưng thở thường kéo dài trong 10 giây hoặc lâu hơn và lặp đi lặp lại khoảng 300 lần mỗi đêm. Tiến sĩ Olga Parra thuộc bệnh viện Đại Học Barcelona, Tây Ban Nha đã giám sát 161 bệnh nhân đột quị và phát hiện ra nguy cơ tử vong do đột quị có liên quan mật thiết đến chứng ngưng thở khi ngủ. Trong suốt 30 tháng nghiên cứu, 22 bệnh nhân đã qua đời. Đó là những người có chỉ số ngưng thở rất cao. Càng cao thì nguy cơ tử vong càng lớn, Tiến Sĩ Parra đã kết luận như vậy!

Viết tới đây, tôi thấy hình như từ đầu bài tới giờ chỉ viết những chuyện dọa người khác. Mất vui đi. Đổi tiết mục khác cho vui hơn nhé. Đây là tiết mục hết sức rộn ràng. Ngáy! Có phải nhắc lại là cũng NG… nữa không?

Chắc ai cũng có kinh nghiệm riêng về chuyện kéo gỗ này. Kinh nghiệm của tôi là một kinh nghiệm não nề. Chúng tôi, năm tên đực rựa, đi chơi Las Vegas. Đánh bài thì ngủ nghê nỗi gì, cứ thuê một phòng khách sạn, ai mệt thì lên ngả lưng, ai hết tiền thì cũng ngả lưng luôn. Ăn tối xong, chỉ chừng một tiếng đồng hồ sau, toàn thể bán tiểu đội đã đều có mặt dưới cờ! Tiền bạc đều đã đưa cho mấy em hồ lỳ giữ dùm rồi. Ngủ đã! Hai cái giường dành cho bốn ông già, một ghế *sofa* là nơi nằm của một chú thanh niên vừa qua tuổi đôi mươi. Khi tôi chợt thức giấc thì cả một nhà máy cưa đang hoạt động hết công xuất. Mỗi máy, tùy theo tình trạng, tùy theo thời gian xử dụng, mà tiếng ồn ào khác nhau. Tôi trốn tiếng động, mò xuống dưới sòng bài, tạt qua chiếc máy rút tiền, nướng thêm mấy ngài tổng thống. Khi chiếc túi đã lại sạch sẽ, tôi mò lên lại. Tình hình không khá hơn. Chỗ thì máy đang vi vút chạy ngon lành, chỗ thì máy xì nước, chỗ thì máy bị hở van, chỗ thì máy giật giật như sắp hết điện. Nằm lơ mơ một lúc, một chiếc máy cưa bỗng ngừng hoạt động. Một bóng người nhẹ nhàng chuồi ra khỏi cửa. Tôi ngủ lúc nào không biết. Sáng ra, mở mắt dậy, thấy bốn cái đầu đang ngẩn ra nghe ngóng. Hóa ra chỉ có mình là làm việc chăm chỉ nhất. Thảo luận một hồi thì ra cái tổ con chuồn chuồn. Chúng tôi đều có khả năng góp vốn mở nhà máy cưa được cả! Chỉ tội một điều là chỉ vì tiếng ồn của nhà máy, trong đêm, tên nào cũng đã phải thức dậy, cũng phải len lén xuống gặp các em hồ lì. Và túi nào túi nấy đều sạch sẽ. Có góp vốn họa chăng chỉ góp được máy móc!

Ngáy tốn tiền, ăn thua chi! Ngáy còn làm phiền nhau quá lắm. Theo một cuộc khảo sát của Hiệp Hội Chứng Ngừng Thở Khi Ngủ và Ngáy tại Anh thì 81% những người có bạn đời ngáy than phiền là tiếng ồn làm họ không thể ngủ nổi và 70% đã phải ôm gối ra phòng khách. Sự xa cách làm chăn đơn gối lẻ, một phần ba số người được phỏng vấn cho biết chỉ vì tiếng ngáy mà vợ chồng hầu như không còn cái thú anh anh em em nữa! Khi tình chẳng còn được nối liền vào nhau, bất hòa nảy sinh, nhiều trường hợp vợ chồng chia tay nhau chỉ vì tiếng ngáy!

Trong Tuyển Tập Nhớ Huế số 16, tác giả Trần Kiêm Đoàn trong truyện ngắn *Giặc I-Meo*, đã... ngáp với hai nhân vật ông Giáo bà Giáo. Với tuổi xế chiều, tình của hai ông bà cũng có bóng chiều : *"Bà bắt đầu cảm thấy tiếng ngáy đêm đêm của ông Giáo cục cằn và thô thiển quá. Bà khám phá mùi mồ hôi toát ra từ thân thể của ông Giáo ngày một hăng nồng khó ưa. Bà không chịu nổi mùi thuốc lá thoang thoảng đâu đó từ hơi thở của ông... Bà cảm thấy dáng nằm của ông Giáo quả là tội tình không quý phái... Sự khám phá không sáng tạo, mỗi ngày một thô và cứng hơn làm bà phải trăn trở đêm này qua đêm khác. Bà không ngủ được. Bệnh mất ngủ ngày một nặng hơn. Mãi cho tới khi ông phải tình nguyện xách gối qua phòng khác."* Bắc Nam giờ đôi ngả, tội là của tiếng ngáy! Vì tiếng ngáy, bà Giáo không ngủ được, mới nghe, mới ngửi, mới thấy được đầy đủ sự tệ mạt của người đàn ông mà bà say mê thời trẻ. Ngáy tai hại như thế!

Nhưng sao lại có cái vụ này :

Đêm nằm thì ngáy o o
Chồng thương chồng bảo ngáy cho vui nhà!

Ca dao hơi dễ tính. Vì ca dao luôn luôn trẻ, không via như vợ chồng ông Giáo. Chứ vui chi được mà vui! Ngay như con nít ngáy cũng khó vui. Bởi vì đó là một hiểm họa. Tiến sĩ David Goza của Đại Học Louisville, Hoa kỳ, đã theo dõi 100 em ngủ ngáy và 100 em ngủ êm. Về đặc điểm sinh học, những trẻ ngáy có giấc ngủ REM (giấc ngủ trong đó não bộ hoạt động rất tích cực) ít hơn đáng kể so với trẻ không ngáy. Hậu quả là điểm số về khả năng nhận thức toàn diện và khả năng ngôn ngữ thấp hơn hẳn. Ngoài ra, những trẻ ngủ ngáy còn dễ bị lo lắng, suy nhược thần kinh, hiếu động thái quá và sức tập trung suy giảm. Vì thế, theo Tiến Sĩ Goza, nếu thấy trẻ ngủ ngáy trên 3 lần một tuần kèm theo các triệu chứng như mệt mỏi và học hành sa sút thì nên đưa con đi khám bác sĩ ngay.

Tại sao có người cò cưa khi ngủ, có người không? Trong cổ chúng ta có một cục thịt dư, nếu giây thần kinh điều khiển cục thịt này có vấn đề thì cục thịt sẽ rung lên mỗi khi có hơi thở đi qua. Sự rung động này cộng hưởng với vòm họng trống sẽ phát ra âm thanh. Sự trống trải này nhiều ít tùy người, tùy theo cấu trúc của lưỡi, của khe răng, của cái miệng há nhiều hay ít, sẽ làm âm thanh phát ra có… giai điệu khác nhau. Cách chặn những âm thanh vang vọng trong đêm này từ trước tới này thường là hoặc xịt thuốc vào cổ họng trước khi ngủ, hoặc bắn tia *laser* vào khu vực thần kinh điều khiển sự rung của cục thịt dư nằm ngay bên cạnh cục thịt này. Mới đây khoa học đã có những bước tiến đáng kể trong việc… át tiếng ca lạc điệu. Đó là chiếc máy *Snore Stopper*. Thiết bị này giống như một chiếc đồng hồ điện tử có gắn một bộ cảm biến siêu nhậy, rất nhỏ và nhẹ, có thể đeo vào cổ tay. Khi phát hiện ra tiếng ngáy, nó sẽ lập tức gửi những xung điện vô hại vừa đủ để người xử dụng ngừng ngáy mà vẫn không bị thức giấc. Các nhà khoa học thuộc trường Đại Học Goettingen ở Đức lại đi theo một hướng khác vui hơn. Họ chế ra một chiếc núm vú giả giống như kiểu núm vú các em bé vẫn hay tù ti. Khi người ngủ ngáy ngậm chiếc vú này thì lưỡi sẽ bị đẩy ra sau răng, phần sau của vòm miệng sẽ không rung nữa và dần dần những âm thanh khó chịu khi ngáy sẽ không phát ra. Trong thí nghiệm, 70% những người ngậm núm vú đã… tốp hòa nhạc!

Ngậm núm vú? Mất mặt bầu cua lắm! Chẳng thà cứ ngáy! Như ông nhà văn Lorenzo Proteau của xứ Quebec của tôi. Chuyện này xảy ra đã 10 năm trước đây nhưng nhắc lại vẫn còn nhiều phần thú vị. Ông nhà văn Lorenzo Proteau được mời qua Pháp để dự cuộc triển lãm sách *Grand Pavois* tổ chức tại La Rochelle. Sau một ngày đứng coi quầy sách của ông, trời trở mưa trở gió, ông bị cảm. Ông chơi ngay thuốc trụ sinh. Đêm ông ngủ mê mệt trong phòng khách sạn. Có tiếng gõ cửa phòng. Người ta than phiền ông ngáy to quá. Ông xin lỗi và vào phòng ngủ tiếp. Một tiếng sau, lại có tiếng gõ cửa. Lần này ông chạm mặt với ông chủ khách sạn *Hôtel de l'Avenue* kèm theo là hai ông bạn dân. Ông giải thích là ông bị bệnh và uống thuốc trụ sinh nên mệt mỏi. Làm chi được ông? Quá nửa đêm, lại có tiếng gõ cửa. Hai ông cảnh sát lịch sự mời ông về bót vì tiếng ngáy của ông đã làm cả khách sạn không ai ngủ được. Ông cự lại hỏi ông bị tội gì? Tội gây phiền phức cho người khác, hai vị bạn dân trả lời. Đành khăn gói về bót. Về tới bót ông hỏi các xếp là tại sao lại làm khó dễ nhau như thế này? Câu trả lời không vòng vo: tại vì ông ngáy! Ông vặn lại : ở nước Pháp các ông có luật nào cấm ngáy không? Mấy ông cò không trả lời được. Ông mệt quá nên xin được ngủ ngay tại bóp. Cảnh sát không chịu, sợ ông gài bẫy. Họ dẫn ông đi mướn khách sạn khác. Chẳng khách sạn nào còn chỗ. Cuối cùng ông gõ đại cửa một nhà trọ và tả oán là ông ở Canada sang bị cảnh sát làm khó dễ.

Ông gác dan nhà trọ thương tình cho ông ngủ nhờ trên một chiếc ghế dài ngoài hành lang. Sáng hôm sau, ngoài quầy sách, ông làm toáng chuyện lên. Các ký giả chộp ngay lấy tin sốt dẻo. Tất cả các báo, đài phát thanh, đài truyền hình đều đưa tin… ngáy! Khi ông tới ngoại ô Paris, đài France 3 đã đưa nguyên một xe làm phóng sự tới phỏng vấn ông. Phóng viên cắc cớ đặt câu hỏi là ông biết ngáy từ hồi nào? Nhà văn trả lời : "Từ ngày còn ở trong bụng mẹ! Tôi không chừa được tật ngáy, các ông muốn gì?" Ai mà dám muốn gì! Về tới Montreal, ông lại… gáy nữa! Tờ báo Pháp Ngữ có một triệu độc giả *Journal de Montreal* đi ngay một cái tít bự tổ chảng kèm theo chân dung ông màu mè đàng hoàng chiếm hết trang nhất tờ báo. Thế là nhà văn Lorenzo Proteau nổi tiếng! Không vì văn tài mà vì ngáy!

Tôi không có ý khuyên các nhà văn đi học ngáy. Cần gì phải học nhỉ!

05/2005

NGHE

Nghe là một hành vi thiếu thích thú. Nó mang tính lệ thuộc. Ngày nhỏ, bị cha mẹ lên lớp, những lời dậy bảo thường được đánh dấu chấm hết bằng một câu hỏi không lấy gì làm êm tai lắm: “Nghe chưa!”. Đe dọa nhau quá lắm! Không nghe cũng chẳng khá gì hơn. Tai còn gửi chúng bạn đang vui cuộc chơi ở ngoài lề đường, đứng nghe người lớn dặn dò mà cái tai đi vắng, bộ dạng thờ ơ vì đang lo ra, nhận được câu nạt nộ thiếu êm tai là cái cẳng: “Điếc hả!”

Nghe như vậy cũng nhọc nhằn ra gì. Nhọc nhằn như cuộc sống. Nơi đồn canh hẻo lánh giữa rừng núi thâm u, người lính gác giặc thất tình với em hậu phương, lặng nghe con chim hót, tiếng chim nghe ra cũng đơn lẻ.

Anh thất tình đời lính thêm nhiêu khê
Chiều nghe con chim rừng hót lời lẻ bạn
Trong chinh chiến có trăm ngàn viên đạn

Mong có viên nào bay lạc trúng anh chơi
Mạng anh to, số lớn cứ sống khơi khơi
Trong khi bạn bè anh mỗi ngày mỗi rụng
Ôi, những người bạn chia anh sự sống
Để anh thấm vô cùng thế nào là cô đơn

(Quan Dương)

Nghe là cách giao tiếp với những người xung quanh. Hàng ngày, trong bất cứ giờ phút nào của cuộc sống, nghe vẫn luôn luôn là cách tham gia vào cuộc sống tích cực nhất. Không nghe, còn gì để nói nữa! Con người không có khả năng nghe bó mình trong nỗi cô đơn tù túng, dù sống có đôi. Russ và Jenni Ewald là hai người tù của âm thanh như vậy. Cả hai người đều bị điếc sau một cơn bệnh *meningitis*. Russ vào năm 3 tuổi và Jenni năm 1 tuổi. Họ lấy nhau mà chẳng bao giờ nghe được những lời âu yếm trao nhau. Họ "nghe" nhau và "nghe" người khác bằng cái khả năng mà họ phải học: nhìn vào cái mấp máy của môi để suy đoán lời nói, hoặc dùng ngôn ngữ ra hiệu bằng tay, hoặc dùng máy nghe. Nhưng máy nghe lại rất hạn chế vì nó chỉ giúp họ nhận được những âm thanh nhạt nhòa và thường là vô nghĩa. Cho tới tháng 4 năm 2004, Jenni mới được cấy một thiết bị nghe mới: thiết bị *cochlear*. Sáu tháng sau, Russ cũng được cấy thiết bị này. Lần đầu tiên kể từ khi thành vợ chồng 4 năm trước đây, Russ mới được nghe vợ nói câu đầu tiên, câu mà đáng lẽ họ đã nghe được nhau từ những ngày đầu tình nhân: "Em yêu anh!". *Cochlear* là một thiết bị điện tử được cấy vào dưới da, sau và trong lỗ tai. Nó làm cho các thần kinh nghe hoạt động lại để đưa âm thanh lên não. "Khi não nhận được âm thanh, nó phải hình dung ra phải làm gì với những âm thanh mới này" Nhà thính giác học Candace Blank của Trung Tâm Y Khoa Đại Học Ewalds và Loyola cho biết như vậy. "Tình trạng giống như người ta nghe một ngoại ngữ và phải học thứ ngoại ngữ đó".

Các nhà khoa học dĩ nhiên chưa hài lòng với thiết bị này, họ phải làm hơn thế nữa. Hai nhà khoa học K. Grosh và R. White thuộc Đại Học Michigan đã tạo ra được phiên bản *silicon* ốc tai nhân tạo gần giống như ốc tai thiên nhiên. Ốc tai là một bộ phận then chốt giúp con người có thể nghe được. Nó nằm sâu trong tai của chúng ta, có nhiệm vụ chuyển tải sóng âm thành các xung lực điện để não bộ có thể hiểu được chúng. Ốc tai nhân tạo này có thể đo được tần số âm thanh ở mức tương tự như ốc tai tự nhiên tuy không phân biệt được âm thanh ở mức hoàn hảo như ốc tai tự nhiên.

Ốc tai nhân tạo vẫn chưa là... tự nhiên. Khoa học muốn đi xa hơn thế nữa. Họ tìm cách phục hồi lại những khiếm khuyết của những người điếc bằng chính đôi tai của họ. Cũng tại Đại Học Michigan, các nhà khoa học, sau 11 năm nghiên cứu, đã phục hồi thành công khả năng thính giác của động vật có vú là chuột lang bằng liệu pháp *gen*, mở ra triển vọng khôi phục thính giác của những người khiếm thính. Họ chú trọng vào tế bào lông thính giác nằm trong ốc tai. Đây là những tế bào cực kỳ nhậy với âm thanh. Họ đã cấy *gen Atoh1*, có tác dụng điều khiển sự phát triển của tế bào thính giác, vào các tế bào biểu mô nằm bên trong tai những con chuột lang có các tế bào lông thính giác đã bị phá hủy. Bằng các tác động sinh học, các tế bào biểu mô này phát triển thành các tế bào lông thính giác và chuột thí ngiệm đã phục hồi được hoàn toàn thính giác bị tổn thương.

Không bị điếc nhưng nghe vẫn vướng víu, lý do thuộc về vệ sinh. Một anh bạn của tôi cứ than thở sao tai nghe không rõ, âm thanh nhiều khi hụt hẫng. Đi bác sĩ thử coi! Có khi màng nhĩ bị lủng không chừng! Tôi nhớ tới nhạc sĩ Hùng Lân thời ông đang tu nghiệp tại Hoa Thịnh Đốn. Đó là vào năm 1967, ông được đi tu nghiệp về phát thanh học đường do Trung Tâm Học Liệu cử đi. Sang tới Mỹ ông đi khám tai vì trước đó ông cảm thấy tai nghe không rõ. Nhạc sĩ mà tai có vấn đề thì khốn khổ biết chừng nào. Khám mới biết là màng nhĩ tai ông bị một lỗ thủng nhỏ. Họ vá lại. Nghe ngóng ngon lành. Ông cứ xuýt xoa là gặp vận may quá là may! Anh bạn tôi màng tai vẫn tốt nhưng ráy tai đã che lấp hệ thống nghe của anh. Bác sĩ chuyên khoa tai mũi họng lôi ra cả đống cứt ráy tai. Tai anh đỏ lên, không phải vì bác sĩ nắm mạnh quá, mà vì… ngượng! Lấy ráy tai, thích thú chứ! Đó là cái thú được mệnh danh là đệ ngũ khoái! Gặp được tay thợ hớt tóc có tài vặt lấy ráy tai như mơn trớn, thú hết biết. Nhà văn Hoàng Hải Thủy đã có cái may mắn này. Theo nhà văn Nguyễn Thụy Long kể trong *"Hồi Ký Viết Trên Gác Bút"* thì: *"Bạn tôi, anh Hoàng Hải Thủy có một thú đam mê là được lấy ráy tai. Nghe danh ở đâu có anh thợ cạo lấy ráy tai giỏi đạt nghệ thuật anh phải mò tới lấy ráy tai bằng được. Anh đã kể cho tôi nghe một chuyện rằng ở Hải Phòng có một anh thợ cạo lấy ráy tai siêu hạng. Ngày chia đôi đất nước, chỉ còn một ngày nữa Hải Phòng tiếp thu, thuộc về chính quyền miền Bắc, anh cũng mò đến nhờ anh thợ lấy bằng được một vẩy tai cuối cùng còn mắc ở tận hốc tai trong cùng. Có vậy anh mới đành lòng xuống tàu vào Nam."* Lấy ráy tai nó mê ly như thế, đành đoạn sao được. Ngày nay, đi hớt tóc ở Saigon còn mê ly gấp bội. Bạn cứ tới đường Trần Não (Trần Não là ai, ở vào chỗ nào, tôi mù tịt!), nơi có khá nhiều tiệm hớt tóc bình dân. Thợ hớt tóc là các cô gái trẻ đẹp. Đặc điểm của các cô thợ hay tươi cười, rất đon đả chiều khách này là các cô không có kéo hớt tóc. Hớt tóc mà không có kéo bộ dùng nhíp mà nhổ tóc hay sao? Đâu có, vì các cô cũng không hớt tóc tuy rằng rõ ràng họ làm trong tiệm hớt tóc. Các cô chỉ biết gội đầu, cạo mặt, nhổ tóc bạc và lấy ráy tai. Một phóng viên đã đi thực tế mô tả cái đệ ngũ khoái như sau: *"Xong công đoạn cạo mặt, cô gái đeo lên đầu một chiếc đèn pin, kéo ghế ngồi sát vào tôi rồi thì thầm: "Anh nằm im cho em ráy tai. Buồn ngủ thì anh cứ ngủ đi nhé, em làm nhẹ lắm!" Đúng như lời cô gái nói, tôi bắt đầu lạc vào "mê hồn trận"... Điều khác biệt trong cách ráy tai tại những tiệm này so với những tiệm hớt tóc khác (theo đúng nghĩa của hớt tóc) thì dụng cụ ráy tai chỉ có một chiếc móc cán dài và một chiếc chổi lông thỏ mà thôi! Và các cô cũng đâu có ý định làm sạch tai, hơn nữa có các vị khách ngày nào cũng đến thì lấy gì mà...ráy?"*

Dân Saigon cần làm sạch tai để nghe cho rõ, dân Hà Nội còn cần nghe rõ hơn nữa. Bởi vì đi ra phố mà không nghe rõ tiếng còi xe thì chỉ có về... nhà xác. Xe cộ toàn do những anh hùng xa lộ điều khiển. Những anh này vốn coi khinh các đồng bào không có xe hoặc cưỡi xe nhỏ chỉ có hai bánh. Còi một tràng, không nghe thì kệ xác chúng bay, ông cứ đi. Dân

Hà Nội, ngoài các bệnh sợ mãn tính từ trước tới giờ nay lại đeo thêm một nỗi sợ mới: sợ tiếng còi xe! Còi ở đâu ra mà lắm thế? Thưa ở phố Hàng Còi! Phố Hàng Còi? Ba mươi sáu phố phường đâu có phố nào mang cái tên… la làng như vậy! Đừng có la! Đây là con phố tự phát nằm trên đoạn phố Huế từ ngã tư Trần Khát Chân đến ngã tư Nguyễn Công Trứ đã được dân chơi xế tự động đặt tên là phố Hàng Còi. Đoạn đường dài chưa đầy một cây số này có tới vài ba chục cửa tiệm treo lủng lẳng đủ thứ còi. Có tới 90% loại còi bán ở đây thuộc loại cấm sử dụng vì chúng phát ra những âm thanh rất chói tai: cái thì trầm bổng như còi xe tải nặng, cái thì gấp gáp chói lói hoặc rúc lên như chó sủa, cười sằng sặc như ma làm. Nhưng những loại còi quỷ quái này nay cũng… hết đát rồi. Còi bây giờ phải là còi ủ! Còi ủ? Đó là thứ còi hú dành quyền ưu tiên thường chỉ dùng cho các xế cảnh sát, chữa lửa, cứu thương… Dân chơi xế Hà Nội, nếu đúng là dân chơi, nghĩa là có máu liều điếc không sợ súng mới dám chơi còi ủ. Lâu lâu hú lên một cái cho dân tình giật mình tránh ra cho ta đi. Vui một điều là những xe chơi còi ủ thường là xe của các ông to không có quyền ưu tiên nhưng tự cho mình cái quyền đó để lấy le! Trên các đường quốc lộ thì càng ủ bạo nữa. Ủ để dọt nhanh nhưng ủ cũng là để vượt qua những đoạn đường có thu tiền mà không phải móc ví!

Tiếng động quá ồn ào luôn luôn là kẻ thù của lỗ tai, dù lỗ tai có được lấy ráy hay không. Không riêng gì lỗ tai, con người có những phản ứng không ngờ ở miệng khi sống giữa môi trường ồn ào. Mà điều này chỉ xảy ra với các bà thôi. Các bà làm việc trong không gian nhiều tiếng động đã phản ứng tự nhiên bằng cách ăn lấy ăn để bắp rang, *chocolate*, *chips* hoặc bất cứ thứ đồ ăn nào để trước mặt. Mà khi đã hết ồn ào, các bà vẫn cứ tiếp tục nhón thức ăn bỏ vào miệng. Đó là kết quả cuộc khảo sát do bà Laura C. Klein , giáo sư Đại Học Penn State thực hiện. Tệ hơn nữa là các bà cứ nhè những đồ ăn ngọt và béo mà đớp. Phì nộn là cái chắc!

Âm thanh, chúng còn nhiều tội lắm. Như chiều tối, cơm nước xong, vợ chồng tụ họp trong phòng sinh hoạt, ngồi cạnh nhau mà mỗi người một thú giải trí, chồng đọc báo, vợ coi phim Hàn Quốc. Đề huề biết mấy! Nhưng ông chồng đọc báo mà tiếng phim bộ của bà vợ cứ ồn ào bên tai, khó chịu chứ. Đầm ấm chi nổi! Làm sao chừ? Có tôi! Ông E. Norris giơ tay làm việc… thiện. Ông sáng chế ra một hệ thống âm thanh siêu âm, tiếng Mỹ gọi là *HyperSonic Sound*. Hệ thống âm thanh này không dùng loa để phát mà chuyển âm thanh bằng chùm sóng âm hội tụ có tốc độ nhanh hơn 5 lần sóng âm thanh mà, với tai thường, con người không thể nghe được. Bà vợ được nhận sóng siêu âm của dạng âm thanh này nên có thể nghe và âm thanh đi vào tai bà như âm thanh tự nhiên xuất hiện trong đầu. Ông chồng cứ thảnh thơi đọc báo, tai tiếc chẳng rộn ràng chi.

Ông Ivan Moran ở thành phố Montreal của tôi thì chẳng có được sự thảnh thơi đó. Ông bị điếc nặng chẳng nghe thấy gì. Qua đường mà lớ ngớ không nghe thấy tiếng động có ngày bị xe cộ hỏi thăm. Ông được nhà nước cung cấp cho một chú chó dắt đường. Ông có giấy chứng nhận được dùng chó, con chó lại đeo lủng lẳng tấm bảng “Chó Dắt Đường” màu da cam nổi bật ai cũng nhìn thấy. Vậy mà ông gặp rắc rối. Số là ông dắt chó lên xe buýt là bị bác tài đuổi xuống. Không phải một lần mà tới 66 lần trong 2 năm vừa qua. Xe buýt chỉ nhận chở chó dắt đường chứ không chở chó thường. Thì chó của ông Ivan là chó dắt đường chứ gì nữa. Các bác tài không cần nhìn chó mà nhìn vào mắt ông Ivan. Mắt mở thao láo thế kia thì cần gì chó dắt đường! Không ai nghĩ là ông cần chó dắt đường vì bị mù... tai! Ông gửi thư phản đối. Công Ty xe buýt gửi 8 thư xin lỗi và đoan chắc sự việc sẽ không xảy ra nữa. Nhưng sự việc cứ xảy ra khiến ông phải đâm đơn kiện lên tới Ủy Ban Nhân Quyền của Tỉnh Bang Quebec. Ông cho rằng ông đang tranh đấu cho hai thứ quyền: quyền của người điếc và quyền của người da màu. Bởi vì ông cũng nghĩ là vì da ông không trắng nên ông mới bị làm khó dễ như vậy. Sự phiền phức đáng giá bao nhiêu? Ông đòi bồi thường 280 ngàn đồng vì những tổn hại tinh thần ông phải gánh chịu!

Luật sư Harry Pierre-Etienne, cũng da đen như ông Ivan Moran, thì mù thật. Ông là Luật Sư khiếm thị duy nhất từ trước tới nay của Luật Sư Đoàn ở Montreal. Ông gốc ở Haiti, di cư qua Montreal năm 17 tuổi, lúc mắt ông bị yếu rất nhiều. Khi ông thấy mắt càng ngày càng mờ đi, ông vội ghi tên vào Viện Braille ở Longueuil. Ông nghĩ tới việc học ngành tẩm quất hay xướng ngôn viên đài phát thanh nhưng một tai nạn đã khiến ông theo ngành Luật. Năm ông 22 tuổi, mắt mù, ông chạy theo cô em để kịp chuyến xe buýt, chiếc máy Braille dành cho người mù ông xách trên tay va vào một chiếc xe đậu nửa trên lề nửa dưới đường. Ông gọi cảnh sát. Cảnh sát làm biên bản. Trong khi nói chuyện với cảnh sát, ông vung tay diễn tả. Ông cảnh sát khó tính bảo ông đừng vung tay mạnh quá vì như vậy là có cử chỉ đe dọa. Ông tức mình cãi lại: chỉ có luật cấm xe đậu trên lề đường chứ không có luật cấm vung tay! Ông bèn đi học Luật. Việc học của ông khó khăn nhưng nhờ gia đình và bạn bè giúp đỡ nên ông hoàn tất chương trình học. Một cô trong số bạn bè này ngưỡng mộ ý chí của ông nên bằng lòng làm vợ ông. Năm 1986, lúc ông 31 tuổi, ông gia nhập Luật Sư Đoàn. Ông nhất định coi như mình không mù. Ông từ chối dùng gậy và mãi tới năm 1997 ông mới chịu dùng một chú chó dắt đường. Lý do? Ông… phiếm: "Ai cũng hỏi tôi là tôi mù bẩm sinh hay do tai nạn. Thật chán! Từ ngày có con chó, người ta chú ý tới con chó nên không hỏi những câu hỏi lẩm cẩm như vậy nữa!" Làm sao ông tự lực cánh sinh như vậy được? Ông nhìn bằng… tai! Ông đạp xe theo xe của con ngoài đường bằng cách nghe tiếng động. Ông gài vào bánh xe của con một miếng vải cứng và nghe theo tiếng động đó mà đạp xe theo con. Trong nhiều năm ông đạp xe với con ngoài đường phố như vậy. Mới đây, trong một phiên xử, ông chánh án ra lệnh khai mạc, với tư cách luật sư của bị cáo, ông đứng dậy lễ phép nói: "Thưa Ngài, bị cáo chưa tới!" Mọi người nhìn vào chỗ của bị cáo. Trống trơn! Ông Chánh Án Jean Pierre Lortie chữa thẹn, nói: "Tôi chỉ muốn thử xem ông có cố ý muốn đùa với chúng tôi không!" Từng ấy cặp mắt sáng bình thường không bằng cái tai nghe của một người mù!

Cái tai nó nghe được nhiều chuyện dữ!

05/2005

NHÌN

Bia lên ta thấy thân người
Thấy ta thấy địch thấy đời lãng du
Thấy tay dư thấy chân thừa
Thấy tai nghễnh ngãng mắt mù óc không
Một đời phơ phất hình nhân
Thấy còn thấy hết sau cùng thấy đau
Bia lên thấy mẹ u sầu
Giấy bồi tơi tả cúi đầu trong ta
Trời cao ngó xuống thịt da
Bia lên mây cũng vật vờ cỏ xanh
Bia lên tìm chỗ ta nằm
Non cao duỗi cẳng em còn thấy đâu
Hầm bia buồn đến mộ sâu
Nghìn cây nến thắp trên đầu đạn bay.

Những ai đã từng đổ mồ hôi trong quân trường, nếu không trốn giờ thực hành tác xạ, chắc không thể quên được những tấm bia lên. Đó là những hình nhân bằng giấy bồi, được gắn trên một khúc cây dài, được những khóa sinh núp dưới hầm bia giơ lên cho những khóa sinh ghì súng ở phía trên bắn tập. Mỗi lần có tiếng hô "Bia Lên", những hình nhân được giơ lên ngang tầm súng hứng những viên đạn bay vèo vèo trên không trung. Mỗi vị trí bắn được đánh số tương đồng với số của hình nhân. Bắn xong, cứ đếm lỗ đạn trên hình nhân để tính điểm. Đếm xong, những vết đạn được dán kín lại để toán sau tiếp tục bắn. Khóa sinh trên xạ trường khi nhìn thấy bia lên chỉ nhìn thấy đó là mục tiêu phải nhả đạn tới cho thật chính xác. Nhưng thi sĩ Nguyên Sa, nhìn bia lên, đã thấy được rất nhiều hình ảnh. Đó không phải chỉ là cái nhìn bằng mắt nhưng còn nhìn bằng ký ức, tâm tưởng, tình cảm, suy tư...

Không phải là thi sĩ, không có một tâm hồn thơ, phần lớn chúng ta chỉ nhìn thấy những gì hiển hiện trước mắt. Đó là hình thể, chuyển động, ánh sáng, màu sắc... Cái nhìn bằng mắt như vậy nặng về phần cơ học. Nhưng ánh mắt nhìn lại khác, nó... gửi gấm lắm. Nhìn ánh mắt, người ta nhìn được lòng dạ nhau. Con mắt bỗng có đuôi.

Hai mươi bốn năm sau
Tình cờ đất khách gặp nhau
Đôi cái đầu đều bạc
Nếu chẳng quen lung, đố có nhìn ra được
Ôn chuyện cũ mà thôi.
Liếc đưa nhau đi rồi,

Con mắt còn có đuôi.

(Phan Khôi)

Con mắt sa đà vào lòng dạ có nhiều chuyện đáng nói. Mỗi chúng ta hầu như đều có kinh nghiệm về chuyện này. Hãy giữ riêng những con mắt có đuôi đó cho mình. Cái nhìn tôi muốn... phiếm ở đây, nó chỉ là cái nhìn. Trơ trụi có vậy thôi.

Chỉ nguyên việc nhìn được, đó đã là một hạnh phúc. Chúng ta có được đôi mắt nhìn rõ được thế giới quanh ta, chúng ta cứ nghĩ đó là chuyện đương nhiên, ai cũng vậy. Nhưng nhan nhản quanh chúng ta có thiếu gì người không còn đôi mắt để nhìn. Họ sống trong một thế giới khác, thế giới chỉ có một tấm màn đen. Trong một lần gặp gỡ Đại Úy Giám Đốc trường Khiếm Thị ở Saigon trước đây, ông đã chua xót nói bằng một giọng vừa ngậm ngùi vừa oán than. *"Trên đời chỉ có hai hạng người: những người mắt sáng và những người mù!"* Nhiều năm sau, khi bị dồn vào cái gọi là trại Cải Tạo Long Thành, tôi thấy lại ông. Ông đã từ Đại Úy leo lên tới Đại Tá nhưng mắt ông vẫn tối thui như cũ. Trong trại, ngày ngày ông cõng một ông Đại Tá khác bị cụt chân tham gia những sinh hoạt trong trại. Một người có mắt, một người có chân, họ dựa vào nhau để sống!

Trong những xã hội chúng ta đang sống, người khiếm thị dựa vào chó. Đó là những con chó đã được huấn luyện để dắt người mù. Những con chó dễ thương này lại không hoàn toàn dựa vào đôi mắt của chúng. Theo một cuộc khảo sát ở Tân Tây Lan thì cứ mười chú khuyển này thì có ít nhất một chú bị cận thị khá nặng. Nếu là người thì chú đã phải sắm một cặp kính trắng, nhưng là chó, không có khả năng đeo kính, chú dựa vào tài đánh hơi và khả năng ngửi của mình để hành hiệp. Hai cái khả năng trời cho này của loài khuyển lại không đủ để "nhìn" thấy một chiếc xe hơi đang phóng tới. Như vậy các nhà nghiên cứu đã ngửi thấy sự nguy hiểm, họ nghĩ ra là một dụng cụ điện tử để dẫn dắt người mù sẽ chắc ăn và đỡ phiền toái hơn nhiều. Những chú khuyển nghĩa hiệp chắc sẽ có ngày phải sắp hàng đi xin trợ cấp thất nghiệp!

Đôi mắt, cái bộ phận để nhìn của chúng ta, thường vẫn được ví von một cách thơ mộng là cái cửa sổ của tâm hồn. Nghe đẹp như vậy mà chúng ta hình như chưa o bế chúng một cách phải phép. Khi con người đạt tới cái tuổi 40 thì mắt đã có thể có vấn đề. Nó lụi đi không còn nhìn được rõ ràng nữa. Nó cần có một anh bạn: cái mục kỉnh. Vậy mà, theo một cuộc thăm dò của hãng Léger Marketing với 755 người Canada trong tháng 8 vừa qua, thì dân Canada ở cái tuổi cần thăm hỏi đôi mắt đã chú trọng tới răng và tóc nhiều hơn. Hớt tóc, săn sóc tóc, xịt thuốc tóc, *gel* chải tóc thì OK nhưng mắt thì... hạ hồi phân giải. Họ không cần biết là, với tuổi tác, mắt nhìn không rõ nữa là chuyện đương nhiên, chẳng ai tránh được. Cũng vẫn theo cuộc thăm dò trên thì 76% người trên 40 tuổi nhìn không rõ và lên tới tuổi 45 thì 82% công nhận là mắt cặp bờ lời. Vậy mà 27% số người này không thèm đi khám mắt và 24% có đeo kính nhưng là thứ kính làm sẵn bán trong các cửa tiệm tạp hóa!

Tuổi càng cao, cái nhìn càng... lờ mờ nhân ảnh như người đi đêm. Không có cặp kính lão dễ gây ra những sự lầm lẫn tai hại. Nhưng không có cặp kính lão nhiều khi lại dễ chịu hơn. Vì cứ lờ mờ mà còn thấy mình dễ thương, lắp cặp kính vào thấy rõ những nét nhăn trên da, những vết thời gian trên người, những chân chim quanh mắt, những đồi mồi trên mặt, những tóc bạc trên đầu, mất vui đi! Đời có được bao lăm, trốn chạy được cái anh thời gian vô duyên lúc nào hay lúc đó. Cứ làm như thời gian bị hóa đá từ lúc anh và em, chúng ta e ấp dắt nhau vào cuộc sống lứa đôi.

Đôi vợ chồng trở lại nhà hàng nơi họ từng hưởng đêm tân hôn 50 năm trước. Ông chồng nhớ lại:

"Mình còn nhớ tiết mục tạp kỹ có thằng cha đập vỡ được ba quả hạt dẻ trong tiệc cưới của chúng mình không?"

"Em nhớ chứ! Quên làm sao được hở mình!"

"Bây giờ vẫn còn tiết mục trình diễn đó, đêm nay mình lại được sống lại cái đêm thần tiên của chúng mình hồi đó."

Buổi diễn đêm đó, vẫn anh nghệ sĩ cũ trình diễn tiết mục cũ, nhưng hai vợ chồng thấy anh đã thay ba hạt dẻ bằng ba trái dừa. Ông chồng lấy làm ngạc nhiên hỏi:

"Lão nghệ sĩ này! Tôi thấy tiết mục trình diễn của ông đã thay đổi lớn hơn, vượt xa những gì chúng tôi được xem cách đây 50 năm!"

Lão nghệ sĩ gật đầu:

"Cũng đành phải thế thôi, ông bạn. Với tuổi tác, mắt tôi nhìn càng ngày càng kém!"

Mắt kém, mắt đau cứ tìm tới mấy ông bác sĩ chuyên môn về mắt. Y học ngày nay đã tiến rất xa trong tất cả các ngành, trong đó có ngành nhãn khoa. Nhưng đem thiền vào nhãn khoa thì mới chỉ là một thử nghiệm đơn độc. Người mặn mà với công trình độc đáo này là một bác sĩ nhãn khoa Việt Nam,

Bác Sĩ Nguyễn Hùng trong tổ hợp *United Eye Care*. Bác Sĩ Hùng năm nay mới 30 tuổi, là người Việt Nam đầu tiên tốt nghiệp cùng một lúc hai văn bằng Tiến Sĩ về Nhãn Khoa và Cao Học Y Tế Công Cộng *(Master of Public Health)* của Đại Học *Nova Southeastern University*. Ông cũng đã tốt nghiệp Cử Nhân Sinh Hóa của Đại Học UCLA từ năm 1997.

Do đâu mà vị Bác Sĩ trẻ tuổi này lại nghĩ tới thiền và áp dụng thiền vào ngành chuyên môn của mình? Ngay từ thuở nhỏ, Bác Sĩ Hùng đã có những phút ngồi cầu nguyện do tự nhiên không từ một ảnh hưởng của tôn giáo hay nền giáo dục nào cả. Ông cho đó là một "cơ duyên". Những phút cầu nguyện này không phải là muốn cầu xin một ơn huệ nào cả mà chỉ là những phút tĩnh tâm cho tâm trí thư thả. Sau những phút tĩnh tâm như thế, ông đều cảm thấy có điều gì như sáng hơn trong trí óc. Sau khi tìm hiểu thêm về Thiền ở Nhật Bản và Ấn Độ để nắm bắt được cái vi diệu của Thiền, ông đã tĩnh tâm đưa sự suy tưởng vào việc chữa trị trong nhãn khoa. Ông nhận thấy sau một thời gian chữa trị cho các bệnh nhân, các bệnh về mắt thường ít nhiều do từ nhãn áp mà ra. Cũng theo Bác Sĩ Hùng thì trong việc điều trị các bệnh về mắt, người ta chỉ chữa ngọn mà bỏ quên gốc. Ông chú trọng vào việc chữa trị từ gốc. Việc định ra được ảnh hưởng của nhãn áp trên các bệnh về mắt là một điểm mới vì chính nhãn áp là nguyên nhân của những trường hợp bị mù mà người bệnh thường không biết. Đó là sự chết từ từ của mắt. Theo nghiên cứu của ông thì nguyên nhân đưa đến mù lòa do tự nhiên chỉ có khoảng tứ 14% đến 15% do di truyền, một phần do tiểu đường và một phần do hút thuốc, còn hầu hết là do nhãn áp, do những điều hành sinh học không tự nhiên trong mắt khiến thần kinh mắt bị ảnh hưởng tạo nên áp nhãn gây mù.

Ông giải thích là theo nguyên lý âm dương, có đi thì phải có về mới hợp theo lẽ tự nhiên. Vậy mà, trong nhiều bệnh về mắt, nước tiết ra trong mắt thường không trở về đầy đủ khiến ảnh hưởng đến thần kinh mắt trên các phần giác mạc và võng mạc. Từ đó ông tạm kết luận là nhãn áp rất quan trọng và ông nghiên cứu theo hướng này. Ông thấy rõ sự khác biệt giữa những người có tập thiền và những người không tập thiền trong các bệnh về mắt. Sau nhiều trường hợp thử nghiệm bằng cách chỉ dẫn cho bệnh nhân tập thiền, ông thấy kết quả trong việc điều trị rất khả quan. Phương pháp thiền ông tập cho bệnh nhân rất giản dị. Chỉ cần ngồi kiết già, giữ thân cho thẳng, hai tay để thoải mái trên đầu gối, bàn tay ngửa và đôi mắt chỉ mở 1/3 rồi từ từ thở ra hít vô thật sâu. Mỗi nhịp thở là một lần dừng lại đếm. Cứ tập như thế trong khoảng 20 phút mỗi ngày.

Theo vị Bác Sĩ tuổi trẻ tài cao này thì đây là nghiên cứu đầu tiên trên thế giới về áp dụng thiền trong điều trị nhãn khoa. Tháng 6 năm 2005 tới đây, công trình nghiên cứu của ông sẽ được trình bầy trước Hàn Lâm Viện Nhãn Khoa Hoa Kỳ.

Khi chúng ta nhìn, màu sắc là cái đập vào mắt chúng ta trước tiên. Nhà thiết kế thời trang Lisa Fisher ở Cape Town, Nam Phi cho rằng màu sắc luôn ở quanh ta và là điều thiết yếu của cuộc sống, có ảnh hưởng tới tâm trạng và sức khỏe của mỗi chúng ta từ cơ thể tới đầu óc và tinh thần. Mầu sắc chẳng phải chỉ để nhìn cho vui mắt. Nó quan trọng hơn nhiều. Cũng vẫn theo Lisa Fisher thì mỗi mầu sắc có một sự tác động khác nhau tới hệ *chakra*. Hệ *chakra*, nó là cái chi chi? *Chakra* có nghĩa là vòng quay hoặc cơn xoáy, ám chỉ tới một trong bẩy loại năng lượng mà hệ ý thức và sức mạnh của cơ thể chúng ta được tạo nên. Nó hoạt động như một cái bơm hoặc van để điều chỉnh dòng chảy năng lượng trong cơ thể. Khi hệ *chakra* bị mất cân bằng, nó dẫn tới sự thiếu hoặc thừa năng lượng và ảnh hưởng tới sức khỏe. Khi năng lượng khỏe mạnh, rộng mở và cân bằng, nó sẽ chảy dễ dàng qua hệ *chakra*. Khi chúng ta mặc quần áo, chúng ta cần phải hiểu được mỗi mầu có ý nghĩa gì và sử dụng nó thế nào để có thể hồi phục sức khỏe bằng cách cân bằng hệ *chakra*.

Chúng ta thử lấy một vài ví dụ. Nếu chúng ta cảm thấy thiếu tự tin hoặc mất tinh thần về một buổi họp quan trọng sắp tới chẳng hạn, chúng ta hãy mặc mầu đỏ. Mầu đỏ là mầu đầy sinh lực và mạnh mẽ, mang tới sự quyết đoán và năng động. Dưới mầu đỏ một nấc là mầu hồng, một mầu cũng mạnh mẽ nhưng không nhiều năng lượng như mầu đỏ.

Nếu chúng ta cảm thấy lo lắng trước một cuộc họp thì mầu vàng sẽ loại bớt được sự lo âu. Đó là mầu của ánh nắng và sự sống. Mầu đen là mầu của đất, sự che chở và nữ tính. Mầu trắng đầy tính thuần khiết và thanh tao.

Mầu sắc, như vậy, nó ảnh hưởng tới tâm trạng của chúng ta. Lựa đúng mầu vào đúng lúc, đúng nơi, chúng ta sẽ cảm thấy thoải mái và an tâm. Mầu sắc cũng ảnh hưởng tới việc yêu đương. Điều này thật ra chẳng mới mẻ gì. Ngay từ thời cổ, các vương triều ở Trung Hoa và Ai Cập đã biết điều này từ khuya. Họ đã biết lựa mầu sắc cho cung điện và nhất là những nơi vua ngự giá tới ban ơn mưa móc cho các cung tần mỹ nữ. Theo sự phân tích của các nhà khoa học thì mầu sắc ảnh hưởng rất nhiều tới tâm lý và sinh lý của con người. Riêng về tình dục, mầu sắc còn có khả năng làm hưng phấn hay giảm thiểu sự kích thích trong ham muốn và sự hăng hái trong hoạt động tình dục. Mầu xanh tạo sự thanh thản, mát mẻ, nhẹ nhàng, khêu gợi. Mầu đỏ gây kích thích mạnh, tạo sự ấm cúng, hăng say, nhiệt tình, mạnh dạn. Những người hay lơ là trong việc chăn gối nên dùng đèn mầu đỏ trong phòng để tạo thêm hứng thú và hăng say. Các khách sạn tại Hong Kong lại ưa dùng vải sa tanh đen làm khăn trải giường. Mầu đen thực ra không có tác dụng gì nhiều trong việc chăn gối nhưng nó làm cho cơ thể con người nổi lên khiến khoái cảm tăng thêm.

Ánh sáng cũng là một yếu tố quan trọng. Trong một căn phòng tối thui, nhà tranh cũng như nhà gạch, mắt rất ít việc làm. Mà hình ảnh của người tình được ánh sáng soi sáng thường làm tăng thêm kích thích cho việc... đánh cờ. Các nhà tình dục học khuyên các cặp vợ chồng muốn đạt được khoái cảm thực sự trong ái ân nên dùng mầu hồng cho phòng ngủ, khăn trải giường mầu sậm và dùng đèn ngủ mầu đỏ hay mầu hồng. Chẳng nên không nhìn thấy nhau trong bóng tối.

Các nhà giáo dục tại các trường trung học và một số các trường tiểu học tại Montréal đang điên đầu về trò chơi mầu sắc của học sinh. Chúng đua nhau đeo những chiếc vòng nhựa có mầu trên tay. Ngặt một nỗi, những chiếc vòng này là những chiếc vòng biết nói. Chúng nói những điều mà các thầy cô nổi da gà! Khi một học sinh nhìn mầu sắc chiếc vòng trên tay một học sinh khác phái, chúng đọc được ý nghĩa trên mầu sắc chiếc vòng. Mầu cam: một cái hôn. Mầu vàng: một cái ôm. Mầu đỏ: hôn lưỡi. Mầu tím: hôn, nắm tay. Mầu hồng: sẵn sàng. Mầu xanh: dùng mồm miệng. Mầu lá cây: sex bên ngoài. Mầu đen: làm tình! Mầu sắc và cái nhìn đã sa đà vào chốn tối đen. Lối nhìn sống sượng nặng về tình dục trong chốn trường ốc đã lấy đi sự hồn nhiên của lớp tuổi học trò.

Tôi muốn thoát khỏi cái nhìn vướng víu đó để nghía vào một cái nhìn khác. Thơ hơn nhiều!

Em bơi nằm ngửa trong hồ
Nước trong thấy rõ ý đồ của anh
Ngày xưa đi học dốt văn
Nên giờ không biết tả tiên thế nào
Nước ôm hai mảnh xôn xao
Hồn nhiên hôn đại ngay vào chân lông

Anh đưa con mắt trời trồng
Ngó lơ chỗ khác như không thấy gì
(Quan Dương)

01/2005

NHÍ

Brandenn Bremmer biết đọc từ lúc 18 tháng tuổi. Ba tuổi, cậu chơi đàn dương cầm và trình độ học ngang với lớp một. Mười tuổi, tốt nghiệp trung học! Cậu nhí thông minh nhất nam tử này làm giới truyền thông xúm vào viết và nói tới cậu. Cậu là nhí mà như không phải là nhí. Ông Steven Tucker, nhà cách không xa nhà cậu nhí Brandenn ở Venango, một cộng đồng nhỏ thuộc tiểu bang Nebraska đã phân vân. Ai cũng thấy cậu đúng là một cậu nhỏ đang lớn như những đứa trẻ khác nhưng đồng thời họ cũng biết là cậu ấy khác những đứa trẻ xung quanh! Năm mười một tuổi, cậu vào trường Cao Đẳng để trở thành chuyên gia gây mê. Cậu viết truyện thần bí, tiếp xúc với thế giới thần linh, đang soạn một CD nhạc thứ hai. Đùng một cái, cậu tự tử chết vào tuần trước. Sống đúng 14 tuổi. Chưa qua hết tuổi nhí. Cậu không để lại thư từ gì cả. Bố mẹ cậu cho biết họ để cậu tự do, muốn làm gì thì làm chứ không thúc dục hoặc ép đặt điều chi. Tại sao cậu tìm tới cái chết? Vẫn chưa có câu trả lời.

Nhí là tuổi chênh vênh. Các cụ bảo tuổi này là tuổi chưa ra ngô mà cũng chưa ra khoai. Cái tuổi ở ngã ba đường lộng gió. Nó phóng túng và bát ngát phải biết. Nay thế này mai thế khác chẳng biết đâu mà lường. Dưới mắt mẹ cha, tuổi nhí còn là tuổi phải quấn chặt trong vòng tay, buông ra là hỏng. Nhưng dân nhí thì tưởng như đã lột xác từ sâu thành bướm, cất cánh nhởn nhơ, chẳng sợ cái gì cả. Thành bướm thì phải vờn hoa. Hoa bướm của những ngày đầu phổng phao, như còn nguyên bầu sinh lực trong người, nó chộn rộn ra gì!

Trời hôm ấy mười lăm hay mười tám?
Tuổi của nàng tôi nhớ chỉ mười ba
Tôi phải van lơn ngoan nhé, đừng ngờ...
Tôi phải dỗ như là... tôi đã lớn
Tôi phải đợi như là tôi đã hẹn
Phải thẹn thò như sắp cưới hay vừa sêu
Phải nói vơ vào rất vội: người yêu
Nếu ai có hỏi thầm: ai thế?

(Nguyên Sa)

Yêu em nhí nó gian nan như thế. Như mình vừa ăn gian cuộc đời của người yêu. Một anh ăn gian đang phải hầu tòa ở Montreal là một giáo sĩ đạo *Evangelic* (tôi chẳng biết dịch sao ra tiếng Việt cái tên đạo này!). Năm nay 52 tuổi, tên ông giáo sĩ này không được tiết lộ để giữ kín lý lịch của cô nhí, ông giáo sĩ này đã cưới một cô nhí mới có 10 tuổi. Ông rất thân với gia đình cô nhỏ, một gia đình đạo hữu của ông, và ông đã "cưới" cô như là một trong những người vợ của ông. Ra khai trước tòa, cô nhí khai là cô không nhớ về một đám cưới nhưng đi đâu ông giáo sĩ này cũng bảo cô là vợ và cha mẹ cô vẫn trêu chọc cô là hai người đã cưới nhau! Cô đã thực sự làm tình với "chồng" vào năm 11 tuổi, mỗi tuần một lần, tại nhà của ông ta. Bị kết tội giao hợp với gái vị thành niên, ông giáo sĩ đã giảng cho quan tòa là việc hai người làm tình với nhau là chính đáng vì hai người là vợ chồng. Ông chưa bao giờ ly dị cô nhí này nên chưa có tòa nào có thể bảo là hai người không phải là vợ chồng! Nghe ngon chưa? Ngon hơn nữa là ông ta dõng dạc "giảng" trước tòa: Dù rằng chúng tôi đã phải cách xa nhau trong hai năm qua, dù rằng cơ quan bảo vệ trẻ em đã can thiệp vào, dù rằng tôi có vào tù 10 năm đi nữa, cho tới khi tòa chưa ra được chứng từ khác, chúng tôi vẫn là vợ chồng!

Cô nhí Amandeep Atwal của tỉnh lẻ Kitimat, thuộc tỉnh bang British Columbia yêu người trẻ hơn, chỉ hơn cô một tuổi. Mối tình bắt đầu khi nàng 15 và chàng 16 tuổi! Hai người gặp nhau vào tháng giêng năm 2001 trong một lớp khoa học tại trường Mount Elizabeth. Gặp nhau là... *coup de foudre* liền! Họ dấu diếm mối tình của họ vì Amandeep bị cha mẹ ngăn cấm. Hẹn hò đi chơi với nhau hoàn toàn trong vòng bí mật, tại những nơi chốn vắng vẻ ít người qua lại. Truân chuyên tới bằng một tai nạn xe hơi xảy ra vào tháng 6 năm 2003. Amandeep lấy xe của cha chở người yêu đi Terrace và nàng bị lạc tay lái đâm vào lề đường. Chuyện tình bỗng chốc ra ánh sáng mặt trời. Mặt cha mẹ Amandeep cũng chói chang như mặt trời. Khỏi nói ai cũng biết là Amandeep bị dũa te tua như thế nào. Khi cậu bé McIsaac ra khỏi bệnh viện, hai người quyết định trốn đi. Đúng lúc khởi hành, xe của mẹ Amandeep trờ tới đứng chắn đường ra. Cảnh sát được kêu tới. Gặp đúng cảnh sát chịu chơi. Họ bảo là bà mẹ không có quyền xâm phạm vào tự do của người khác! Cuối cùng, họ đạt tới thỏa hiệp là cho cô con gái đi nhưng với điều kiện là ba ngày sau cô phải về đi với gia đình tới New Westminster để cô thông báo cho họ hàng là cô đi học xa. Ba ngày sau, cô theo cha đi… giải độc với họ hàng. Một tuần sau, cô báo cho người yêu biết là cô cắt ngắn chuyến đi và sẽ về với cậu vào ngày hôm sau, cha cô sẽ lái xe đưa cô về. McIsaac vui mừng chờ đón người yêu nhưng không thấy gì. Cho tới khi Cảnh Sát tới bảo cậu bình tĩnh và họ loan tin Amandeep đã chết tại Bệnh viện Langley Memorial. Cậu quyết đoán ngay là cô bị giết. Phiên tòa ngày 4 tháng 3 năm 2005 vừa qua đã xử ông bố Rajinder Singh Atwal có tội và kết án tù chung thân. Sau phiên tòa, cậu nhí McIsaac, nay vừa được 20 tuổi đã ngôn một cách thủy chung : "Có một điều tôi muốn nói với cha nàng: nếu ông làm như vậy để ngăn nàng đến với tôi, ông đã làm một điều trái ngược. Chính vì ông làm như vậy mà chúng tôi không bao giờ ngăn cách - không bao giờ! Nàng sẽ ở cùng tôi trong suốt cuộc đời còn lại của tôi!"

Tình nhí, ai dám nói là nông nổi! Cũng đá vàng lắm chứ. Khi tình trắc trở họ cũng đứng lên như người lớn. Jessica Bourque ở Montreal, chưa tới 17 tuổi đã làm mẹ. Bỏ nhà ra đi, cô sống ngoài đường phố và chơi ma túy. Thế rồi cô có thai với một tên nào đó. Cô đi phá thai, nhưng nghĩ lại, cô quyết định giữ. Bé Amy nay đã được 18 tháng và bà mẹ mới

18 tuổi. Cô quyết định làm lại cuộc đời. Cuộc đời bắt đầu vào 5 giờ rưỡi sáng mỗi ngày. Giờ cô đi gửi con và tới trường tiếp tục học vấn. Cô là một trong số các bà mẹ nhí của xã hội này, xã hội càng ngày càng khó khăn khiến cho tỷ lệ các bà mẹ nhí sụt xuống 33% kể từ năm 1974 tới nay. Một bà mẹ nhí khác, cô Irene Brown, 19 tuổi mà con đã 18 tháng, khá hiên ngang: "Có con làm tôi khôn ngoan hơn… Cuộc sống có ý nghĩa và con đã giúp tôi đi tới. Bây giờ tôi có một cái gì để sống với!"

Nhí ngày nay trưởng thành sớm hơn thế hệ trước rất nhiều. Tôi nhớ lại năm 16 tuổi, ngơ ngơ ngáo ngáo, một điều nhờ tới mẹ, hai điều hỏi ý cha. Có tự mình quyết định được chuyện gì ra hồn đâu! Như thế là… ngoan! Cuộc sống có khuôn phép của nó, cứ loanh quanh trong cái khuôn phép đó cho tới khi trưởng thành. Chẳng cần nghĩ ngợi gì mà cũng chẳng phải nghĩ ngợi gì. Nhí ngày nay khác. Chúng… cách mạng!

Hiệp Hội Phụ Huynh và Giáo Viên Nhật Bổn vừa hoàn tất một cuộc thăm dò về… chuyện người lớn của các nhí còn cắp sách tới trường Trung Học. Kết quả thăm dò tại 45 trường Trung Học cho kết quả: 39% nữ sinh và 30% nam sinh đã có kinh nghiệm về tình dục! Kinh nghiệm đó ra sao? Với các nữ sinh thì 13% tiết lộ là các em đã hối hận khi làm chuyện ấy, 49% không biết nói về kinh nghiệm đó như thế nào. Với các nam sinh thì 11% lấy làm tiếc nhưng 58 % nói không thấy tiếc gì! Bản thăm dò không cho biết độ tuổi của các em rõ ràng nhưng Đông cũng như Tây Y hầu như đều đồng ý với nhau về tuổi dậy thì của các em.

Về nữ, Tây y cho là 7 tuổi là tuổi thay răng, mọc tóc; 2x7=14 tuổi có kinh, dậy thì; 7x7=49 tuổi mãn kinh. Theo Đông Y cho rằng các thời kỳ thay đổi nơi cơ thể nữ giới có liên quan đến tạng thận: 7 tuổi thiên quý đến; 7x2=14 tuổi thiên quý đủ; 7x7=49 tuổi thiên quý cạn.

Đối với nam giới, Tây y nói 2x8=16 tuổi dậy thì; 8x8=64 tuổi về già , mắt mờ chân chậm. Còn Đông Y thì cho rằng: 8 tuổi là thiên quý đến; 8x2=16 tuổi thiên quý đầy đủ, có thể có con; 8x8=64 tuổi là thiên quý cạn.

Tại Canada, tuổi được pháp luật coi là trưởng thành trong vấn đề tình dục là 14 tuổi, thấp hơn tiêu chuẩn quốc tế là 16 tuổi và thấp nhiều hơn là khuyến cáo của Hiệp Ước Quốc Tế về Quyền Của Trẻ Em là 18 tuổi. Cái tuổi 14 của Canada được ấn định bởi chính phủ của Thủ Tướng Brian Mulroney vào năm 1987. Trước đó, tuổi này là 18. Trong Luật Hình của Canada không quy định gì về số tuổi của người làm tình với các em trên 14 tuổi. Nghĩa là, người lớn bất cứ ở độ tuổi nào cũng có thể thòm thèm với các em mà không bị kết tội miễn là không ở một địa vị có quyền lực hay uy quyền. Với tình trạng của xã hội hiện nay, Canada đang tính tới việc nâng cao tuổi trưởng thành tình dục lên 16 tuổi. Mười bốn tuổi, nhỏ quá! Cứ so sánh thế này thì thấy rõ. Trẻ em chỉ có thể mua thuốc lá nếu trên 16 tuổi, lái xe vào năm 16 tuổi, mua rượu phải trên 18 tuổi, đi bầu vào năm 18 tuổi. Vậy mà chuyện… người lớn hơn nhiều thì lại chỉ cần 14 tuổi!

Mười bốn tuổi, quá nhỏ cho chuyện… người lớn. Nhưng trong vụ án đang làm chấn động toàn thể nước Pháp xảy ra ở thành Phố Angers thuộc miền Tây nước này thì 14 tuổi là quá lớn! Tất cả có 66 bậc cha mẹ bị ra tòa về tội lạm dụng tình dục trẻ em từ 14 tuổi xuống đến 6 tháng! Theo hồ sơ tòa án thì 45 nhí đã bị hiếp dâm hoặc bị quấy rối tình dục từ năm 1999 tới 2002 bởi cha mẹ hoặc các người lân cận. Các bị can, tuổi từ 27 đến 73, là những dân nghèo ở vùng Saint Leonard thuộc Angers, một thị trấn chỉ có 156 ngàn dân ở cách thủ đô Paris 265 cây số về phía tây nam, làm việc này có khi chỉ để đổi lấy những món tiền nhỏ hoặc thực phẩm, thuốc lá, rượu. Một bé gái 10 tuổi, theo cáo trạng, đã bị tới 30 người lớn hiếp dâm! Điều gây sốc cho dư luận là số phụ nữ dính vào trong vụ án nhơ nhớp này. Trong số 39 bị cáo đang bị giam giữ, có tới 13 phụ nữ!

thế rồi, trăng sáng lung linh
em mười sáu tuổi giận hờn vu vơ
sang năm mười bẩy, không ngờ
tình tôi nít nhỏ ngồi mơ cũng thừa!
tôi mười bẩy tuổi buồn chưa
đầu niên học mới dầm mưa cả ngày!

(Nguyễn Tất Nhiên)

Mười bẩy tuổi mà chỉ biết dầm mưa. Yếu! Mười hai tuổi người ta đã biết làm khối chuyện, như chuyện mê cô giáo chẳng hạn. Năm 1996, cậu Vili Fualaau đã … vòng tay học trò! Cô giáo là Mary Kay Letourneau, 34 tuổi, có chồng và 4 con, đã thực sự tí toáy với cậu học trò lớp 6 tiểu học 12 tuổi này. Và cô mang bầu! Cô bị vô tù 6 tháng về tội hãm hiếp vị thành niên. Ra tù, chỉ một tháng sau, cô lại bị bắt quả tang đang…mần việc với cậu học trò Fualaau nữa trên xe của cô. Và cô lại dính. Vừa dính bầu, vừa dính tù. Lần này cô bị giam tới 7 năm rưỡi lận. Tháng 8 vừa qua, cô ra tù. Cậu bé 12 nay đã 22. Người lớn rồi. Cậu xin cưới cô giáo cũ. Hai người sẽ thành hôn vào ngày 16 tháng 4 sắp tới! Hai con gái của họ, năm nay lên 6 và 7 tuổi, sẽ ôm hoa danh dự trong lễ cưới này!

Ngon chưa? Nhưng tuổi nhí còn ngon hơn nhiều. Chúng không chỉ quanh quẩn trên giường. Chúng lao vào xã hội. Lao mạnh là đằng khác. Cậu Bryce Durafourt ở thành phố Montreal của tôi chưa đủ tuổi đi bầu nhưng cậu đã quyết định sẽ ra ứng cử chức Thị Trưởng thành phố đứng vào hàng thứ 22 trong danh sách các thành phố đáng sống nhất trên thế giới do Liên Hiệp Quốc vừa mới công bố. Làm sao được? Được chứ! Tới tháng 5 sắp tới là cậu đủ 18 tuổi rồi! Điều cậu đã làm là tháng 12 vừa qua, cậu đã nạp đơn lên Ủy Ban Bầu Cử để dành sẵn cái tên Đảng mà cậu sẽ thành lập là *ReforMontreal*! Sở dĩ đảng của cậu chưa… hiện thực được là vì còn phải chờ các thành viên Ban Sáng Lập đủ tuổi đã! Một thành viên nòng cốt khác, cậu Alexis Youssef sẽ đủ 18 tuổi vào tháng 4 tới đây. Đảng của họ gồm 3 thành viên sáng lập. Cộng số tuổi của cả ba lại cũng chưa bằng tuổi của đương kim Thị Trưởng Gerald Tremblay hoặc tuổi của một ứng cử viên khác, cựu Thị Trưởng Montreal Pierre Bourque. Cả hai đối thủ của họ năm nay vừa tròn 63 tuổi. Chương trình tranh cử của đảng *ReforMontreal* gồm những điều thực tế trước mắt như xúc tuyết nhanh, lấp các lỗ ổ gà trên đường, nối dài metro, trồng cây ven lộ, xây nhà rẻ tiền, phát triển kinh tế!

Tuổi nhí ở Việt Nam hiền hơn một chút. Họ nhảy vào thương trường! Bốn cô cậu Việt Anh, Vân Trang, Quốc Thái và Phương Linh nhảy vào kinh doanh mặt hàng… độc trong làng thời trang: thời trang *hip-hop*. Họ mở *shop ATL* chuyên về quần áo mốt, độc đáo , giá cả thích hợp với giới chưa làm ra tiền. Mở được một cửa hàng loại này, họ đã phải thuyết phục bố mẹ, tìm vốn, tìm mặt bằng… Toàn những chuyện không phải dễ, nhưng họ đã làm được vì họ tin là họ có khách hàng. Đó là những cô cậu cùng trang lứa với họ nên họ biết rõ sở thích và nhu cầu. Lợi thế của họ là biết tư vấn, thuyết phục và chính mình đứng ra làm người mẫu cho hàng của mình.

Nhí Ngô Yến Nhi, còn đang theo học trường Bùi Thị Xuân Saigon, là một học sinh giỏi, có tài lãnh đạo và có hoa tay. Cô vẽ thiệp bán. Mỗi tháng cũng thu được vài trăm ngàn, khỏi phải xin bố mẹ tiền tiêu vặt! Cậu nhí Phước Hậu cũng bán thiệp nhưng… vai vế hơn! Còn đang theo học lớp 11 trung học, cậu đã có một cửa hàng bán thiệp tên Thanh Nhã. Cửa hàng của cậu nằm trong khu chợ đêm Bến Thành. Vì còn phải đi học nên cửa hàng chỉ hoạt động vào ban đêm. Theo cậu Phước Hậu thì buôn bán không chỉ vì lợi nhuận mà còn giúp học được những kinh nghiệm cọ xát với thực tế cuộc đời!

Nhí mà vén tay áo xông vào cuộc đời, có sớm sủa quá không? Nhiều người cho là không vì thời buổi này con nít trưởng thành trước tuổi. Không… thần đồng như cậu nhí Bradenn Bremmer nhưng nhiều đứa trẻ tuy chưa dứt sữa cũng đã làm cho các bậc cha mẹ sốc về sự khôn ngoan của chúng. Đó phải chăng là đặc tính của thế kỷ 21, thế kỷ mà chúng ta mới chỉ đi được có 5 bước? Một thế kỷ mà trẻ thì lớn trước tuổi, già thì cương cường nhất định chẳng chịu thua cái anh thời gian!

03/2005

NHỨC

Bỏ rẻ ra mỗi con người cũng có bốn năm chục ký vừa xương vừa thịt vừa những thứ lằng nhằng khác. Tha hồ mà nhức! Nhức chỉ cần chút đỉnh cũng vẫn nhức được như thường. Đâu có cần tính ký. Mà nhiều khi tính cũng chẳng được! Như bị em cài số de cho một đường thất tình, nhức nhối lắm chứ!

Này con dế mày kêu sau hè
Thôi ngủ đi nghe tao buồn, buồn lắm
Kêu làm gì mà tao nghe rưng rưng
Tao nghe bâng khuâng nửa chừng đời tuột

(Nguyễn Nam An)

Rưng rưng như vậy nó nằm ở chỗ nào? Ai chẳng biết! Ai mà cả đời chưa hề "nửa chừng đời tuột" thì cũng chẳng cần biết làm chi. Đời không bị ái tình nó đá cho một phát là đời… bỏ đi. Bởi vì đó là một cái thú, dù là cái thú mà nhà thơ Lưu Trọng Lư bảo là “thú đau thương”! Cũng như cái thú đi thi đạp được vỏ chuối mà nhà thơ Tú Xương phán rằng đó là “đệ nhất buồn”. Nhưng dù tên là chi thì cái thú vẫn cứ là cái thú. Nó làm phong phú cuộc sống, nó là một thứ gia vị của cuộc sống. Cay thì có cay, nhức nhối thì có nhức nhối nhưng không được xuýt xoa, cuộc đời như cũng còn thiếu vị!

Nhà thơ Hoàng Lộc thì chắc đã xuýt xoa nhiều, chẳng thế mà kinh nghiệm đầy mình.

sớm ở bờ sông, anh thấy em qua cầu
ngày xuân xuôi dòng
triều lên, không trở lại
bên trái ngực mình dã dượi cơn đau…

Cái cục thịt phập phồng ở phía bên trái ngực là cái chỗ đau tâm hồn. Cái phần ngất ngưởng ở mãi trên phía cực Bắc của thân thể là nơi đau… trí tuệ. Nhức đầu, nó thường được gán cho suy nghĩ, sách vở, tri thức. Nó là một loại nhức… thượng lưu. Đúng chăng? Không hẳn! Nhức đầu, nó đỏng đảnh như cá tính con người vậy. Có khi do căng thẳng thần kinh, có khi do thúc ép của nghề nghiệp, có khi do bất ổn trong cuộc sống. Nhưng cũng có khi nhức đầu chỉ vì tư thế ngồi hay đứng không thích ứng, có khi cách nằm ngủ sai, có khi vì lạm dụng thuốc uống, có khi chỉ vì thiếu ngủ, có khi vì rối loạn thị giác và thậm chí có khi là các rối loạn về nội tiết tố, tiêu hóa hay tâm thần. Suy đoán nguyên do của cái đầu nhức cũng… nhức đầu lắm! Nơi các người đứng tuổi nhức đầu có thể là do thoái hóa về xương hay sụn ở cổ. Lại có nhiều khi nhức đầu là do… thuốc nhức đầu! Loại nhức đầu này kèm thêm các triệu chứng khó thở, vã mồ hôi, nôn mửa, thậm chí co giật chỉ vì uống các loại thuốc trị đau nhức.

Cái đầu là một khối hình cầu, lớn nhỏ tùy người. Có những người to đầu mà dại, có những người đầu nhỏ mà ma lanh. Một khi đầu nó nhức thì nó chỉ nhức ở một vùng nào đó thôi. Nhức nửa đầu thường là bệnh… nhức đầu hay u não, nhức sau gáy thường là tổn thương cổ, nhức vùng trán hoặc hốc mắt là triệu chứng của đau hốc mắt hay tăng nhãn áp. Nhức đầu tăng nhiều vào ban đêm hay khi nằm thường gặp trong bệnh tăng áp lực trong sọ như ung bướu, xuất huyết. Nhức khi làm việc căng thẳng thường do căng cơ. Nhức có kèm theo nôn ói, sợ ánh sáng là dấu hiệu của hội chứng màng não.

Muốn cho khỏi hết nhức đầu thì đi bác sĩ. Nhưng nhiều người nhức đầu thường quá thì hay tỉnh bơ. Kệ nó rồi cũng hết. Qua cơn bỉ cực tới hồi… yên tĩnh! Nhưng nhiều khi cũng chẳng nên đùa với lửa vì có những thứ nhức đầu là hồi chuông báo động. Chuông rung mà cứ làm lơ đi, mệt lắm. Như anh nhức đầu bỗng tới đột ngột khi đang gắng sức làm một việc gì có thể là triệu chứng của xuất huyết não. Như nhức đầu mà còn phụ họa thêm yếu tay chân thì coi chừng tai biến mạch máu não hay u não. Như nhức mà càng lúc càng tăng dữ dội có thể là áp-xe não, xuất huyết màng não, u não. Như nhức đầu mà đính kèm theo anh co giật thì có thể bị u não. Như nhức đầu mà nhiệt độ cơ thể bất thường, mạch lung tung có thể là viêm màng não, máu tụ trong não cấp tính.

Nhức đầu, chuyện hàng ngày của cái đầu. Nó xảy ra hà rầm. Thường thì nó chỉ nhõng nhẽo chút đỉnh. Rất nhiều người coi bệnh nhức đầu như là bệnh… thân. Có gì đâu mà ầm ĩ.

Nhức lưng cũng vậy. Đó là bệnh vì ngồi. Ngồi lâu quá hay ngồi không đúng tư thế sinh ra nhức. Đây là bệnh của những người làm việc văn phòng. Ngồi gõ… phiếm (không phải gõ phím!) cũng nhức lưng kèm thêm món ăn chơi khác là nhức đầu! Muốn khỏi làm phiền tới cái lưng thì chịu khó cẩn thận một chút. Hãy chọn ghế ngồi đúng tiêu chuẩn, ngồi đúng tư thế, chẳng nên kẹp điện thoại trên vai vừa gõ vừa nói chuyện, để văn bản đúng tầm mắt khi đánh máy. Ngồi chẳng nên làm như các chính khách là ngồi lì! Thỉnh thoảng nên vươn người ra phía trước hoặc sau, đẩy tay lên hoặc xuống. Chẳng nên ngồi say sưa quá, cứ chừng nửa tiếng nên đứng lên đi lại một chút, múa may quay cuồng ít cái. Nếu đánh rơi cái kẹo xuống đất chẳng hạn, đừng nên sợ cái kiến hay chú gián tới nhấm nháp mà vội vàng cúi xuống nhặt, chỉ nên trượt nhẹ cơ thể xuống, lưng vẫn thẳng với một chân gấp một chân duỗi thẳng, một tay chống trên bàn, tay kia với nhẹ xuống mặt sàn để nhặt lên.

Nhức không có một địa bàn hoạt động nhất định. Chỗ nào mà không nhức được. Mỗi phân vuông da thịt, mỗi đoạn mỗi khớp xương, muốn nhức là nhức. Chỗ thiếu xương còn nhức được nữa là. Ông bạn nhà thơ Luân Hoán của tôi, thời chinh chiến, bị mìn cắt mất một bên chân. Chỗ xương cụt chỏng chơ như nhớ khúc xương bỏ lại trên chiến trường. Cứ trời đổi thay là hắn lại ca bài nhức. Mùa đông chưa thấy tới, cái chân đã đông giá trước. Mưa còn ở tận phương xa, chưa dạt dào, cái chân đã mách trước. Tuyết chưa rơi, chân đã tuyết trước. Một năm, bao nhiêu bận, điện thoại nhà tôi reng lên, chân Luân Hoán đã mách bảo trước thời tiết sắp tới. *"Này, sao chân tôi nhức quá, chắc sắp mưa rồi đấy!"* Mưa thật! *"Này, nhức cái chân quá ông ơi, trời sắp tuyết chắc!"* Tuyết ngút ngàn rơi sau đó. *"Này, mai chắc lạnh dữ, chân tôi nhức khủng khiếp!"* Lạnh teo người thiệt! Tôi đã nhiều lần khuyên ông bạn thơ nên vác cái chân đi làm cho khí tượng, tiên đoán thời tiết chắc ăn như bắp! Nhức không phải là chuyện giỡn cho vui đâu. Cái chân hụt của người thơ nhức… có bằng cấp lắm. Cái nhức làm méo mặt. Nhức phát khùng phát điên. Ngâm chân vào nước nóng khói bốc lên nghi ngút, mở sưởi đỏ rực dí chân vào sát vòng thép đỏ, bạn tôi đã làm đủ cách. Nhức quá vơ cào vơ cấu thuốc giảm đau nhức, bỏ cả vô miệng, mặc không cần biết liều lượng, Luân Hoán đã từng ngự xe cấp cứu còi bóp inh ỏi đèn nhấp nháy xanh đỏ dạt người mà hối hả chạy vào bệnh viện. Nhức muốn chết phứt đi cho rồi! Luân Hoán đã từng…dỗi cuộc đời như vậy.

muốn chết mà sợ chết
ngồi ngó bốn bức tường
sợ chết mà muốn chết
tâm ta hết bình thường

Nhức như vậy thì phong thấp chỉ là trò con trẻ! Cái bệnh sưng nhức các khớp xương do uống nhiều rượu, ăn nhiều đồ biển, đồ bổ, lười tập thể dục thường được gọi là bệnh nhà giầu, được Tây y chia ra làm nhiều dạng khác nhau: viêm các bọc chất nhờn giữa cơ bắp và sụn *(bursitis)*, viêm sưng các gân cơ *(tendonitis)*, các khớp nối xương, viêm sưng các giây chằng nối xương với cơ bắp *(ligament)*, viêm các giây thần kinh *(nerve)*. Một chứng bệnh phổ thông trong giới tuổi hạc là bệnh thống phong *(gout)* nguyên nhân là do dư thừa chất *uric acid*.

Đau nhức khớp xương là nỗi ám ảnh không rời của những người đã thâm niên trong cuộc sống. Lý do là vì sụn ở các đầu xương bị tổn thương theo thời gian. Sụn là lớp đệm khiến các cử động của xương được êm ái. Khi lớp đệm này bị ăn mòn thì xương xẩu đụng vào nhau. Đau! Ai ăn lớp sụn này vậy? Các nhà khoa học Úc vừa chỉ tên được thủ phạm đã giấu mặt từ trước tới giờ: đó là một *enzyme* có tên là *ADAMTS5* có ở chuột cũng như ở người. Theo tiến sĩ Amanda Fosang thuộc Đại Học Melbourne thì việc phát hiện ra men gây tổn thương sụn là một bước tiến quan trọng. Quan trọng vì nhận ra được thủ phạm, người ta sẽ có thể, trong tương lai, chế ra được chất ức chế *enzyme* này. Chất này cũng đồng thời có khả năng hồi phục sụn tự nhiên giúp người già bị thấp khớp hoặc loãng xương không cần phải thay khớp vừa tốn kém vừa đau đớn. Trong khi chờ đợi, chúng ta vẫn cứ phải nuốt những viên thuốc giảm đau nhức vậy. Xưa thì *aspirine*, viên thuốc vạn năng trị từ nhức đầu tới nhức mình mẩy, tứ chi. Nhức đâu giảm đó. Nhưng cái anh vạn năng này bỗng bị qui tội là làm cho người xử dụng bị sưng hay lở bao tử. Bèn bị truất phế. Những *Vioxx, Celebrex, Bextra* lên ngôi. Đây là một loại thuốc ức chế gọi là *"COX-2 inhibitors"*. Trong thập niên 1990, các khoa học gia khám phá *COX* xuất hiện trong cơ thể dưới hai dạng mà *COX-2* chỉ có chức năng khóa tính gây sưng phồng của *enzyme* của chính nó nên sẽ để cho nguyên vẹn tính bảo vệ bao tử của *COX-1*. Nhưng loại thuốc này, mới đây bị phát hiện là gây ra các rắc rối về tim mạch và đột quỵ. Nguyên do là *COX-2* tạo ra các phản ứng hóa học khiến cho *prostacyclin*, một *protein* làm cho các mạch máu trương nở khiến các cục huyết không thể bám vào nhau gây chứng sung huyết rất nguy hiểm. Các bác sĩ tin là một khi số lượng *prostacyclin* giảm thì các *platelets* bám vào nhau và mạch máu hẹp lại, gây ra các chứng tim mạch và đột quỵ thường thấy nơi các bệnh nhân hay dùng *COX-2*. Thuốc *Vioxx* đã bị cho nghỉ chơi. Các loại thuốc cùng loại cũng đang bị xa lánh. Các nhà bào chế đang cố công thí nghiệm những loại thuốc khác vì thị trường thuốc chống giảm đau là một thị trường rất béo bở.

Một trong những chiều hướng mới này đang được một nhóm nghiên cứu thuộc Đại Học Geneve, Thụy Sĩ thực hiện. Họ phát hiện ra là tương tác giữa tế bào *beta-arrestine 2* với *enzyme phosphodiesterase 4 (PDE4)* là nguyên do làm giảm đi hiệu quả của thuốc giảm đau. Như vậy chỉ cần phá bỏ tương tác này, chẳng hạn bằng cách loại ra *PDE 4* thì có thể làm tăng thêm hiệu quả của thuốc giảm đau, tức cũng đồng nghĩa với việc giảm lượng thuốc. Phát hiện này giúp ngành dược phẩm nghiên cứu các loại thuốc ngăn chặn *PDE4* trong khi bệnh nhân phải dùng thuốc giảm đau. Đồng thời cũng mở đường cho việc phát triển các loại thuốc mới có khả năng chỉ tập trung vào các vùng kiểm soát cơn đau trên não và như vậy có nghĩa là không gây ảnh hưởng cho các bộ phận khác của cơ thể.

Đông y lại có một phương cách khác để giảm đau nhức.

Cứ trong uống ngoài xoa là đau nhức phải cắp nón ra đi! Uống thì có rượu thuốc. Rượu để ngâm thuốc phải có độ mạnh, tối thiểu cũng phải sơ sơ 45 độ, thì mới có khả năng chiết xuất thuốc. Có thể thử độ mạnh của rượu bằng cách nhúng một cây que có nhúng bông vào rượu. Nếu đốt cháy được là rượu mạnh. Rượu vừa mua về hay mới nấu không nên dùng ngay vì hàm lượng chất *aldehid* còn cao, có thể gây ngộ độc. Rượu dùng để chữa nhức mỏi xương khớp thì ngâm vào: thiên niên kiện, xuyên khung, ngưu tất, bạch chỉ, độc hoạt, khúc khắc, khương hoạt, rắn… Đó là trong uống, ngoài thoa thì có thuốc rượu. Thuốc rượu thì phải dùng rượu mạnh hơn, từ 60 đến 70 độ. Thuốc để ngâm thường có các vị có nhiều tinh dầu, vị nóng ấm như hồi, quế, phụ tử, gừng, ô đầu, tinh dầu bạc hà, màng tang, long não… Cũng có khi dùng các vị thuốc hạ huyết phá ứ như hồng hoa, địa liền, xuyên khung, huyết giác, kê huyết đằng, nhũ hương, mộc dược… Nhức do các chấn thương sưng đau có thể dùng hoàng liên, hoàng bá, hoàng cầm, xuyên khung, bạch chỉ, nghệ, mật gấu. Nhức răng nhức lợi thì dùng đại hồi, tế tân, bạch chỉ, rễ tranh, hoàng liên…

Đông Phương còn có trò khác để trị liệu đau nhức. Đó là xoa bóp. Tây Y cũng đang mon men tới cái trò thú vị này. Theo một cuộc khảo sát của Hội Xoa Bóp Trị Liệu Hoa Kỳ thì có tới gần nửa dân Mỹ đã sử dụng liệu pháp xoa bóp như một cách để điều trị và giảm đau. Tại Trung Tâm Y Học Đông-Tây của trường Đại Học UCLA, một toán gồm 4 trị liệu gia đã dùng liệu pháp xoa bóp để trị liệu cho các bệnh nhân bị đau bắp thịt, nhức đầu và đau lưng. Bác sĩ Hui,

Giám Đốc Trung Tâm này là một nhân vật có thẩm quyền về Y Học Trung Hoa và Đông Tây phối hợp. Theo ông thì khi xoa bóp có những thay đổi về hóa chất của dây thần kinh kết hợp với những điểm kích thích trong cơ thể. Dùng ngón tay hay cây kim, những điểm châm cứu được kích thích, cơ thể sẽ phản ứng và một cái gì đó phát sinh. Hiệu quả của xoa bóp đã được Bác Sĩ Tifany Field, Giám Đốc Viện Nghiên Cứu Xúc Giác tại trường Y Khoa Đại Học Miami cho là rất tốt sau khi bà đã thực hiện trên 100 cuộc nghiên cứu về những lợi ích của xoa bóp trên phương diện y khoa trong suốt 30 năm qua. Bà cho biết: "Tôi nghĩ các bác sĩ cho rằng một điều có vẻ khá thích thú như vậy làm sao có thể chữa trị được! Nhưng mọi hiệu quả về mặt thống kê rất đáng kể và đó là những gì mà khoa học chấp nhận như kết quả nghiên cứu."

Con người đã tìm đủ mọi cách để làm giảm sự đau nhức hành hạ con người. Trong những cách đó có cả cách chạy tới nắm áo Thượng Đế. Cách này, bà cố tôi đã làm từ khuya rồi. Khi đã vượt qua tuổi cửu tuần, bà cố tôi thường bị ngứa và đau lưng. Bà đi xưng tội và trong tòa giải tội, bà đã xưng cả cái tội ngứa và nhức. Con cháu ai cũng cười bà cụ già cả lẫn cẫn. Cười mà chẳng biết khi xưng cái tội… cụ thể như vậy bà có thấy bớt nhức bớt ngứa không. Khoa học ngày nay cũng tò mò như vậy. Khi bị đau nhức Thượng Đế có can dự gì vào không? Trung Tâm Khoa Học Tâm Linh thuộc Đại Học Oxford, Anh Quốc, là một Trung Tâm mới được thành lập chuyên nghiên cứu về ảnh hưởng của tâm linh vào y khoa chữa trị. Trung Tâm nhận được tài trợ 60 triệu Mỹ kim một năm của John Templeton Foundation ở West Conshohocken, thuộc tiểu bang Pennsylvania, Hoa Kỳ để nghiên cứu về sự tương quan giữa thần học và khoa học. Theo phát ngôn viên Pamela Thompson của John Templeton Foundation thì mục đích cuộc nghiên cứu không phải là tìm xem sự hơn kém giữa các tôn giáo mà là nghiên cứu xem là con người có lòng tin có chống lại được sự đau nhức thân xác hữu hiệu hơn những người không có lòng tin hay không. Phát ngôn viên của Trung tâm Oxford thì cho biết là cuộc nghiên cứu này để tìm hiểu những gì đã thực sự diễn ra trong bộ óc con người. Harold Koenig, Đồng Giám Đốc của Trung Tâm Tâm Linh, Thần Học và Sức Khỏe của Đại Học Duke nói là ông biết đã có 724 cuộc nghiên cứu thuộc loại này đã được hoàn tất trước khi chúng ta qua thiên niên kỷ mới và có 478 nghiên cứu đã tìm thấy có sự liên hệ có ý nghĩa giữa tôn giáo và sức khỏe con người.

Đau nhức có dính dáng gì đến đức tin của con người không, chúng ta phải chờ kết quả khảo sát của những nhà khoa học. Nhưng đau nhức đi đôi với thời tiết, với thiên nhiên là điều hầu như con người tin là đã có. Hỏi ông Luân Hoán, chắc ông ấy đồng ý cái rụp. Còn nhà văn Vũ Quỳnh Hương, trong truyện *Miền Vĩnh Phúc* lại cho chúng ta biết về một liên quan khác. Truyện xảy ra trong một *nursing home* ở Mỹ, nơi nhân vật tên Chi làm việc. "*...Cứ mỗi lần tuần trăng tới ở đây, nhìn những biến chứng kỳ lạ của bệnh nhân dưới ảnh hưởng trăng đầy Chi cũng thấy dường như châu thân mình lên cơn đau nhức, cũng y như những tế bào già nua được đánh thức dậy định kỳ để trăn trở giữa đêm trăng. Nàng nhớ đến căn bệnh, những câu thơ rờn rợn của họ Hàn:*

"Maria linh hồn tôi ớn lạnh. Run như run thần tử thấy long nhan. Run như run hơi thở chạm tơ vàng." Không ai muốn bị chia giờ trực vào những đêm trăng đầy cả. Thoạt đầu Chi tình nguyện nhận những đêm ấy, nàng tự giải thích và chế giễu mình, cứ tìm những lối đoạn trường mà đi. Nhưng sau đó thì Chi biết rằng những đêm trăng rợn những người bệnh già nua mất trí ở đây không giúp nàng chia xẻ được với họ nỗi đau khổ của những cơn đau đớn cuối đời, cũng không làm cho tâm hồn nàng phong phú hơn, mà chỉ làm mất mát đi của nàng những mộng ước êm đềm lãng mạn của một vầng trăng đương thì."

Cái đau nhức của con người phải chăng đã với được lên chốn trời cao?

03/2005

ỐM

Mùa này, lễ lạc dắt díu nhau: Giáng Sinh, Tết Tây, Tết Ta. Ăn lễ mệt nghỉ. Ăn lễ là một từ ngữ rất chính xác. Lễ nào cũng ăn hết. Ăn đón trước, ăn tiễn sau. Hết tất niên lại tân niên. Ăn mệt nghỉ. Ăn nhà này, ăn nhà kia, ăn nhóm này, ăn nhóm khác, ăn hội này, ăn hội nọ. Tới lúc... mãn ăn, cái đầu mới làm việc. Lo. Ngại bước lên bàn cân, ngại đo vòng eo, ngại nắn cái bụng. Chúng ta đang sống trong một nơi nguy hiểm. Cứ nhóp nhép cái miệng là cân kéo trong người cũng nhấp nhổm theo. Số cân không mời mà tới này đã phá vỡ sự cân đối, thon thả của cơ thể. Muốn thân thể chỗ phồng chỗ xẹp theo ý muốn, phải dậy cái miệng. Chuyện không phải dễ.

Một cậu trai đi học xa nhà, dịp nghỉ lễ tết trở về với cha mẹ. Cậu mở tủ lạnh và nhìn thấy ở mặt sau cánh cửa có dán tấm *poster* cắt từ một tạp chí có hình một cô gái thân thể tuyệt mỹ. Cậu hỏi mẹ:

"Mẹ ơi, tại sao lại dán bức hình này trong tủ lạnh vậy?"

"Mẹ dán nó để mỗi khi mở tủ lạnh, nhìn thấy bức hình, mẹ sẽ tự chế. Muốn có một thân hình đẹp như cô gái, mẹ sẽ tự bắt mình kiêng khem để có được một thân hình đẹp như vậy."

Cậu con trai hiểu ra:

"Mẹ làm như vậy có hiệu quả gì không hả mẹ?"

"Cũng có mà cũng không! Mẹ thì giảm được năm ký, còn bố con thì tăng hai chục ký!"

Đúng như suy nghĩ của bà mẹ, dinh dưỡng là phương cách chính yếu để tránh lên cân. Nhưng nó cũng là cách khó thi hành nhất. Miệng là một trong hai cơ quan hư nhất của con người. Ở đây chúng ta đang nói về cái miệng và chỉ nên nói về cái miệng. Mà cái miệng, giữ được cho nó khỏi hư, nhất là trong dịp... ăn lễ này, không phải dễ. Chúng ta có khuynh hướng tặc lưỡi, ăn cái đã, những cái khác hạ hồi phân giải. Muốn cho cái miệng đi vào kỷ luật, cần phải mời anh lý trí tới làm cảnh sát. Mà lý trí lại thường bỏ đi chơi trong các dịp lễ lậy. Thời buổi máy móc, không nhờ vả gì vào được anh lý trí, người ta trông cậy vào máy. Giới khoa học đang trên đường hoàn thành một chiếc máy giảm sự thèm ăn. Đó là một dụng cụ nhỏ có thể đặt vào phía trong da bụng được gọi bằng tên tắt là IGS. Máy có hai dây điện gửi tín hiệu tới bao tử với tốc độ đều đặn. Nhịp điệu tín hiệu kích thích sự tiết dịch thèm ăn và tạo cảm giác đầy bao tử. Tín hiệu này được báo lên não cho não biết là bao tử đã đầy, chẳng nên thèm ăn nữa.

Nhưng hạn chế dinh dưỡng chỉ là một phương cách thụ động, vận động mới là phương cách chủ động. Lên xe xuống ngựa, lười đi lười chạy là đặc tính của con người ngày nay. Chúng ta ngại từng cử động. Như ngồi xem TV chẳng hạn, nhúc nhích cái tay để nhón đồ ăn bỏ vào miệng thì được, nhưng phải cất công bước tới cái TV để đổi đài hoặc điều chỉnh âm thanh thì ngại quá đi. Cứ ngồi chễm chệ bấm cái *remote control* xem ra dễ chịu hơn nhiều! Bước ra tới cửa là leo lên xe. Đi bộ một chút, ngại! Một cuộc nghiên cứu trên 11 ngàn người tại Atlanta mới đây cho thấy là những người ở trong khu thị tứ gần chợ búa ít bị lên cân hơn những người ở trong những vùng không có sẵn những cơ sở thương mại. Lý do là gần chợ búa, người ta thường đi bộ ra chợ, còn ở xa người ta thường dùng xe để đi mua bán. Cuộc nghiên cứu vừa được công bố trên tạp chí *American Journal of Preventive Medicine* còn cho biết thêm là mỗi giờ ngồi trên xe hơi làm con người dễ mập phì hơn 6% và mỗi nửa dặm đi bộ mỗi ngày đã làm giảm bớt ký khoảng 5%.

Tại sao cân kéo lại kéo nhau lên? Đó là tùy thuộc vào sự đốt *calories* trong thân thể con người. Số *calories* càng được đốt nhiều thì càng giảm được nhiều nguy cơ lên cân. Bình thường khi chúng ta duy trì những hoạt động căn bản như thở hay giữ cho nhịp tim đập chúng ta đã đốt đi được một số *calories*. Nhưng muốn đốt *calories* cho ngon lành, không gì bằng vận động cơ thể. Mà loại vận động nặng ký như thể dục thể thao là mau chóng có kết quả nhất. Nhưng ngay cả những cử động... phù phiếm cũng không phải là không mang lại lợi ích. Chẳng hạn như có những người luôn luôn nhúc nhích lúc nào cũng loay hoay như rung đùi, nhịp chân, nhảy nhót, ra bộ điệu theo nhịp hát hoặc ngồi mà người không yên. Nhiều bậc cha mẹ khi thấy con nhúc nhích không yên như thế lại mắng và bắt chúng ngồi yên. Như vậy là... phản vận động! Sai! Vì chính những cử chỉ làm xàm đó đã đốt bớt *calories* trong người chúng. Cách đây bốn năm, những nhà nghiên cứu trong *Mayo Clinic* đã thử làm một thí nghiệm với 16 người tình nguyện. Những người này được cho ăn những thực phẩm chứa khoảng 1000 *calories* mỗi ngày và họ được yêu cầu không tập thể dục. Sau 8 tuần lễ, trung bình mỗi người lên 10 *pounds* nhưng cũng có những người không lên *pound* nào cả. Vì răng? Những người hay năng động suốt ngày, cử động lung tung là những người không lên cân. Chính những cử động làm xàm của họ giúp họ đốt bớt số *calories* trong người, có người chỉ nhờ quay cuồng khơi khơi như vậy mà cũng đốt được 600 *calories* mỗi ngày!

Vận động khơi khơi như vậy đã tốt thì vận động có bài bản, liên tục như tập thể dục dĩ nhiên sẽ tốt hơn. Một phụ nữ trên 20 tuổi trung bình mất 5 *pounds* bắp thịt trong thời gian 10 năm. Hậu quả của việc hao hụt bắp thịt là việc tăng 15 *pounds* mỡ trong người. Muốn tránh sự tích tụ mỡ trong thân thể cần phải giữ và làm gia tăng trọng lượng của bắp thịt bằng cách tập thể dục để luyện bắp thịt. Trung bình cứ một *pound* bắp thịt có được sẽ có thể đốt cháy từ 35 đến 45 *calories* mỗi ngày. Như vậy cứ khoảng 18 ngày thì giảm được một *pound* mỡ, một năm giảm được 20 *pounds*. Trong một cuộc thí nghiệm tại Đại Học Missouri, Columbia, các tham dự viên phải chạy mỗi ngày một tiếng và chỉ hai ngày sau cơ thể họ đã đốt thêm được 15 *calories* mỗi ngày.

Ăn uống điều độ, có kiêng khem là tốt, nhưng kiêng đến mức nhịn ăn sáng để mong giảm cân lại là một sự sai lầm. Sao vậy? Bởi vì khi ngủ nhịp sinh hóa của chúng ta chậm lại, khi thức dậy, nếu không ăn thì cơ thể sẽ lâm vào trạng thái ù lì. Nó sẽ có khuynh hướng giữ chất béo lại để sử dụng về sau. Nếu chúng ta bỏ ăn sáng thì nhịp sinh hóa lại càng chậm hơn nữa, nghĩa là số *calories* bị đốt cháy sẽ ít hơn. Nhưng ăn sáng chỉ nên ăn nhẹ, giản dị để giúp chúng ta có thêm năng lượng thôi. Đừng cố ăn cho nhiều.

Ăn cay cũng là một cách đốt *calories* nhanh hơn. Dân Việt gốc... ớt chắc sẽ vỗ tay nhiệt tình cho khám phá này. Trong ớt có chất *capsaicin* giúp đẩy mạnh việc tiết ra *hormones* căng thẳng *(stress hormones)*, giống như *adrenaline* và làm tăng sự sinh hóa. Tại Nhật Bản, người ta cũng đã nghiên cứu và thấy những người hay cho thêm ớt đỏ vào thức ăn thường có lượng *calories* bị đốt nhiều hơn là những người không ăn cay. Dĩ nhiên là việc gì cũng có giới hạn. Tưởng ớt tốt mà lua tới bỏng miệng thì chỉ khổ cho cái bụng và làm nhọc mệt cái toa lét! Uống trà xanh cũng giúp cho cơ thể đốt được nhiều *calories* vì trà xanh sinh nhiệt.

Thuốc giảm mập, có chăng? Có, nhưng không phải cho mọi người. Thường thì chỉ những người bị phì mập mới dùng thuốc. Mức mập phì được đo bằng chỉ số khối cơ thể BMI. Thuốc chỉ được dùng cho những người có chỉ số BMI từ 30 trở lên hoặc có mức BMI từ 27 trở lên đi kèm với một căn bệnh có họ hàng với mập phì như tiểu đường hoặc cao huyết áp. Có hai loại thuốc thông dụng trên thị trường hiện nay: *Meridia* và *Xenical. Meridia* tác động lên não theo cách của nhiều thuốc chống trầm cảm. Thuốc này tạo ra cho chúng ta cảm giác kiềm chế được bản năng thèm ăn của mình. Đây là loại thuốc lý tưởng cho những người lúc nào cũng cảm thấy đói và chỉ nghĩ đến việc ăn uống. *Xenical* có tác dụng ngăn cản sự hấp thu của 1/3 trọng lượng chất béo ăn vào. Số lượng chất béo không được hấp thu này sẽ bị tống xuất theo phân ra ngoài và gây ra những tác dụng phụ về đường tiêu hóa. Ngoài hai thứ thuốc thông dụng trên, thị trường Bắc Mỹ còn có *Dexatrim, Metabolife* và *Stacker 2*. Đa số các thứ thuốc này kích thích hệ thần kinh trung ương khiến mất đi cảm giác thèm ăn.

Dinh dưỡng, vận động, thể dục, thuốc, còn cách nào khác để trút đi số mỡ dư thừa trong cơ thể không? Một anh thợ máy tên Sylvain Didier ở Longueil, ngoại vi của Montréal, có một trung tâm làm ốm người tên *Centre Santé Minceur*, đã chế ra một chiếc máy làm ốm tên *Slimtronic*, được xử dụng trong cơ sở này. Chiếc máy được chạy một luồng điện qua những miếng cao su được dán vào chỗ mà nữ sĩ Hồ Xuân Hương ví von là cái quạt của các bà. Tháng 3/2003, anh áp dụng máy cho một bà khách hàng. Trong khi đặt máy, tay anh lại... táy máy. Chắc anh là một người ưa du lịch nên lòng vòng hơi kỹ. Bà khách phải hô ngưng anh mới chịu ngưng, vậy mà bà không chịu ngưng việc đưa anh ra tòa về tội thám hiểm không đúng chỗ. Tòa xử anh có tội và hẹn tới cuối tháng hai năm 2005 sẽ... ra giá cho cái tội có máy không chịu dùng máy mà lại dùng tay!

Tôi cũng mắc cái tật lòng vòng. Đầu muốn viết về ốm mà cứ loanh quanh mãi về mập! Mà vòng quanh cái mập thì biết đi tới bao giờ cho hết đường? Chắc phải nhờ nhà thơ Quan Dương dắt ra khỏi cái mê lộ bộn bề này.

em nằm phơi nắng trên boong
hớ hênh phơi những đường, cong
Vuông. Tròn
nắng bò ngụp xuống trồi lên
mon men ghì chiếc eo thon tuyệt vời
Chơi vơi
Rạo rực.
Chơi vơi
Phập phồng nắng thở vào nơi chứa tình

Phơi nắng trông cho được phải giã từ sự mỡ màng. Nhưng thân thể bày ra đủ cả một cửa hàng xương, phơi nắng cũng ngại. Xương hay mỡ, miệng lưỡi con người chê tuốt!

Ở sao cho vừa lòng người,
Ở rộng người cười, ở hẹp người chê.
Cao chê ngỏng thấp chê lùn;
Béo, chê béo trục béo tròn;
Gầy, chê xương sống, xương sườn phơi ra.

Phải giơ ra bao nhiêu xương mới gọi là ốm? Hơi khó nói. Chúng ta chẳng có một tiêu chuẩn rõ rệt nào về ốm hay mập. Các nhận xét về người khác phần lớn chỉ dựa trên sự cảm nhận mà thôi. Theo sách Nội Tiết của Giáo Sư Mai Thế Trạch ở trong nước thì tình trạng ốm xảy ra khi lượng mỡ dự trữ của cơ thể quá ít, đó chính là sự thiếu cân so với chiều cao của cơ thể, tức là khi cân nặng của người bệnh thấp hơn 15%

số cân nặng lý tưởng. Mà số cân nặng lý tưởng này cũng rất khác nhau tùy theo tiêu chuẩn của mỗi quốc gia và từng chủng tộc. Như vậy, lại phải dùng tới chỉ số quốc tế BMI để nói chuyện. Muốn có chỉ số này, người ta lấy sức nặng của cơ thể chia cho bình phương của chiều cao. Nếu chỉ số này dưới 19 đối với nữ và dưới 20 đối với nam thì được liệt vào thành phần ốm.

Nhưng ốm không phải cá mè một lứa đâu. Có thứ ốm vì thể tạng và có thứ ốm vì bệnh.

Ốm vì thể tạng thì chẳng có vấn đề gì cả. Có chăng là có vấn đề về thẩm mỹ! Thân thể khiêm nhường thường không bắt mắt, dễ bị người khác nhìn với vẻ thương hại, dè bỉu. Vì vậy nên những người có tạng người ốm thường có mặc cảm nhỏ nhoi. Vững tinh thần thì chẳng sao, yếu tinh thần thì có thể có ít nhiều rối loạn tâm lý như: hay lo âu, hoang tưởng về bệnh tật, thiếu tự tin trong công việc và cuộc sống.

Tại sao lại... cây sậy như vậy? Di truyền là một yếu tố chủ chốt. Điều chúng ta thường thấy là những người trong một gia đình hay một giòng họ ốm như nhau hoặc ốm truyền từ thế hệ trước sang thế hệ sau. Một nguyên nhân khác là bị suy dinh dưỡng lúc thơ ấu. Nguyên nhân này rất khó nắm cổ lôi đầu ra vì những người này chẳng có vấn đề gì về tiêu hóa. Thường thường họ còn ăn khỏe hơn những người khác. Các cụ xưa cũng nhận thấy như vậy nên mới phán: gầy là thầy cơm! Ngoài ra, ở những người ốm thể tạng, sự tiêu thụ năng lượng cao hơn bình thường, và khi quan sát các tế bào mỡ thấy có hiện tượng giảm số lượng tế bào mỡ chứ không phải giảm kích thước của tế bào. Có một điều khá đặc biệt là những người ốm thể tạng thường có tuổi thọ cao hơn người bình thường.

Ốm bệnh lý lại khác. Đó là sự suy giảm khối lượng *protide* của cơ thể. Có nhiều loại bệnh là thủ phạm của sự thiếu cân lượng này. Bệnh rối loạn tiêu hóa là một. Bệnh này đưa đến tình trạng kém hấp thu của dạ dầy và ruột non. Bệnh về nội tiết cũng là một nguyên nhân. Chẳng hạn như bệnh tiểu đường không được điều trị hay điều trị không đúng cách. Bệnh về tâm lý cũng là nguyên cớ đưa đến ốm yếu. Như bệnh chán ăn ở trẻ sơ sinh và trẻ em, chán ăn do rối loạn tâm thần, chán ăn ở người cao tuổi, chán ăn vì *stress*.

Tuổi thơ của tôi có một hình ảnh không bao giờ quên được vì những thân hình gầy guộc, khẳng khiu. Năm 1945, nạn đói năm Ất Dậu hoành hành tại nhiều tỉnh miền Bắc, nhà tôi nằm ngay trên đường dẫn đến trại Giáp Bát, nơi chính quyền thu gom và tập trung những người đói trên các đường phố Hà Nội về. Từng đoàn người nhớp nhúa, ốm trơ xương được giải về trại hàng ngày. Họ đi qua nhà tôi, mùi hôi nồng nặc bốc lên, nhiều người đói quá lết không nổi cũng bị xô đẩy theo đoàn. Một bữa, tôi tò mò đứng trước cửa, miệng gặm một trái bắp luộc, nhìn đoàn người đi qua. Cả trăm cặp mắt nhìn vào trái bắp một cách thèm thuồng. Khi tôi gặm xong, ném chiếc lõi xuống đường, họ xô nhau túi bụi để cướp cái lõi bắp. Người đụng được tới vội bỏ vào miệng, chưa kịp cắn thì đã bị người khác giật mất. Chiếc cùi bắp như một trái banh bị tranh giành qua hết bàn tay khẳng khiu này đến bàn tay khẳng khiu khác. Những người dẫn dắt đám dân đói nhìn tôi giận dữ. Tôi chạy vội vào nhà, khóc inh ỏi vì sợ.

Từ đó, mỗi khi nói tới gầy ốm, tôi chẳng bao giờ xóa được cái hình ảnh hãi hùng riêng của một đại nạn chung của dân tộc. Không vui khi phải nhắc lại nơi đây nhưng biết làm sao mà chôn chặt được ký ức, nhất là những ký ức buồn phiền.

12/2004

QUÀ

Cứ thử tưởng tượng ông già Noel trên lưng không có túi quà. Chắc vô duyên dữ! Người lớn con nít chẳng ai thèm nghía tới. Cái ông già chỉ có hai màu đỏ và trắng là một vị hảo tâm trong huyền thoại. Chỉ có cho. Cho búa xua. Mà cho thứ nào ra thứ đó, toàn những thứ đánh trúng tim đen từng đứa trẻ. Những chiếc tất chờ hứng quà treo trên lò sưởi là niềm hy vọng của những cặp mắt ngây thơ chờ món quà mình thích. Sáng ngày Giáng Sinh, ngủ dậy, mắt nhắm mắt mở, thấy quà trong tất mà ngỡ như mơ. Đúng y chang thứ mình thích. Thích xe lửa có xe lửa, thích búp bê có búp bê, thích *game* có *game*, thích sách có sách. Ông già râu trắng thần thông quảng đại thật. Cứ như đi guốc vào bụng từng đứa trẻ. Tôn ông lên hàng thần tượng là cái chắc. Con nít, tội thật, chúng đâu có biết thần tượng này là thần tượng dỏm. Đeo túi quà cho lớn mà có cho ai cái gì bao giờ đâu! Quà trong tất là quà của bố mẹ. Đi tới các thương xá mùa này sẽ gặp các ông già Noel dỏm thứ... thiệt! Các em mừng hết lớn. Em nào em nấy nhất định phải đòi vào gặp ông già Noel cho bằng được, ngồi trên đùi ông, run run sờ vào bộ râu... giả, hôn vào chiếc má hồng bự phấn, và nhất là được phát quà. Quà thường rất đơn giản: cây viết, bức hình, cuốn tập, cây kẹo... Toàn những thứ chỉ đáng vài xu. Nhưng quà của bố mẹ nộp cho ông già Noel thì đông địa hơn nhiều. Đó là những tờ giấy bạc xỉa ra trả giá cho một bức hình chụp chung với ông già Noel. Ông già Noel thời đại này, nếu không phải là một *businessman* thì cũng làm công cho các *businessmen*!

Nhưng cái thói tặng quà dỏm của ông già tinh quái đã được thiên hạ bắt chước và nâng cấp lên. Họ tặng quà thật cho nhau trong mùa Giáng Sinh. Muốn có quà phải rút hầu bao. Các thương gia hân hoan đón mừng, không phải ông già Noel, mà là ông Hoa Thịnh Đốn! Một ông đỏ, một ông xanh. Ông xanh trông không nổi nhưng có chất lượng. Họ in những quảng cáo xanh đỏ bắt mắt, dí vào mũi từng người, dụ dỗ mua quà tặng nhau. Ai không tặng quà, nghe như mình tội lỗi, cảm thấy mình quê một cục!

Tặng quà trong gia đình với nhau, dễ rồi! Sống với nhau, biết ý thích của nhau, biết nhu cầu của nhau, rất dễ chọn quà. Mùa hốt bạc của các tiệm buôn này, thứ gì chẳng ê hề những kiểu mới tung ra. Cứ đảo một vòng quanh các cửa tiệm, cà nát cạc mua chịu, là bê về đầy nhóc cả xe. Tiền trả sau, hơi đâu mà lo! Các cửa hàng còn thiết tha giúp đỡ người mua bằng cách phân loại quà. Loại quà dưới 10 đô, dưới 20 đô... tới cả trăm, cả ngàn đô. Rất dễ tiêu tiền.

Trong sở làm, ai ai cũng hùng dũng và vui tươi trao đổi quà với nhau bằng cách bắt thăm. Hoặc bắt thăm trước xem ai sẽ đổi quà với ai. Hoặc mỗi người cứ mang quà đến, tập trung lại, đánh số, làm thăm, ai rút trúng số nào thì lấy món quà mang số đó. Người rộng rãi thì mua quà nhiều tiền, người tính toán thì mua quà ít tiền, trong một tập thể thế nào cũng có người thế này người thế khác. Trao đổi quà thành một cuộc trao đổi khập khễnh, có khi gây ra những cự nự, bàn tán, dị nghị, mất tình thân. Niềm vui cho nhau chưa thấy đâu mà chỉ thấy toàn những háy nguýt. Để tránh tình trạng tặng nhau thứ quà không ai muốn này, đành phải thực tế qui định số tiền chi cho một món quà. Chi ra mua quà có tiêu chuẩn, nhận vào món quà cũng tiêu chuẩn. Vui vẻ chưa? Niềm vui cho nhau còn chăng khi người ta phải trao đổi quà theo một qui luật nặng về tiền bạc! Quà có còn mang ý nghĩa của quà nữa không?

Quà cho những người phục vụ mình suốt năm thì đúng là quà. Chỉ có cho đi mà không nhận lại. Nó là một chữ cám ơn được cụ thể hóa. Người đưa thư, người đưa báo, người giữ trẻ, người giúp việc nhà, người uốn tóc hớt tóc... tặng quà cho họ là gửi cho họ tấm lòng quý mến của mình. Chúng ta có thể biểu lộ lòng quý mến, biết ơn bằng nụ cười. Cũng được. Nhưng nụ cười không cầm tay được, nghe ra rất hụt hẫng! Theo một cuộc khảo sát thì 42% dân Mỹ rất rộng rãi nụ cười. Họ không tặng quà cho những người phục vụ họ. Tổ chức Bảo Vệ Người Tiêu Thụ năm nay đã phải nhắc nhở những người dư nụ cười này. Họ gợi ý là nên tặng cho người giữ trẻ món quà trị giá từ 25 đến 70 đô, tặng cho người giúp việc nhà món quà tương đương với một ngày công. Tặng quà có chỉ dẫn, vui chăng?

Già được bát canh, trẻ được manh áo mới. Đó là túi khôn về tặng quà của người xưa. Người xưa... xưa rồi! Thời nay cứ thử tặng bát canh cho các cụ, quà một manh áo cho các đấng nhi đồng xem có nhận được những cái nguýt dài thườn thượt ngay không! Tuổi già bây chừ xí xọn hơn xưa nhiều. Quần áo, giầy dép, nữ trang và nhất là *cash* mới được... *welcome*. Con nít bây giờ cũng rất hiểu biết. Áo quần thì bố mẹ phải mua, không được kể vào danh mục quà cáp. Quà phải là đồ chơi. Đồ chơi, muôn hình vạn trạng! Cứ thử lạc bước vào *Toys R' Us* coi. Cả rừng đồ chơi. Tuổi nào ra tuổi nấy, có in số tuổi thích hợp trên hộp đàng hoàng. Thấy thì coi bộ an toàn lắm. Nhưng chưa chắc. Chỉ nội trong năm ngoái, tại Mỹ, đã có 11 trẻ em dưới 15 tuổi chết vì thương tích có liên quan đến đồ chơi. Các trường hợp bị nghẹn chiếm tới 75% số tai nạn. Nghẹn vì những quả cầu nhỏ, bong bóng chưa thổi, những bộ phận nhỏ dễ tách rời.

Nghẹn, chẳng phải chỉ vì những món quà nhỏ. Món quà lớn cũng nghẹn!

Một phụ nữ sang nước Anh để tham dự một cuộc họp trong hai tuần. Người chồng tiễn vợ ra phi trường, hôn tạm biệt. Người vợ hỏi:

"Anh muốn quà gì ở bên Anh nào?"

Anh chồng hư hư thực thực, cười:

"Một cô gái Anh!"

Cô vợ im lặng, bước lên máy bay.

Hai tuần sau, người chồng ra phi trường đón vợ về. Anh

hỏi:

"Chuyến đi vui không, cưng?"

"Thú vị lắm cưng ơi!"

"Thế còn món quà của anh đâu?"

" Quà nào nhỉ?"

" Một cô gái Anh! Em quên rồi sao?"

" À! Em đã làm tất cả những gì cần thiết. Bây giờ chúng mình sẽ phải chờ vài tháng nữa để xem nó là con trai hay con gái!"

Quà lớn, người ta không chờ để tính bằng ký như vậy. Quà lớn, tại Mỹ, được tính bằng đô. Đó là món quà trên 11 ngàn đô! Nếu bạn tặng món quà... nặng ký này, Sở Thuế sẽ hỏi thăm bạn ngay. Bạn phải báo cho Thuế Vụ nếu bạn chơi sang như vậy, và Thuế Vụ sẽ nghiên cứu để có thể phát cho bạn một tấm giấy thuế! Người nhận quà thì chẳng cần trình báo lôi thôi chi cả và cũng chẳng cần nghĩ tới thuế dù là thuế thu nhập hay thuế quà tặng. Thế nào thì được gọi là quà tặng loại xôm tụ này? Gọi là quà khi bạn cho những tài sản (tiền bạc hay phẩm vật) hoặc cho phép người khác sử dụng hay nhận nguồn thu nhập từ tài sản của bạn, mà không trông mong nhận lại bất cứ hình thức đền đáp hay bù trừ có giá trị nào khác. Hoặc là khi bạn bán cho ai vật gì với giá rẻ hơn trị giá thực sự của nó, cho mượn tiền không tính lãi hoặc với lãi suất thấp hơn lãi xuất thực tế. Đó là loại quà tặng mà bạn phải báo cho Sở Thuế. Không khá!

Nhưng cũng có những ngoại lệ. Những món quà tặng hoàn toàn vô vị lợi thì không giới hạn số tiền và số lần tặng trong một năm. Như bạn trả dùm bằng cách đóng trực tiếp cho các cơ sở giáo dục hay y tế các loại học phí, chi phí y tế, dịch vụ chăm sóc y tế cho người khác. Vợ chồng tặng quà cho nhau cũng rứa, cứ thoải mái chẳng cần biết tới ông Thuế Vụ. Những món tiền tặng cho các tổ chức từ thiện hay chính trị cũng tha hồ, không thuế má chi cả!

Mua quà tặng, tùy nơi, cứ trả thuế đàng hoàng. Có xót bụng cũng cứ phải bấm bụng mà chi. Có những tiểu bang điệu nghệ chẳng thèm sờ tới thuế mua hàng của người dân. Có những tiểu bang như những... tên cướp. Thẳng tay chặt túi tiền của dân mua quà. Tỉnh bang Quebec của tôi thuộc loại... cướp. Mua hàng cứ nộp thêm 15% thuế, vừa liên bang vừa tiểu bang. Tiền đi một cách tức tưởi như vậy, tiếc quá chứ. Một lần đi *shop* với vợ chồng anh bạn từ Luân Đôn sang, mỗi khi trả thuế là một lần ca bài ca không êm tai. Anh bạn Luân Đôn cười khẩy. Vậy mà còn rên rỉ, bên tớ chặt đẹp 25%!

Rên thì rên, ca thì ca, mua thì vẫn cứ mua. Hàng họ hấp dẫn như vậy, tiền nó nhẩy trong túi, nhột lắm! Tiệm nào tiệm nấy sáng quắc, lộng lẫy, hàng hóa kiêu sa mời mọc móc tiền ra mua quà. Chỉ việc lựa quà, chọn quà, so se món này món khác cũng đủ nhức đầu. Bỏ quà vào túi rồi, nhận được nụ cười tươi như hoa của cô bán hàng rồi, vẫn còn nhức đầu. Liệu người được tặng món quà này có ưng cái bụng không? Lòng dạ có mát không? Họ thích chiếc áo hay đôi giầy, thích thỏi son hay hộp phấn, thích chiếc lò nướng hay nồi cơm điện? Cứ quẩn quanh tự vấn, điên cái đầu! Chi bằng cứ... đi tiền mặt để người được tặng muốn mua gì tùy ý. Chắc ăn như bắp! Nhưng tặng tiền coi bộ sống sượng quá. Không...

văn nghệ chút nào cả. Các nhà buôn cũng thông cảm nỗi khổ tâm này nên cửa hàng nào cũng có sẵn những loại quà tặng bằng Thẻ Tặng Quà. Năm mười đồng, vài chục cũng có. Vài trăm cũng có. Cứ chơi một cái thẻ tặng quà là gọn. Tiền đấy nhưng không phải là tiền. Sáng kiến Thẻ Tặng Quà là một thứ *aspirin* trị được bệnh nhức đầu! Khoảng 74% dân Mỹ năm nay đã mua loại thuốc nhức đầu này. Năm ngoái chỉ có 70%. Thuốc mang đủ nhãn hiệu: May, Nordstrom, Sears, The Bay, Zeller, Future Shop, Staples, Barnes & Noble... Năm nay trị giá thẻ tặng quà bán được lên đến cả trăm triệu đô.

Quà, cớ gì cứ phải Giáng Sinh mới tặng được. Thích là cứ tặng. Sinh nhật, cưới hỏi,mời ăn, gặp gỡ... cứ tặng túi bụi cho vui vẻ đời nhau. Nguyên chữ tặng đã hàm nghĩa vô vị lợi rồi. Tặng là cho, nhắm mắt cho, không cần lấy lại. Em cho anh mùa xuân hay anh cho em mùa xuân, cũng cứ là cho, không thắc mắc. Trường hợp me-sừ Guy Cloutier lại khác. Ông tặng quà để lấp liếm! Guy, ông là ai? Đó là một xếp xòng trong kỹ nghệ giải trí. Công ty *Novem* của ông chuyên tổ chức những *show* ca nhạc hay truyền hình nổi tiếng ở Quebec. Bao nhiêu ca sĩ mầm non đã được ông lăng-xê thành những ngôi sao. Một trong những ngôi sao đó vừa đưa ông ra tòa. Tội liên hệ tính dục với trẻ em. Năm nay ông 64 tuổi và ngôi sao gây đại họa cho ông năm nay vừa tròn 35 tuổi. Chuyện xảy ra khi ông sờ sịt ngôi sao lúc đó còn là một cô bé 11 tuổi. Trong hai năm sau đó, ông cứ đều đều chơi trò... đánh cờ người giữa người lớn với con nít. Khi thì ở nhà ông trên đảo Nuns' Island, khi thì tại Ste Adèle. Tới khi cô gái trưởng thành, ông ngưng. Nhưng năm 2001, ông lại tiếp tục... vui chơi. Một năm sau, cô gái mới thổ lộ với người anh ruột. Ông anh, cũng là một ca sĩ do ông Guy đưa lên, bèn phải trái với ông bầu cũ ngay. Anh tìm đến nhà ông và mặc cả. Ông Guy nhận bù đắp những hành động của ông bằng những món quà. Quà không phải cho tặng mà bị bắt buộc phải tặng. Món quà đòi hỏi đầu tiên là một món tiền 2000 đô mỗi tháng. Ông gật đầu. Đòi hỏi sau đó là một căn nhà trong mộng của cô ca sĩ trị giá 450 ngàn đô. Ông cũng chịu. Nhưng khi cô nhỏ không còn nhỏ nữa đòi 2 triệu đô thì ông chịu thua. Bộ tiền chùa sao? Không có quà thì ra tòa! Ông đành chịu ra trước ba tòa quan lớn. Và ông nhận tội. Tòa đang xử. Bản án chưa có nhưng ông đã mất hết. Danh dự, công việc, tiếng tăm.

Quà như vậy, nghe ra không phải là quà. Nó là một cuộc mua bán, hay một vụ tống tiền? Là gì thì là, nó không còn là một món quà theo đúng nghĩa của quà.

Quà của chúng ta, những người lưu xứ, nó... quà hơn nhiều. Quà gửi về cho người thân còn kẹt lại ở quê nhà. Quà mang nặng hơi hướm thân yêu của quê cha đất mẹ. Chúng là những sợi dây tình nghĩa ruột thịt.

em gửi qua một cuộn băng cassette
đã rình thu tiếng hót chích chòe
ôi tiếng hót giờ từng trang thơ ấu
thở đầy hồn nhạc gió mát lũy tre
và bụi duối và hàng keo...bờ giếng
vàng mênh mông hương đất nức trưa hè

(Luân Hoán)

12/2004

QUÊN

Quên là một điều ích lợi. Đầu óc chúng ta như cái hộp, chuyện nọ chuyện kia theo năm tháng bị dồn vào đầy hộp, chỗ đâu để nhớ những chuyện mới? Nhưng đầu óc chúng ta không giống như cái hộp thư trên *internet*. Khi hộp thư đã đầy thì những bức thư cũ tự động bị *delete* cho những bức thư mới có chỗ tá túc. Đầu óc chúng ta *delete* có điều kiện. Những gì đáng nhớ, chúng ta nhớ. Những gì đáng quên, chúng ta quên. Rắc rối xẩy ra là cái nào đáng nhớ, cái nào đáng quên. Những cái chúng ta muốn các bà xã quên đi thì các bả lại nhớ đời. Những cái các bà muốn các ông phải nhớ thì các ông... *delete* cái một!

Muốn khỏi quên, trí óc chúng ta cần được nhắc lại. Muốn học bài cho thuộc phải ôn đi ôn lại. Mỗi lần ôn là bài học thấm vào đầu chúng ta thêm một chút. Cứ lai rai như vậy là khó quên. Cũng khó quên là ngày sinh nhật của người yêu. Ngày N còn xa mà bụng đã bàn với cái túi tiền chọn quà chọn cáp. Khi đã rước được nàng về dinh rồi thì sinh nhật nàng trở thành ngày khó nhớ. Đó là một trong những điều khó hiểu của bộ nhớ trong đầu chúng ta.

có khi tưởng đất ngậm ngùi
những sáng sương khói chào đời sống lên
có khi anh tưởng tình yên
mà câu hát cũ chợt quên chợt hoài

(Nguyễn Nam An)

Quên hay nhớ là bệnh của người. Cái bệnh khôn vặt. Nhưng quên hung là bệnh của người già. Bệnh thật chứ không phải bệnh giỡn. Bệnh nó nằm ngay trong đầu, đúng ra là trong bộ não. Cứ tưởng tượng não của chúng ta như bộ máy của chiếc xe *Mercedes* chẳng hạn. Máy xịn, khỏe, chạy re re ngon lành. Nhưng chạy mãi thì cũng có ngày nó oải. Đề máy thì cứ ậm à ậm ực không chịu... ca vui gì cả. Máy oải sớm hay muộn tùy người chủ xe. Nếu xe được ăn dầu nhớt đàng hoàng, máy móc được kiểm soát đúng hạn kỳ, hư đâu sửa đấy cái rụp thì máy không phản ta. Tuổi già cũng dĩ nhiên phải... lão. Những giao điểm thần kinh có nhiệm vụ báo động những trạm trung chuyển thần kinh trong đầu chúng ta cũng rỉ sét với thời gian. Não chúng ta ít bén nhạy hơn. Vào khoảng 25 tuổi, não của chúng ta trong tình trạng... xịn nhất. Những tế bào thần kinh trong não của chúng ta được thay thế hoài. Mỗi tế bào cũng có tử có sinh. Cái sinh thay thế cái tử. Cái không được dùng hay ít được dùng cũng bị loại đi. Sự tử sinh này diễn ra ngay cả khi con người chưa chui ra khỏi bụng mẹ, còn là cái bào thai.

Khi có tuổi, chúng ta trở nên chậm chạp hơn. Nhìn dáng người đi đứng, chúng ta có thể thấy được tuổi già. Nó nặng nề lắm. Nhìn bề ngoài đã vậy, bề trong cũng rứa. Đầu óc chúng ta cũng... già. Già thì chậm nhưng già cũng tích lũy được nhiều kinh nghiệm, trội về kiến thức tổng quát và thái độ ứng xử. Trẻ thì nhanh hơn già, điều đó khỏi phải ngôn. Nhà tâm lý thần kinh Gabriel Léonard đã thử làm thí nghiệm với hai lớp tuổi: lớp tuổi 16 và lớp tuổi 77. Qua những câu trắc nghiệm thử trí thông minh và tài ứng xử, ông nhận thấy những người già hơn những người trẻ về khả năng đọc hiểu, giầu ngữ vựng. Trong một câu trắc nghiệm về đánh đồng những con số và một chuỗi những biểu tượng, cả hai nhóm đều làm được nhưng nhóm trẻ làm nhanh hơn. Nhóm già chậm vì phải tốn nhiều thời gian hơn khi mở những ngăn kéo của trí nhớ để tìm một chữ, một cái tên hay một ngày tháng nào đó.

Chậm chạp nhiều hay ít tùy thuộc vào tuổi tác, dĩ nhiên, nhưng cũng do sức khỏe tinh thần của chúng ta. Bà bác tôi, hiện sống ở Saigon, chỉ thiếu có 3 năm nữa là đầy trăm tuổi. Vậy mà trí nhớ vẫn minh mẫn lạ thường. Bộ nhớ của bà hết xẩy! Bà vẫn nhớ vanh vách ngày sinh tháng đẻ của gần hết người trong họ hàng gần xa. Những sự kiện xẩy ra trong quá khứ vẫn được bà kể lại từng chi tiết lại còn phụ họa thêm ngày tháng chính xác như thường. Những người trẻ hơn bà, thua xa! Phải chăng, như bộ máy của chiếc *Mercedes*, bà chịu khó châm dầu nhớt đều đều? Dầu nhớt đó là gì? Ăn uống kiêng cữ? Thể dục? Chơi ô chữ?

Tới tuổi lão là chúng ta hay quên. Đang nói chuyện ngon trớn, bỗng khựng lại, quên bẵng hẳn một cái tên rất quen thuộc rõ ràng mới nhớ đây. Phải nghiệm một hồi, cầu viện tới những liên tưởng, trí óc chúng ta mới bật ra được cái tên đó, một cách muộn màng. *"Tôi vừa định nói với anh cái gì mà tự nhiên quên hẳn mất!"* Đó là câu than thở quen thuộc của các... quên sĩ. Cái quên nó như một bàn tay ma, dí vào một cái là làm trắng xóa đầu óc. Thua! Kinh nghiệm đau thương này, cứ nhai được cơm hơn nửa thế kỷ, hầu như mọi người đều có, tuy nhiều ít khác nhau. Nó là chứng cớ đáng ghét của việc sa sút trí nhớ. Muốn khỏi sa sút, cần luyện tập. Tôi có cách luyện tập riêng, chẳng khó khăn gì, chắc nhiều người cũng đã làm như vậy. Mỗi khi ngồi rảnh rỗi, tôi cố nhớ lại những sự kiện xảy ra trong quá khứ, càng xa càng tốt. Chẳng hạn như ngày này tuần trước mình làm gì, ngày này tháng trước mình có chuyện gì, khoảng thời gian này năm ngoái mình đang ở đâu? Việc này xẩy ra trước hay sau việc kia? Sinh nhật năm ngoái tổ chức ở đâu, có những ai tham dự, ăn món gì? Lối "thể dục" này bắt óc não làm việc, tạo được một trí nhớ tốt.

Kém trí nhớ, vô cùng phiền hà. Cứ hở với hả làm con cháu phát chán! Mất trí nhớ đúng là một cái tội. Nó... *Alzheimer's!* Bệnh *Alzheimer's* chuyên chơi những người già. Càng già càng *Alzheimer's* dữ! Tại Canada, theo tuổi tác, số người mắc bệnh tăng theo cấp số cộng cho mỗi 5 năm tuổi. Tuổi 60, 1%; 65, 2%; 70, 4%; 75, 8%; 80, 16%; 85, 32%; 90, 64%! Nói cho cụ thể thì tới tuổi 90, cứ 3 cụ thì có 2 cụ chơi với anh *Alzheimer's!* Vậy mà ở Canada hiện nay có hơn 4 ngàn cụ trên trăm tuổi. Những tiến bộ về y học sẽ đẩy con số các... Bành Tổ này tăng lên nữa trong tương lai. Người ta ước lượng 15 năm nữa, con số các cụ trăm tuổi sẽ tăng gấp đôi!

Alzheimer's, "chân dung" hắn ra sao? Aglia Zavliaris có một bà mẹ rất mê *shopping*. Cửa hàng nào tọa lạc tại chỗ nào, cụ chẳng bao giờ quên. Bước chân vào một *shopping center,* cần tới tiệm nào, cụ tới cái một, chẳng cần bản đồ bản điếc gì cả. Rồi có một ngày, Aglia nhận thấy ở mẹ có những điều hơi lạ trong cách cư xử, khả năng ứng phó, khả năng hồi nhớ. Nhưng Anglia nghĩ rằng chẳng có gì quan trọng. Già cả, ai cũng vậy! Một buổi tối ngồi coi TV ở nhà, trên màn ảnh là một phim quen thuộc cụ đã coi đi coi lại nhiều lần. Tới một cảnh đánh nhau, cụ bỗng sợ một cách lạ lùng, sợ đến chết được. Rồi dần dần những con số, thời gian, ngày tháng ra khỏi trí nhớ của cụ. Cho tới một ngày, cụ ra mua đồ ở một tiệm tạp hóa gần nhà, cụ bỗng quên đường về! Gia đình đưa cụ đi bệnh viện, thay nhau săn sóc, nhưng cụ càng ngày càng quên dữ. Cho tới ngày cụ quên không nhớ... đi. Đành phải gửi cụ vào nhà săn sóc đặc biệt. Cụ mất vào năm 1997.

Mẹ tôi mất vào đúng ngày lễ Giáng Sinh năm 2002. Cũng *Alzheimer's!* Năm 1995, sau mười năm xa nhà, tôi trở về. Mẹ tôi rạng rỡ nắm lấy tay tôi giọng lạc đi. Thằng S. nó về thật đây này! Mười năm trước, tôi ra đi, không bao giờ nghĩ là lại có ngày trở về thăm gia đình được. Ngày tôi đi, mẹ tôi trốn vào trong phòng, không dám nhìn tôi dắt díu vợ con rời khỏi nhà. Bà là người cả nghĩ. Con cái từng đứa cứ rời bà ra đi tìm đất sống. Bà vẫn thường nói: đó là do cái chế độ đang cai trị đất nước đẩy chúng ra đi. Đi được đứa nào, mừng cho đứa đó. Nhưng trong thâm tâm, bà vẫn luôn luôn mang lòng oán hận chế độ. Thời buổi nhố nhăng làm gia đình tan tác! Bà nuốt nỗi buồn vào trong. Những ngày tôi trở về, quanh quẩn bên bà, mẹ tôi hay kể chuyện đời xưa. Có những chuyện bà kể đi kể lại mà lúc nào cũng tưởng như đang kể lần đầu. Có những chuyện bà lẫn chi tiết từ chuyện này qua chuyện khác. Bà đã lẫn! Cũng tròm trèm tám chục tuổi rồi! Đối với người già, lẫn lộn là chuyện thường. Tôi ra đi lại.

Sáu năm sau, tôi trở về lần thứ hai. Lần này thấy rõ ràng bà bị *Alzheimer's*. Cách xử sự, lối nói chuyện của bà vẫn như có vẻ tỉnh táo. Tôi mang về những sấp vải may áo dài có màu sắc nhu mì và những nét vẽ đơn sơ, thứ mà từ xưa tới giờ bà vẫn thích, bà hớn hở ôm vào lòng. Khi tôi đưa bà một tấm áo len màu hơi tươi, bà không thích, trả lại, nhất định không lấy. Đưa cho bà bao nhiêu kẹo *chocolat*, bà cười vui vơ hết. Bà vốn thích loại kẹo này. Có điều, biết là có người thân từ ngoại quốc về, biết những món quà này là... hàng ngoại, thứ bà vốn ưa, nhưng bà không nhận ra tôi là ai. Em tôi hỏi, bà chỉ bảo thấy quen quen! Trong những ngày gần bà, tôi cố nhắc lại những chuyện xưa, nhấn mạnh tới những chi tiết bà thích, bà vui vẻ bắt chuyện. Tôi gợi lại những kỷ niệm cũ giữa hai mẹ con mong dắt được bà tới chỗ nhận ra tôi là con. Vậy mà vô ích. Có điều là khi tôi đi chơi bao giờ bà cũng ra đứng ở cửa như có ý chờ tôi về. Khi tôi về, bà mừng. Tôi nghĩ là trong một góc ký ức nào đó, bà vẫn biết tôi là người thân, rất thân thuộc, nhưng quên không biết tôi là ai. Chị tôi, em tôi, các cháu tôi, những người quanh quẩn bên bà hàng ngày thì bà vẫn biết. Bà cô tôi, thường hay chơi bài với bà ngày trước, dù ở mãi tận Ban Mê Thuột, thỉnh thoảng mới về thăm bà, bà cũng vẫn biết. Thấy tình cảnh như vậy, bà cô tôi đã thử làm một cuộc trắc nghiệm. Bà kéo tôi lại ngồi gần, hỏi mẹ tôi:

"Chị có biết thằng S. không?"

"Biết chứ sao không?"

"Thằng S. bây giờ ở đâu?"

"Nó ở bên Mỹ!"

"Thằng S. con ai chị có nhớ không?"

" Con tôi chứ con ai!"

Bà cô tôi, chỉ vào tôi.

"Thằng S. nó đây này."

Mẹ tôi, mặt rầu rầu, buông một câu:

"Cô này chỉ nói giỡn!"

Tôi ở trong nhà, đi ra đi vào, bà cứ nhìn theo. Đôi lúc bà nói đùa, như ngày xưa bà vẫn thường hay khôi hài. Cái ông này cứ ở đây hoài! *"Cái ông này"* là ai, bà không biết. Ngày lại phải ra đi, tôi nói với bà.

"Tối nay con phải đi rồi mẹ ạ."

"Ông đi đâu?"

"Con về lại Mỹ."

Bà cười vang lên.

"Mỹ nào nó thèm lấy ông mà về!"

Có lẽ, trong đầu óc bà, vẫn là thời gian ngày xưa. Đi Mỹ, chỉ có những người lấy chồng Mỹ! Đúng một năm sau, tôi trở về lại, để ôm tấm hình bà dẫn đầu đám tang!

Ở Canada có 238 ngàn người bị *Alzheimer's.* Mỗi năm

chính phủ phải chi ra gần 4 tỷ đô cho căn bệnh này. Người bị *Alzheimer's* trải qua từng giai đoạn: nhẹ, trung bình và nặng. Có khi giai đoạn này chồng lên giai đoạn kia. Việc chữa trị không nhắm vào việc chữa dứt căn bệnh mà cố giữ sao cho bệnh nhân ở giai đoạn nhẹ lâu chừng nào tốt chừng ấy. Những thứ thuốc trị bệnh ngày nay như *Aricept, Exelon* và *Reminyl*, tuy có tác dụng hơi khác nhau, nhưng cùng nhắm vào việc tăng thêm lượng *acetycholine* trong não. Những nghiên cứu cho biết là thứ hóa chất cần cho trí nhớ này có rất thấp nơi những người bệnh *Alzheimer's*. Một thứ thuốc mới, *Memantine*, giúp giữ *glutamate*, một hóa chất khác cần cho não, đã được dùng để trị bệnh mất trí nhớ từ nhiều năm nay tại Âu Châu, nay mới được chấp thuận dùng ở Mỹ. Tuy vậy, Canada vẫn chưa gật đầu công nhận. *Memantine* giúp làm giảm "tiếng động" trong hệ thống não, xóa đi "sương mù" trong đó. Người ta chưa chắc nó có thay đổi được sự sống còn của các tế bào não không nhưng nó tỏ ra hữu hiệu trong các giai đoạn *Alzheimer's* từ trung bình tới nặng. Những loại thuốc này làm người ta tin tưởng hơn vào việc làm giảm được bệnh *Alzheimer's*. Những người già, nhờ sự tin tưởng này, đã chịu khó đi khám bệnh thường xuyên hơn. Thường thì bệnh đã nằm vùng từ ba đến năm năm trước khi được phát hiện ra. Sự mù mờ của thời kỳ tiềm ẩn bệnh này làm người chung quanh không hiểu được người bệnh. Hậu quả thật thảm thương. Cách cư xử thay đổi khác thường của người bệnh mà chưa biết là bệnh có khi đã dẫn tới ly dị, xa lánh và làm người bệnh bị trầm cảm. Bà Hilda, một thương gia rất xông xáo, đã nhuốm *Alzheimer's*. Bà rất phẫn uất khi bị thu bằng lái xe, một biểu trưng cho sự độc lập của bà. Nhưng điều làm bà đau khổ hơn là không ai hiểu bà. *"Tôi ước được biết cách làm sao giải nghĩa cho những người thân và bạn bè của tôi để họ hiểu được là sự mất trí trong những khoảng thời gian ngắn của tôi làm tôi cảm thấy như thế nào. Đừng bảo tôi phải làm thế này thế kia, nhưng hãy cầm lấy tay tôi!"*

Quên đi nhớ lại tức cười,
Một con cá lội mấy người buông câu.

(Ca dao)

Đời sống chẳng bao giờ hứa hẹn một sự phẳng lặng. Con người luôn ở trong tư thế trừng mắt nhìn nhau. Tranh dành, xô đẩy, kèn cựa, lừa lọc... Đó là những thực phẩm trần gian! Quên là một cách tạm lách ra khỏi những nhọc nhằn để tìm cho mình một khoảng trời xanh. Nhưng có những điều chẳng thể quên, mà cũng chẳng muốn quên. Những thân phận bềnh bồng ngoài xứ sở có bao giờ nguôi được tấc lòng vọng về cố hương?

ta lạ đất trời, thương cố thổ
trăng buồn đâu thể giữ màu xưa
có khi xót đắng không vì rượu
lòng cứ trầm mê điệu tiễn đưa...

(Hoàng Lộc)

11/2004

SÁCH

Quý sách nhất chắc là ông… Trần Quý Sách. Là ai vậy? Đó là tên khai sinh của nhà văn Trần Hoài Thư. Quý Sách, Hoài Thư, một bên thuần Nôm, một bên Hán Việt, bên nào cũng… quý sách! Mà Trần Hoài Thư quý sách thật. Chẳng thế mà ông cứ rỉ rả mỗi hai tháng lại ra một tập Thư Quán Bản Thảo, một tập san quy tụ nhiều cây viết cũ cũng như mới. Đó là không kể còn lai rai xuất bản sách của mình cũng như sách của bạn bè. Thư Quán Bản Thảo không có quảng cáo, không bán. Cứ xuất bản khơi khơi, gửi cho bạn bè như một món quà văn nghệ. Món quà này rất quý vì nó là thứ… *homemade*. Trần Hoài Thư sắm sửa máy móc, cặm cụi học hỏi đến mức có thể hoàn tất một cuốn sách ngay tại nhà. *Layout*, in, đóng, cắt một cách hoàn chỉnh. Tay nghề của anh ngày càng cao, cao đến độ anh đã tự hào là sách in chơi đẹp hơn in thật!

Một người quý sách khác là ông Nguyễn Hùng Trương. Chắc nhiều người không biết cái tên Nguyễn Hùng Trương nhưng đã là dân Saigon thì ai cũng phải biết tới cái tên Khai Trí. Biết đã đành, dân Saigon chúng ta chắc chắn đã phải đặt chân vào nhà sách lớn vào bậc nhất này. Từ ngày nhà sách còn là một căn phố trên đường Lê Lợi tới khi nó phình ra hai căn phố rồi leo lên tới nhiều tầng lầu, lúc nào chúng ta cũng bắt gặp cái dáng người cao cao của ông chủ nhà sách Nguyễn Hùng Trương lẫn lộn trong một rừng sách. Ông bán sách nhưng là người có lòng với sách. Từ khi còn là một học sinh. Mỗi sáng được mẹ cho 2 xu ăn sáng. Ông dùng 2 xu này để điểm tâm bằng… báo! Lớn hơn một chút, ông được lên Saigon theo học trường Petrus Ký. Cứ mỗi cuối tuần ông đạp chiếc xe đạp cũ về thăm nhà ở Thủ Đức, sáng thứ hai trở lại thành phố với món tiền mẹ cho đủ ăn sáng cả tuần. Chỉ ngay chiều thứ hai, toàn thể món tiền đã chui vào túi ông hàng sách. Ông ăn sáng mỗi ngày bằng nước lã! Ngay trong thập niên 1940, ông đã gây dựng được một tủ sách có giá trị gồm cả những sách báo ngoại quốc. Bạn bè đến chơi, thấy ông có nhiều sách thường nhờ ông mua dùm sách xuất bản tại Pháp. Lệ mua sách, nếu đặt mua từ một chục cuốn trở lên thì được bớt 30%. Ông thường mua luôn chục cuốn để lại cho bạn bè, dư ra thì gửi bán tại nhà sách. Ông biết lựa sách nên việc "làm ăn" càng ngày càng khấm khá. Từ hàng chục cuốn, ông nhảy lên hàng trăm, rồi hàng ngàn. Ông tiết kiệm số tiền kiếm được để có vốn mở nhà sách. Vậy là nhà sách Khai Trí ra đời tại số 62 đại lộ Bonard vào năm 1952. Với đà tiến triển của nhà sách, ông mở nhà xuất bản cùng tên, rồi chủ trương tuần san Thiếu Nhi giao cho nhà văn Nhật Tiến trông coi, tập san Sử Địa giao cho Nguyễn Nhã săn sóc, tài trợ cho nhiều báo trong đó có báo Sống của nhà văn Chu Tử. Ông rất quý anh em văn nghệ, gặp dịp là giúp đỡ, nhận in sách trả tác quyền rất hào sảng dù sách có in hay không. Ông thích sưu tầm sách và đã có một bộ sưu tập sách báo rất quý mà chỉ riêng báo Le Monde xuất bản tại Pháp, ông có từ số báo đầu tiên tới số ngày 30/4/1975! Khi Cộng Sản vào Saigon, ông phải đi tù vì sách! Năm 1991, ông qua Mỹ đoàn tụ với vợ con với ý định mở lại nhà in và nhà sách Khai Trí nhưng hoàn cảnh không chiều ông. Năm năm sau ông trở lại Saigon với ý định phát triển hệ thống bán sách tân tiến tại Việt Nam. Ông có lòng say mê nhưng thiếu thực tế. Thực tế nó hành hạ ông ngay từ ngày đầu đặt chân về lại quê hương. Toàn thể số sách quý, công lao sưu tầm gian khổ của ông đã bị tịch thu. Ông lồng lộn chạy vạy mong cứu sách nhưng vô ích. Trong một bài viết sau khi ông Khai Trí qua đời, nhà văn Nguyễn Thụy Long đã cho biết: *"Bao nhiêu lần tôi đi qua đường Lê Lợi, tôi nhìn thấy ông Khai Trí buồn bã đứng ở góc đường, nhìn sang hiệu sách cũ của mình mang tên mới là Phahasa. Một lần khác, trong bữa giỗ ông Chu Tử, tôi hỏi ông Khai Trí về việc xin lại nhà sách tới đâu rồi, ông cười chua chát: 'Phải đến năm 3000 thì may ra' "*. Người yêu sách Nguyễn Hùng Trương không đợi được đến năm 3000. Ông đã nhắm mắt xuôi tay vào ngày 11/3/2005. Những ngày cuối cùng trong bệnh viện, trong cơn hôn mê, ông cứ tìm sách. Hỏi tìm cuốn sách này rồi lại hỏi tìm cuốn sách kia, chỉ đến khi đặt được bàn tay mình trên cuốn sách, ông mới yên tâm nhắm mắt!

Sách như một người tình. Ôm vào lòng bao giờ cũng thấy ấm cúng.

em, sách quý - thư phòng ta để bụng
rằng mai kia mốt nọ chắc em vào
tình như gươm ta chỉ cần chém trúng
thì lần đầu lần cuối khác chi nhau?

(Hoàng Lộc)

Không quý sách có Tần Thủy Hoàng, người đã đi vào lịch sử như một người đốt sách và chôn học trò. Con cháu Tần Thủy Hoàng gần đây cũng mon men vào lịch sử. Năm 1975, sau khi cướp được miền Nam, Cộng Sản miền Bắc cũng đã đầy ải trí thức và cũng đốt sách. Những người bị kẹt lại Việt Nam sau 1975 chắc hẳn còn nhớ những cảnh hãi hùng khi từng đoàn thanh thiếu niên đeo băng tay đỏ đi từng nhà tịch thu từng xe ba gác sách. Những ngọn lửa đỏ cuồng nhiệt liếm sách trước những cặp mắt ngậm ngùi của dân chúng. Người viết sách lại có cái đau khác. Chúng ta hãy đau với nhà văn Nguyễn Thụy Long. *"Tủ sách của tôi bị xô đổ, cơ man nào là sách. Trong đó có cả những tác phẩm tôi viết ngót hai chục năm qua. Những cuốn sách quí hiếm của các bậc tiền bối, bậc thầy, đàn anh cổ kim mà tôi đã mất công sưu tầm cả đời. Nhưng chồng sách quý giá ấy bị đám thanh niên nam nữ đeo băng đỏ, độ tuổi choai choai khiêng từ trong nhà tôi ra chất đống, nổi lửa thiêu hủy. Khói lên cuồn cuộn ngút từng mây, vướng mắc cả vào cây thánh giá mỏng manh trên nóc tháp chuông nhà thờ Tân Định... Tôi nhìn sách báo của tôi bị thiêu hủy mà nhợt nhạt cả người. Tôi nhìn lên những tro tàn bốc lên cao, những mảnh giấy cháy thành than vẫn còn linh hồn vương vấn trong lưỡi lửa bạo tàn. Tôi thấy những trang sách cháy đen bay nhập nhoạng như những bóng ma trơi trong hoàng hôn. Tôi nhìn lũ trẻ tay đeo băng đỏ tượng trưng cho quyền lực vừa vỗ tay vừa ca hát những bài ca cách mạng mới học thuộc, chúng nhảy múa quanh lửa hồng, vô tư và vô tội, vì chúng không biết mình đang làm gì. Chúng biết gì đâu mà cãi cọ với chúng, chúng giống như một đoàn âm binh bị phù thủy phù phép sai khiến. Tôi bước đi trong thống khổ, trong bóng ma trơi tro tàn khói bay và từ đó ném tôi vào cơn ác mộng. Tôi bị xô ngã xuống vực sâu, hình như có đám mây khói đen nào đỡ lấy tôi, êm như đệm bông, đưa tôi xuống đáy vực, không đau, không xây xát. Nhưng ở nơi đó tối đen, lạnh lẽo. Tôi đang ở đâu? Tôi ngơ ngác trong bóng tối mung lung. Mắt tôi còn tốt mà như mù tịt. Hay là tôi bị chôn sống? Không, tôi vẫn còn thở được và còn có thể kêu lên được, nếu tôi dám kêu. Nhưng sao tôi hãi sợ nơi thâm u này quá. Có ai cứu tôi không? Không ai cả!"*

Có ai cứu sách không? Chuyện chi vậy? Sách đang lâm nạn, nạn thờ ơ. Tại Mỹ, trung bình một học sinh mỗi ngày xem TV mất 2 tiếng 15 phút, chơi *game* và chơi thể thao 1 tiếng 27 phút, đọc sách thì chỉ vỏn vẹn có 11 phút! Học sinh Nhật mỗi ngày xem truyền hình 2 tiếng 17 phút, chơi *game* và thể thao 44 phút, đọc sách tới 25 phút lận! Trong cuốn Đàm Thoại, nhà văn Võ Phiến đã có một nhận xét khá lý thú: Những căn nhà ngày xưa thường có phòng đọc sách, ngày nay cái phòng… văn hóa này bỗng dưng biến mất trong khi phòng ngủ, phòng vệ sinh lại cứ phình ra chiếm khá nhiều chỗ! *"Hiện nay ở Mỹ chúng ta mua nhà hay thuê nhà, loàng xoàng thì một vài phòng, khá hơn thì ba bốn phòng. Có phòng nào gọi là phòng sách không? Ông nghĩ coi: Phòng ngủ, có. Phòng ăn, có. Phòng bài tiết, có. Ngoài ra nào là* TV room, family room, living room..*v..v.. Cái phòng sách, nó ở đâu?"*. Cũng Võ Phiến trả lời: *"Ở Mỹ bây giờ thỉnh thoảng bên mép bồn tắm có tờ tạp chí đặt úp mặt xuống để làm dấu một trang đang đọc lỡ dở, thỉnh thoảng trên nắp thùng nước ở cầu tiêu cũng có cuốn sách bị bẻ gấp một trang đánh dấu đang đọc."*

Sách quốc ngữ chữ nước ta cũng vất vả vào ra trên chính đất nước của chúng. Nói vậy là một cách nói cho thuận mồm miệng chứ thực ra sách chỉ tắc tị có một đầu: đầu vào. Còn đầu ra, cứ thoải mái! Mỗi lần rời Việt Nam, tôi khuân từng va li sách đi. Sách rẻ rề. Đó là tính theo giá đô la, chứ đối với người dân trong nước thì cái giá đó cũng không dễ với tới. Tôi có thằng cháu đang học Đại Học, mê sách không kém gì ông bác Việt Kiều. Hai bác cháu cứ rảnh chút thời giờ là lại sà vào tiệm sách. Lần nào như lần nấy, tôi bảo thằng cháu là thích cuốn gì thì cứ chọn tự nhiên, bác mua cho cháu. Vậy mà rất ít khi tôi thấy nó mua sách. Hỏi gặng mãi nó mới nhún vai: đắt quá! Ép thế nào nó cũng không mua. Cái giá trên cuốn sách vẫn làm nó ngại ngùng mặc dù không phải bỏ tiền ra. Tôi thì ôm từng chồng này tới chồng khác mà thấy số tiền móc ra chẳng là bao. Ra đi, hải quan thấy sách là cho mang đi tuốt. Sách mang đi có nhiều thật nhưng đọc được chẳng bao nhiêu. Biết vậy, nhưng lần sau lại lễ mễ với những cuốn sách mang trong mình loại chữ nghĩa lạ lẫm. Đành tự an ủi, thư trung hữu… thực tiễn! Cứ rảnh rỗi mở ra đọc, chẳng được điều bổ ích nhưng cũng ngẫm ra được khối chuyện!

Đầu ra thì trơn tru như vậy, đầu vào thì… ngược chiều. Ai đã từng về Việt Nam chắc đều có kinh nghiệm về chuyện này. Nhà văn trẻ Đinh Linh, một nhà văn di tản thế hệ một… rưỡi, viết văn bằng tiếng Anh, kể lại trên diễn đàn Talawas kinh nghiệm của anh. *"Khi tập truyện* Fake House *của tôi ra mắt năm 2000, tôi đang sống ở Việt Nam. Nhà xuất bản ở New York gửi một quyển về Saigon cho tôi. Tôi hớn hở lại bưu điện để lãnh sách nhưng họ không đưa. Khi họ bảo phải giữ sách để xét nội dung, tôi giải thích cho họ chính tôi là tác giả. Sách không thể lây bệnh cho tôi vì tôi là nguồn bệnh. Hơn nữa, sách được viết bằng tiếng Anh nên khó có thể gây ô nhiễm cho tâm hồn trong trắng muôn thuở (xấp xỉ 4.000 năm) của người Việt. Lắc đầu, họ hẹn tôi hai tuần gặp lại. Sau hai tuần, tôi trở lại bưu điện nhưng chỉ được phát một hóa đơn: "tịch thâu 1 sách vì nội dung đồi trụy và phản động". Quyển* Fake House *gồm 21 truyện. Trong đó có chiến tranh, có hòa bình, có người lương thiện, có lưu manh, có đĩ điếm, có tình yêu ngớ ngẩn, ngô nghê, có dâm đãng, có bệnh hoạn. Tất cả những gì trong* Fake House *bạn có thể tìm ra ngay trong bất cứ cái hẻm nào ở Saigon. Tất cả những gì trong* Fake House *bạn có thể tìm ra ngay trong cái đầu u u của chính bạn. Quyển* Fake House *không thể đồi trụy hơn cái xã hội mà nó diễn tả."*

Ý kiến của nhà văn Đinh Linh ngẫu nhiên trùng hợp với ý kiến của nhà văn Vũ Trọng Phụng trên nửa thế kỷ trước.

Cuốn *Lục Xì* của Vũ Trọng Phụng được nhà xuất bản Minh Phượng nhận in. Sách in xong, Vũ trọng Phụng tới nhà xuất bản coi mặt đứa con tinh thần của mình. Nhân dịp này, Minh Phượng mời Nguyễn Vỹ đến ăn cơm và tiện thể giới thiệu Nguyễn Vỹ với Vũ Trọng Phụng vì hai người chưa biết nhau. Nguyễn Vỹ tới trước và Minh Phượng đưa cho nhà văn coi cuốn *Lục Xì* vừa lấy ở nhà in về. Nguyễn Vỹ đọc được vài trang bèn vứt xuống đất, đá cuốn sách vào gầm tủ, lầm bầm: "Cuốn sách của thằng này viết bẩn quá!". Vừa lúc đó, Vũ Trọng Phụng bước vào, Minh Phượng vội giới thiệu: "Đây là nhà văn Nguyễn Vỹ". Vũ Trọng Phụng không đợi được giới thiệu, vội bước tới, chìa tay ra: "Thằng Vũ Trọng Phụng đây!". Minh Phượng vội nói: " Nguyễn Vỹ vừa xem cuốn Lục Xì của anh, chê là bẩn quá." Vũ Trọng Phụng hỏi: "Sách đâu rồi?". Minh Phượng chỉ tay: "Nguyễn Vỹ mới đá vào gầm tủ kia kìa!". Vũ Trọng Phụng đi lại gầm tủ, nhặt sách lên, nói: "Đúng đó là quyển sách rất bẩn. Nhưng chưa bẩn bằng ngoài xã hội đâu. Anh Nguyễn Vỹ đã nói thật lòng, còn hơn hàng chục thằng đọc sách rồi nịnh nhau là hay, là thơm, là tuyệt tác!" Nói xong, nhà văn họ Vũ cầm quyển sách lại gần Nguyễn Vỹ và rút viết ghi lên sách: *"Thằng Vũ Trọng Phụng xin tặng cuốn Lục Xì đầu tiên này cho Nguyễn Vỹ."*

Cả Vũ Trọng Phụng lẫn Đinh Linh đều cho rằng sách chưa phản ảnh đúng cái xã hội nó mô tả nhưng sách ngày nay, mặt khác, còn phải chạy theo những diễn biến của xã hội. Đức Hồng Y người Đức Joseph Ratzinger vừa được bầu thành Giáo Hoàng Benedict XVI thì sách của Hồng Y này cũng lên ngôi... *bestseller*! Khi làn khói trắng tỏa ra từ ống khói đền thánh Peter chưa nhạt đi thì sách của Ngài đã được mọi người tranh nhau tìm đọc. Địa chỉ bán sách trên mạng *Amazon.com* bị một cơn lũ đặt mua sách. Bất cứ sách gì của Ratzinger, đâu chỉ có 5 đầu sách. *Amazon.com* đã phải xin lỗi độc giả vì không có đủ sách cung cấp. Anthony Ryan, chủ nhà xuất bản *Ignatius Press* cũng phải xin lỗi khách hàng vì đã bị tràn ngập những đơn đặt mua sách!

Nữ tài tử Jane Fonda cũng ti toe ra sách hồi ký, cuốn *"My Life So Far"*. Chị phản chiến này đã tỏ ra hối hận khi đã có hành động đâm lưng chiến sĩ khi vào năm 1972, giữa lúc cuộc chiến Việt Nam đang sôi động, chị đã tới Hà Nội ngồi chụp hình chung với bộ đội Việt Cộng trên cỗ súng phòng không bắn máy bay Mỹ. Trong khi đi một vòng các tiểu bang để ra mắt sách, ngày 20 tháng 4 vừa qua, trong khi ngồi ký sách tại Kansas City, chị đã bị một cựu chiến binh trong cuộc chiến Việt Nam, ông Michael Smith, 54 tuổi, nhai thuốc lá và nhổ vào mặt con người phản bội.

Sách như vậy cũng có nhiều loại. Tôi đã bê về loại sách xuất bản trong nước để đọc giữa hai giòng chữ thì độc giả hải ngoại cũng nhiều người mua sách của chúng ta để ủng hộ những nỗ lực duy trì tiếng mẹ đẻ nơi đất khách quê người. Có những độc giả miệt mài với sách đến cảm động. Một vị cao niên ở quận Cam đã chịu khó đón mua tất cả những sách xuất bản mà ông có thể kiếm được. Đọc sao cho hết? Cứ để đó, lúc nào đọc chẳng được, nhưng mục đích chính là góp tay vào việc ủng hộ và giữ gìn sách! Ông khuyến khích nhiệt thành đến như bắt buộc các con cái trưởng thành, cư ngụ tại nhiều nơi khác nhau, phải mua sách và đặt mua dài hạn các tạp chí văn học tại hải ngoại. Người ta vất vả hy sinh để duy trì văn hóa, mình không làm được thì phải tìm mọi cách tiếp tay với họ. Ông thường nhắc nhở con cái như vậy. Ông quý sách này mang họ Phạm. Tên ông không phải là Trần Quý Sách. Nhưng ông xứng đáng với cái tên này. Phải không, ông nhà văn Trần Hoài Thư?

04/2005

SANH

Sanh là chuyện giây phút nào trên thế giới này cũng có người làm. Đó là chuyện thường ngày. Có chi để nói! Coi vậy mà không phải vậy. Sanh là chuyện cực nhọc. Banh da xẻ thịt. Mỗi lần sanh là một lần vượt cạn. Gian nan hết biết. Bà nào sanh xong cũng ớn, phát ngôn liền là tởn tới già, nhất định không chơi cái trò xương máu này nữa. Được cái là con người có tính tốt là tính mau quên nên chỉ chín tháng sau lại… vượt cạn! Bây giờ thì thường là vượt hai lần là đủ cho một đời người. Những thế hệ trước, các bà thường không biết đếm nên cứ nhà hộ sanh đều đều. Bốn nhé? Năm nhé? Sáu nhé? Cứ theo tín ngưỡng dân gian mà dõng dạc cất bước. Tam nam bất phú. Tứ nữ bất bần. Tứ quý. Ngũ quỷ. Ngũ long công chúa. Tham vọng muốn vớt chuông trên sông Tô Lịch thì đi một mạch chín chú nhóc! Cứ vui bước như vậy, có bà dấn tới con số chục. Rồi cẩn thận hơn có bà tố cho đủ chục có đầu. Sanh cứ như giỡn chơi. Ừ thì giỡn!

Màn giáo đầu của sanh là nghén. Ốm nghén là điều nhiều bà còn khủng khiếp. Nôn thốc nôn tháo đến nhược người. Thường thì nghén mùi tanh. Nhưng cũng có nhiều trò nghén khác. Như nghén mùi cơm sôi, mùi tỏi, mùi son phấn. Chị Thúy Liên ở phường Bình Thuận, quận Hải Châu, thành phố Đà Nẵng thì lại nghén mùi chén bát dơ. Cơm nước xong, tới màn rửa chén bát là chị nôn thốc nôn tháo. Nghén như vậy rất… tiện. Nhưng lại bị gia đình chồng hiểu lầm đó là nghén có… kế hoạch. Kế hoạch lười!

Bác sĩ Trịnh Thu Vân ở Đà Nẵng lại có chứng nghén độc đáo. Mang thai đứa con đầu, chị tỉnh bơ với các loại nghén thường thấy nơi người khác. Mùi tanh chị cũng không *care*. Cứ tỉnh bơ ăn uống như thường. Nhưng con tạo quả là công bằng. Cứ có bầu là nghén. Không tha ai cả. Chị Vân không nghén mùi tanh? Phát cho chị chứng nghén… chồng! Cứ trông thấy mặt anh chồng là chị… buồn nôn. Thậm chí chỉ nhìn chiếc áo của chồng treo trên móc cửa, chị cũng nôn thốc nôn tháo. Ngay cả mùi của anh chồng ở trong phòng cũng làm chị nôn phát mệt. Anh chồng thương vợ bụng mang dạ chửa mà… chửa biết làm sao. Anh không dám xuất hiện trước mặt vợ. Anh len lén đứng ngoài cửa phòng nhìn vào, sau khi đã biết thân biết phận khử mùi rất kỹ trước khi lén nhìn vợ, thế mà chị Vân cũng vẫn đi một đường mặt xanh mặt vàng như thường!

Cũng ở Đà Nẵng, chị Ngọc Mai, chủ một tiệm ảnh cưới trên đường Hoàng Diệu lại có một chiêu nghén khác. Chị nghén tất cả các mùi xà bông dù là xà bông tắm, bột giặt hay thuốc rửa chén bát. Chị chẳng bao giờ tắm xà bông trong lúc mang thai đã đành. Nhưng tất cả mọi người trong gia đình đều phải tránh tắm giặt khi có chị ở nhà. Nơi chị làm việc mọi người cũng không được dùng xà bông trong phòng vệ sinh. Chồng chị phải rất cẩn thận khử mùi thơm xà bông trước khi gặp vợ. Anh có một cái thú là được cử đi công tác. Bởi vì chỉ những dịp này anh mới được tắm xà bông thỏa thích!

Nhiều anh chồng rất đáng được tuyên dương vì đã thương vợ thai nghén đến nỗi nghén dùm vợ! Cũng tại Đà Nẵng, anh Thế Vinh ở quận Sơn Trà vốn là người rất ghét thịt mỡ. Thịt mua về mà có dính chỉ một chút mỡ anh cũng la lối om sòm. Vậy mà khi vợ mang thai được một tháng, anh bỗng thèm thịt mỡ kinh khủng. Thèm đến nỗi anh phải mua nguyên một cục mỡ gần nửa kí về luộc chấm nước mắm ăn! Có ông lại thèm ngủ khi vợ mang thai dù trước đó rất khó ngủ. Có ông lại sợ mùi tanh và thèm đồ ngọt. Làm như chính mình mang thai không bằng!

Triệu chứng nghén nơi những ông chồng trong khi bà vợ mang bầu, y học hiện đại gọi là triệu chứng "sản ông". Triệu chứng này làm các ông có thể buồn nôn vào buổi sáng, đau lưng và tăng cân. Theo các nhà khoa học thì triệu chứng này là hiện thân của những rối loạn bắt nguồn từ tâm lý nơi những ông chồng trẻ tuổi có vợ mang bầu, thường là mang bầu lần đầu tiên. Đó là tình cảm của người chồng trẻ tương ứng với trải nghiệm về thể xác và cảm xúc của người vợ mang thai. Họ cảm thấy như có lỗi vì không biết việc mang thai và sự đau đớn của người vợ phải chịu cực nhọc như thế nào nên họ không kiềm chế được sự lo âu và chưa chuẩn bị được tâm lý cho sự việc quan trọng này. Các thống kê cho biết là có khoảng 11% ông bố sắp có con rơi vào tình trạng này. Thường thì là những người mới được làm bố lần đầu và ở độ tuổi từ 21 đến 27 tuổi. Theo các nhà khoa học Canada thì những ông bố bị triệu chứng "sản ông" có sự thay đổi về kích thích tố: *estrogen* cao hơn trong khi *cortisol* thấp hơn bình thường.

Nếu có sự thay đổi kích thích tố trong cơ thể các ông thì các ông có thể mang thai được không? Đừng giỡn chứ cha nội! Nhiều ông sẽ la làng như vậy khi nghĩ tới viễn ảnh… sưng bụng! Chuyện khoa học đâu có phải chuyện giỡn! Các nhà khoa học đã chính thức cho biết là các ông sẽ có thể mang thai và sinh con trong một tương lai gần đây! Robert Winston, một chuyên gia hàng đầu trong lãnh vực này, đã cho biết là kỹ thuật y học cho phép cấy phôi thai người đã phát triển vào ổ bụng người đàn ông. Dĩ nhiên là khi sanh thì phải *harakiri* chứ vốn liếng đâu mà… tự nhiên được!

Ông chuyên gia Winston rất thú vị với đề tài… bình đẳng này nên đã cho đây là một cuộc cách mạng trong cuộc sống của con người. Cách mạng đứt đuôi rồi chứ còn gì nữa. Đang khơi khơi huýt sáo đưa cái bầu của vợ vào nhà hộ sanh, để vợ nằm đó, ra ngoài hành lang hút thuốc chờ có con, vậy mà bây giờ lại tự mình ôm bầu vào nhà thương, giao du với dao với kéo, máu me tràn bãi Thượng Hải, thì chỉ có dở khóc dở cười mà ngâm câu thế sự đảo điên! Giáo Sư người Thụy Điển Mats Brannstrom cũng cho rằng chuyện giới mày râu mang thai là hoàn toàn có thể xảy ra trong thời buổi hiện đại này. Ông còn tố bạo hơn khi tin tưởng rằng việc cấy tử cung của nữ giới vào bụng của các ông cũng là chuyện làm được. Người ta đã thí nghiệm thành công trên thú vật rồi! Chạy đâu cho thoát?

Thoát gì nổi! Đã có một ông mang bầu rồi. Đó là ông Lý Minh Huy, người Mỹ gốc Đài Loan. Đây là nhân vật đàn ông đầu tiên trong lịch sử mang thai bằng sự can thiệp của phẫu thuật để cấy nhau và phôi thai vào ổ bụng. Chuyện này đã xảy ra vào giữa năm 2002. Chuyện sau đó ra sao, có cha tròn con vuông không, tin tức không thấy nói tới.

Còn đâu cái thời ca dao:

Thâm đông thì mưa,
Thâm dưa thì khú,
Thâm vú thì chửa,
Thâm cửa thì già.
Thế gian ba sự không chừa,
Rượu nồng, dê béo, gái vừa đương tơ.

Gái đương tơ đã đi một lẽ, gái đã mấp mé bến bờ cổ lai hi mà vẫn còn xí xọn đòi… thâm vú! Bà Adriana Iliescu là một giáo sư Đại Học, khi đã 58 cái thu vàng, vẫn còn muốn làm mẹ. Các bác sĩ cũng phải cố chiều bà. Họ dành ra nhiều năm điều trị sinh sản cho bà trong đó có cả việc phục hồi chu kỳ kinh nguyệt. Cách đây 7 tháng, khi bà đã 67 tuổi, họ cho bà mang thai. Cái thai này lại chơi trội: có tới hai bé gái lận! Tháng 12 năm 2004, một trong hai thai có những biểu hiện chậm phát triển nghiêm trọng và, 4 tuần sau, tim của thai nhi này ngừng đập. Bệnh viện phải vội vàng cho bé còn lại ra đời sớm bằng phẫu thuật. Ngày 16 tháng giêng năm 2005, tại bảo sanh viện Giulesti ở Bucharest, Lỗ Ma Ni, bé gái Eliza Maria đã ra đời, nặng 1 kg 400, trong tình trạng sức khỏe tốt. Bà Adriana đã trở thành sản phụ già nhất trên thế giới. Kỷ lục này trước đây do một phụ nữ Ý giữ khi bà này sanh con ở tuổi 62.

Bà Tina Cade ở Richmond, tiểu bang Virginia, lại chơi một chiêu khác. Năm nay 55 tuổi, bà sanh… cháu ngoại của chính bà. Làm thế nào mà bà làm được chuyện… nhảy vọt như vậy? Số là cô con gái lớn của bà Camille Hammond bị bệnh *endometriosis*, một thứ bệnh ảnh hưởng tới màng tử cung khiến không thể thụ thai được. Camille là một bác sĩ, chồng bà cũng là một bác sĩ. Cả hai đang làm việc tại Đại Học Johns Hopkins ở Baltimore. Trong bốn năm trời họ thử đủ cách mà vẫn không thể thụ thai được. Cuối cùng họ phải nhờ bà mẹ mang thai dùm. Bà mẹ Cade phải điều trị *hormone* để sửa soạn thụ thai. Cái thai kết hợp bằng trứng và tinh trùng của hai vợ chồng thành hình trong ống nghiệm rồi cấy vào bụng bà mẹ. Để cho chắc ăn, các bác sĩ đã cấy tới ba bào thai. Và cả ba bào thai đều phát triển tốt. Tháng 12 năm 2004, bà Cade vượt cạn tại Bệnh Viện Bon Secours St. Mary's bằng phương cách mổ. Ba đứa cháu ngoại của bà đều mạnh khỏe. Hai trai và một gái.

Cụ bà Đinh Thị Thủ ở Quảng Bình, 75 tuổi, đã làm động tác giả. Cụ cũng sanh nhưng không phải sanh con mà là sanh… em! Năm 21 tuổi bà lấy chồng. Năm 25 tuổi bà có thai nhưng ba tháng sau bị xảy thai. Thai đã bị xảy nhưng bà vẫn thấy trong bụng có một cục gì đó rất cứng và cảm thấy có cựa quậy. Năm 34 tuổi bà lại có thai và lần này sanh bình thường. Sanh xong nhưng bụng vẫn cứ to dần lên. Bà sanh thêm hai con trai nữa trong mấy năm sau đó. Sanh xong bụng vẫn cứ ấm ách rất khó chịu. Ngày 10 tháng 1 năm 2005 vừa qua, bà được đưa vào bệnh viện Việt Nam-Cuba ở Quảng Bình. Bác sĩ Hoàng Xuân Thiệu, Trưởng Khoa Ngoại của bệnh viện đã giải thích sau khi khám: "Theo tôi, đây có thể là cái thai song sinh cùng bà Thủ nghĩa là cũng 75 tuổi, trong y học gọi là "thai trong thai", "bên ẩn bên hiện" bởi quá trình phát triển của phôi thai này (nghĩa là bà Thủ) chèn ép, bao bọc phôi thai song sinh (phôi đang trong bụng bà Thủ). Khi sinh ra, bà Thủ phát triển như bao người khác. Còn phôi trong bụng bà vẫn tồn tại, phôi này vẫn sống, có máu lưu thông nuôi dưỡng. Dù bà Thủ đã đẻ ra ba người con bình thường, phôi thai trên vẫn tồn tại. Theo chúng tôi chẩn đoán, đã có thể là một u quái (y học gọi là *teratoma*) thường lúc đầu rất lành tính, quá trình phát triển dẫn tới ung thư. Trên thế giới có trường hợp như thế này nhưng chỉ tồn tại một vài bộ phận chứ không đầy đủ hình hài như thai trong bụng bà Thủ. Hơn nữa chỉ tồn tại trong thời gian ngắn".

Giải thích kỹ càng và chắc ăn như vậy, nhưng bác sĩ Thiệu đã... việt vị! Chín ngày sau, ngày 19 tháng 1, ca mổ được Phó Giáo Sư, Tiến Sĩ Hà Văn Quyết, Phó Giám Đốc Bệnh Viện Việt Đức cầm đầu thực hiện. Các bác sĩ đã bóc phôi thai dính vào thành bụng của bà Thủ nặng 2,1kg và bóc ra tiếp một u thai nặng 0,6kg là một phần của thai nhi nằm ngay trước bàng quang bệnh nhân. Các bác sĩ cũng cho biết đây không phải là một trường hợp thai trong thai mà là thai nằm phát triển ở ổ bụng, sau một thời gian thai đã chết. Tuổi thai được xác định là 50 năm chứ không phải là 75 năm. Loại thai nằm trong ổ bụng này chỉ chiếm tỷ lệ 1/15.000 ca thụ thai.

Phôi thai trong bụng bà Thủ nặng 2,1kg có thể hơi nhẹ nhưng cũng không đến nỗi nào. Nhiều thai nhi khi được sanh ra còn nhẹ hơn thế. Nhẹ nhất thế giới là cô bé Rumaisa Rahman khi chào đời tại Trung Tâm Y Tế Đại Học Loyola, Chicago vào ngày 19/9/2004 vốn liếng vỏn vẹn chỉ có 244 gram, chưa bằng một lon nước ngọt! Mẹ của em, bà Mahajabeen Shaik, 23 tuổi, người Ấn Độ, đã bị chứng tiền kinh giật do huyết áp cao gây ra trong khi mang thai nên phải mổ lấy thai ra khi thai mới chỉ được 26 tuần, sớm hơn dự tính 15 tuần. Đây là thai sanh đôi. Cô bé song sanh kia, bé Hiba cũng chỉ nặng có 563 gram! Nhỏ thì nhỏ như vậy, lớn thì lớn quá khổ. Bà Francisca Ramos Dos Santos, 38 tuổi vừa hạ sanh tại một bệnh viện ở Salvador, Ba Tây, chú bé Adermilton, nặng sơ sơ có 7,57 kí. To như vậy thì lối nào mà ra cho được. Các bác sĩ phải mổ bụng lôi cu cậu ra. Sức nặng của thai nhi "lực sĩ" này là sức nặng trung bình của một đứa bé 6 tháng tuổi! Thường thì thai nhi khi sanh ra tại Ba Tây chỉ nặng trung bình, nếu là bé trai thì khoảng 3,5 kí, bé gái thì khoảng 3 kí.

Sanh đẻ là chuyện của trời. Khi nào cửa trời mở thì... *mang tiếng khóc bưng đầu mà ra!*

Các bà bầu nhiều khi lại bướng bỉnh không theo ý trời mà theo ý mình. Trời thường hay mở cửa sanh vào ban đêm, giờ người ta còn... ngủ. Tội cho cả sản phụ lẫn bác sĩ và các cô mụ! Nhưng ngủ là chuyện vặt vãnh. Các bà cãi ý trời vì những chuyện to lớn hơn nhiều. Như chuyện bói toán chẳng hạn! Ông Jimmy Chan ở Hương Cảng sắp làm cha. Ông đi hỏi thày bói thì được cho biết đứa bé phải ra đời vào giờ nào đó thì mới là giờ hoàng đạo. Cái giờ này, oái oăm thay lại trước ngày sanh ước tính của vợ ông tới 17 ngày. Chết cha ngộ rồi! Ông không... chết. Ông tới nhà thương yêu cầu các bác sĩ cho con ông ra bằng cách mổ bụng đúng vào giờ ông muốn. Khách hàng luôn luôn có lý, các bác sĩ đành thay trời cho con ông được... hoàng đạo! Chỉ nguyên tại Bệnh Viện St Paul ở Hương Cảng, số thai phụ đi tìm giờ hoàng đạo cho con là 51% ca sanh trong năm 1999 đã tăng lên 60% trong năm 2004.

Sanh đúng theo tự nhiên cũng phải tính. Tính sao cho lợi. Như tại Tô Cách lan, cả trăm bà bầu vác bụng lặc lè chờ sinh tới cửa hiệu Harvey Nichols ở thành phố Edinburg để xổ. Đây là một hộ sanh viện hay sao? Không! Nhưng có tin đồn là những phụ nữ nào sanh trong cửa tiệm sẽ được tặng phiếu mua hàng trị giá tới 500 bảng Anh. Có nhiều bà đang ngồi trên xe cấp cứu tới bệnh viện cũng còn ráng điện thoại hỏi xem có thật như vậy không để... quẹo! Nhưng đây chỉ là tin đồn quái ác làm mệt cửa hiệu.

Năm trăm bảng là chuyện nhỏ mà cũng đã ồn ào, nhiều bà bầu còn mưu toan những chuyện lớn hơn. Họ tham gia những *tour* sanh con. Bà Oh Min Jung cũng như nhiều bà bầu Đại Hàn khác ghi tên tham dự những tour du lịch tới các quốc gia như Mỹ, Canada, Úc hoặc Tân tây Lan để đập bầu với chủ đích là con họ sẽ được mang quốc tịch các nước này.

Chỉ riêng trong năm 2004 đã có 10 ngàn chuyến du lịch có tính toán kiểu này được tổ chức.

Một cặp vợ chồng yêu nghệ thuật ở Bá Linh, Đức, lại cho lâm bồn đứa con đầu lòng trong một phòng trưng bày tranh. Anh chồng Winfried Witt cho biết chị Gele, 27 tuổi, sẽ sanh trong cái nôi của nghệ thuật với sự chứng kiến của khoảng 30 người được mời. Dĩ nhiên phòng tranh sẽ đóng cửa trong ngày này vì, theo ông chủ phòng tranh, những vấn đề riêng tư cần được bảo toàn!

Sanh mà phải tính toán như vậy, nhức đầu! Bà Debbie Coleman bà ấy cười cho. Chuyện tự nhiên của trời đất, tới đâu tính đó. Hơi đâu mà lo! Trời rạng sáng, bà bầu này chuyển bụng. Bà bồng hai con gái 3 tuổi và 4 tuổi ra ghế sau xe hơi và phóng như bay. Bà ghé đổ xăng. Đứa bé đã ló đầu ra thăm thú tình hình. Chủ cây xăng Lloyd Goff hỏi bà có cần ông giúp gì không, bà lôi đứa bé lên ngực, trả lời tỉnh bơ: "Tôi phải đi!". Bà sang số xe. Dzọt! Một khách hàng thấy như vậy vội gọi điện thoại cho cảnh sát nhưng ông này quýnh quá nên ấp úng làm cảnh sát hiểu là có vụ trộm xe. Cảnh sát vội nhào ra kiếm chiếc xe. Trong khi đó bà Coleman tiếp tục lái xe tới bệnh viện trong tình trạng lõa thể từ dưới thắt lưng với đứa bé trong cánh tay và nhau chưa cắt rời. Một người trông thấy và gọi cảnh sát báo cáo là có người định vứt con ra khỏi xe trong khi xe đang chạy. Cảnh sát rượt theo, chặn xe lại, buộc bà Coleman giơ tay lên và ra khỏi xe. Khi rõ tình trạng bất ngờ này, Cảnh sát báo cho bệnh viện và để bà tiếp tục chuyến hành trình can đảm của bà. Sanh kiểu Hitchcock như vậy, ớn! Thế gian chắc chỉ một mình bà tủ lạnh Coleman! Sự thường chỉ nguyên việc banh bụng sanh cũng đủ dâu bể rồi.

Người ta đi biển có đôi
Tôi nay đi biển mồ côi một mình!

Câu ca dao tội nghiệp này xưa rồi. Ông Lý Minh Huy ông ấy bảo thế. Ngày nay, chàng và nàng có thể dắt tay nhau vào bệnh viện. Anh một cái bầu, em một cái bầu. Đi biển có đôi đàng hoàng. Vui biết mấy!

04/2005

SỐ

Mua số là việc hình như chúng ta ai cũng đã từng làm ít nhất là một lần trong đời. Nói một lần chỉ là một cách nói vì xổ số nó như ma túy. Đã lậm vào thì khó tìm đường ra. Một lần sao được? Hai chục năm nay, kể từ ngày đặt chân tới Canada tôi vẫn tuần hai lần cúng ông thần 6/49. Từ ngày số chỉ một đô đến ngày số hai đô một tấm. Đó là không kể những lần cúng thêm số *Banco* hoặc số *Super 7* mỗi khi số tiền độc đắc tăng lên tới con số hàng chục triệu. Mua riêng cho mình là một chuyện, mua với nhóm bạn trong sở làm, mua với nhóm bạn nhậu, mua với nhóm bà con họ hàng mỗi khi số độc đắc *jackpot* vắt vẻo ngôi cao. Kể ra số tiền cúng cũng khá nhiều nhưng chưa... tới số! Một đôi khi ngồi tính thấy số tiền cúng quảy từ hai mươi năm qua cũng kha khá bèn tỉnh ngộ lòng dặn lòng chẳng nên cúng tiếp. Lúc tính quẩn thì tính như vậy nhưng bỏ nàng nhân tình tốn tiền mà chẳng nước non chi này thì coi bộ không dễ. Nếu không mua, lỡ cái số mình nuôi từ hai chục năm qua nó lạng quạng chui ra thì mần răng. Điên người lên chứ giỡn sao!

Nghĩ đi nghĩ lại như vậy lại thôi, thà để người ta phụ mình chứ mình không phụ người ta. Lại móc bóp! Vài kỳ không trúng, lòng lại dặn lòng, nhất quyết đấy nhé, phen này nhất định không dại góp thêm viên gạch cho cái tòa nhà của Sở Xổ Số nằm to đùng trên một con phố sang trọng. Ông thần tài có lẽ thấy sắp mất một thần dân nên can thiệp liền. Buổi tối, đang yên giấc, bỗng thấy chân đạp đầy chất phế thải của con người. Vàng nào chẳng là vàng, vàng dính be bét trên chân trong giấc mộng là vàng chói chang trong két sắt. Bèn bâng khuâng nghĩ ngợi. Biết đâu! Lại móc bóp!

Tôi không trúng, bạn không trúng, chuyện thường. Vì chúng ta chỉ là một con số trong hàng chục triệu người xếp hàng chờ ông Thần Tài pi pi lên đầu. Dễ gì mà chất phế thải của bậc thần thánh văng tới tôi, tới bạn! Nhưng có xổ thì có người trúng. Nếu tôi trúng thì tôi sẽ điên lên như thế nào? Nếu bạn trúng thì bạn sẽ lạc mất bản thân ra sao?

Anh chàng Phúc trong tiểu thuyết *"Trúng Số Độc Đắc"* của Vũ Trọng Phụng cho ta một mẫu phản ứng của người trúng số độc đắc. *"Phúc vừa lẩm bẩm khẽ đọc những con số mà anh đã thuộc lòng, tức là số vé của anh, vừa điềm nhiên bốc tờ Đông Phương Nhật Báo. Anh rất lấy làm kinh ngạc khi thấy trên mặt tờ báo mở rộng tất cả sáu con số ấy, đứng theo cái trật tự ấy, dưới dòng chữ ghê gớm này: Trúng độc đắc mười vạn! Hốt nhiên anh thấy như hoa mắt, như ù tai...*

Anh tự hỏi: "Có lẽ nào? Có lẽ nào lại thế được?" y như một người đứng trước một sự quái gở nó đã xảy ra, khi tưởng rằng chẳng có đời nào nó lại xảy ra được. Tức thì anh đứng lên, đem tờ báo theo, định lên gác để lấy trong tủ ra cái vé số của anh, rồi đối chiếu xem mình có nhớ nhầm hay không... Anh mở tủ, mở hộp, tìm vé số mãi mới thấy, chân tay run bắn lên, như người bắt đầu hành động một tội ác... Đến lúc thấy sáu con số trên cái vé, ở cả hai khung hai bên, đều đúng với con số trên báo, anh mới dám tin hoàn toàn. Anh nhịn thở để mong trấn tĩnh cái linh hồn của anh lúc đó nó lao đao xao xuyến như một trận bão... Anh nhìn trước nhìn sau, lo sợ có ai nhìn thấy mình chăng. Rồi anh lại cất cái tính mệnh của anh vào hộp, bỏ hộp vào tủ, khóa tủ hai vòng. Cuối cùng anh giấu cái chìa khóa tủ vào một chỗ rất kín đáo, dám chắc không ai sờ mó tới. Thế rồi anh ngồi đờ mặt ra. Óc anh lúc ấy rối loạn quá, anh không biết nghĩ gì nữa, cũng chẳng biết làm gì nữa. Mà dầu muốn thế nào cũng chẳng được cả, thân thể anh cứ run lên lật bật, tựa hồ như anh vừa giết người vậy. Bỗng một ý nghĩ đáng kinh hoàng đến với cái trí não rối loạn của anh như một tia nắng lọt vào phòng tối... Hay nhà báo đã in nhầm? Anh lại nhìn vào nhật trình và thấy con số ấy đều to bằng những ngón tay cái, anh mới thật là yên tâm. Tuy nhiên anh cũng định cứ xuống cửa mua một tờ báo khác nữa xem cho kỹ lưỡng."

Trúng số, nó vất vả như vậy đó. Vất vả như bạn tôi, ký giả Hà Túc Đạo, trúng số độc đắc. Lúc đó là vào đầu thập niên 70, tôi đang ngồi trong nhà thì Hà Túc Đạo và Khánh Giang xô cửa đi vào. Mặt Hà Túc Đạo tái mét, tay run run chìa ra cho tôi coi một tập xéc nhà băng, giọng cũng run run. Moa trúng độc đắc! Lần đầu tiên trong đời tôi mới tận mắt nhìn được một người vừa bị ông Thần Tài đá yêu vào đít. Anh mất tất cả cái vẻ thường có, từ vẻ mặt, giọng nói, cử chỉ, lối hành xử... Trông anh lơ mơ thế nào ấy. Không phải là con người thật. Giống như một con búp bê cứng ngắc đang bị điều khiển từ xa. Ba chúng tôi kéo nhau đi ăn mừng. Anh hào phóng một cách bất thường. Các toa muốn gì cũng được hết! Chỉ mới ngày hôm qua, anh còn lúng túng vì tiền bạc. Ngồi trong một tiệm nước, một em bé bán số tới nài nỉ mua dùm, anh móc túi, chỉ còn đúng mười đồng, anh chặc lưỡi rút đại một tấm vé trong một xấp cặp mười. Nếu moa có tiền mua luôn cả bộ cá cặp! Anh tiếc rẻ. Tiền đến tay, mà tiền muôn bạc triệu, vậy mà không nắm được, tiếc! Vậy mới thấy cái máu xổ số nó hành hạ người ta tàn nhẫn đến thế nào!

Trúng số là một chuyện, có giữ được tiền không lại là chuyện khác. Nhiều người tay cầm bạc triệu đô Mỹ mà để lọt xuống kẽ tay hết. Nhiều người tự nhiên có trong tay số tiền quá lớn, ngoài sức tưởng tượng, đâm sảng, cứ tưởng có thể mua được mọi sự trên đời này đưa đến việc tiêu tiền vô tội vạ, của thiên trả địa hết. Ông William Post, cư dân tiểu bang Pennsylvania, đã được thần tài dúi vào tay 16.2 triệu vào năm 1988. Ông vung hết số tiền đó và bây giờ đang nhận trợ cấp xã hội. Sao lại có thể có người ngu đến như vậy được nhỉ? Nếu là tôi... Chắc nhiều người khôn ngoan sẽ hăm hở vén tay áo muốn dạy cho cái nhà ông William này một bài học về cách tiêu tiền. Không dễ đâu!

Theo bà Susan Bradley, tác giả cuốn *"Món Tiền Bất Ngờ:*

Cách Quản Lý Tài Sản Trời Cho" thì có được một số tiền quá lớn một cách bất ngờ chính là một cách đánh mất cuộc sống. Người ta sẽ không còn cuộc sống cũ nữa và, vì ngất ngây trước trận mưa bạc vừa được tưới lên đầu, họ không thể có khả năng tiêu và giữ đồng tiền mới có được một cách chặt chẽ. Ông Jeff Clark, cư ngụ tại Moose Jaw, tỉnh bang Saskatoon, Canada, vào tháng giêng năm 1996, trúng số độc đắc trị giá 2.5 triệu sau khi đã nuôi con số này mười năm (ông này nuôi số giỏi hơn tôi!). Ông bỏ việc tức thì và sống một cách hào phóng. Ông cho mẹ và các thân nhân những chiếc xe mới và những món quà kếch xù. Riêng phần ông, ông mua một căn nhà rộng 3.300 bộ vuông và một chiếc xe thể thao Dodge Viper giá 105 ngàn đô. Chuyện thường! Nếu tôi trúng số tôi cũng sắm sửa cho mình chút đỉnh như vậy. Nhưng ông Jeff không ngừng ở đây. Một chiếc xe coi bộ hơi ít. Triệu phú thì phải có hơn một chiếc xe. Ông cựu thợ mỏ này chơi luôn tới sáu chiếc! Toàn thứ chiến. Như một chiếc Plymouth Prowler giá 90 ngàn, một chiếc Cadillac Eldorado giá 70 ngàn và một chiếc Buick Riviera năm chục ngàn. Rồi lại còn ba chiếc xe trượt tuyết, một du thuyền. Ông khôi hài là nếu phải đậu đoàn xe và tàu của ông cùng một lúc thì không biết để thế nào cho vừa! Ông tiêu tiền sắm sửa một cách hồn nhiên và vẫn tiếp tục chơi số. Cái số ông này là cái số có tới mấy con rồng xúm quanh nên hai năm sau khi trúng số độc đắc, ông trúng số 6/49 nữa. Lần này ông lượm sơ sơ nửa triệu thôi. Nghĩ rằng mình có ông thần tài núp trong người nên ông chơi bạo hơn. Không những tiếp tục mua số, ông còn la cà suốt ngày trong các bar rượu để chơi số bằng máy. Bốn năm la cà này ngốn hết của ông khoảng một triệu đồng. Rồi vào năm 2001, thị trường chứng khoán bỗng tuột dốc. Những số tiền của ông ném vào thị trường này teo lại. Cô bạn gái lâu đời của ông có con, dọn đi ở Regina làm ông tốn thêm một số tiền đền bù. Lại thêm cái người đàn bà ở Alberta mà ông lăng nhăng tới có con cũng kiện ông đòi bồi thường. Lại một số tiền nữa vọt khỏi tay ông. Tiền đang tung cánh bay ra khỏi nhà ông, ông chẳng dám ra khỏi nhà nữa vì gặp ai cũng hỏi tiền ông. Ông phải bắt đầu bán xe. Dĩ nhiên với một giá lỗ khá bộn. Rồi bán nhà. Ông hầu như trắng tay phải trở lại dùng chiếc xe van đời 1980 rỉ sét của ông trước khi ông trúng số. Ngày nay ông sống trong một căn nhà nhỏ tại một khu lao động nghèo nàn. Và phương tiện đi lại của ông bây giờ là một chiếc xe đạp cũ. Thuốc hút phải vấn lấy và tiền bạc thì sạch sẽ. Nhưng vào tuổi 38, ông vẫn tin vào cái số của ông: *"Tôi chắc chắn sẽ trúng số nữa. Còn một đồng tôi cũng đánh số, nhất định không sờn lòng sờn chí!"* Chắc ông chờ ông thần tài đau bụng lần nữa chắc!

Hai lần trúng số, tiền bạc triệu cầm trong tay, vậy mà cái ông thợ mỏ Jeff cuối cùng tay trắng lại hoàn tay trắng. Ông không được đọc lời khuyên của các chuyên gia về quản lý tiền bạc. Các chuyên gia này nhắn nhủ như thế này: có nhiều hay ít tiền không quan trọng, điều quan trọng là các bạn cần phải hiểu được sự liên hệ giữa tài sản, tiền bạc và mức tiêu xài. Những người hạnh phúc nhất không phải là những người có nhiều tiền của nhất mà là những người biết đặt ra kế hoạch xử dụng tiền bạc và thực hiện được kế hoạch đó. Như cặp vợ chồng nhà từ thiện Debi Faris-Cifelli và Steve. Hai ông bà vừa trúng số độc đắc 27 triệu đồng vào đầu tháng 12 năm 2004. Thần tài gõ cửa nhà ông bà này là đúng không chê vào đâu được. Hai ông bà chuyên làm việc từ thiện chôn cất các xác hài nhi bị bỏ rơi. Theo luật 2001 thì cha mẹ có quyền bỏ xác hài nhi con mình trong vòng ba ngày mà không bị tội gì cả. Luật này được áp dụng ở tiểu bang California, nơi hai nhà từ thiện này cư ngụ và ở 45 tiểu bang khác. Khổ nỗi có nhiều bà mẹ không biết tới luật này nên đã ném xác con vào thùng rác hay ống cống. Hai vợ chồng Faris-Cifelli nhặt xác những đứa trẻ vô tội này mang về chôn cất. Họ có một nghĩa trang nhỏ mang tên Vườn Của Các Thiên Thần *(Garden of Angels)* tọa lạc tại thành phố Calimesa. Để có phương tiện làm việc thiện, họ trông chờ vào các số tiền thiện nguyện thu được. Nay ông thần tài đã góp cho họ một số tiền lớn khiến họ dễ dàng hơn trong công việc phúc đức của họ. Họ chọn phương cách lãnh tiền trúng ngay tức thì một lần nên chỉ được lãnh 9 triệu đồng sau khi trừ thuế.

Không giống như ở Canada nơi tôi ngụ cư, trúng số là ẵm luôn trọn gói, chẳng thuế má chi, ở Mỹ trúng số không được lãnh một cú mà phải lãnh trong nhiều năm, mỗi năm một phần số tiền trúng sau khi trừ thuế. Muốn lãnh luôn một lúc thì số tiền phải teo lại. Như trường hợp ông bà Faris-Cifelli từ 27 triệu teo lại chỉ còn một phần ba số tiền trúng là 9 triệu! Mua số ở Mỹ như vậy mất sướng đi, nhưng trúng thì phải lãnh chứ biết làm sao! Bà Louise Outing, một tiếp viên nhà hàng hồi hưu, năm nay đã 95 tuổi, cư ngụ tại Boston, vừa trúng số 5 triệu sáu trăm ngàn đô, viện cớ già nua mang ra tòa kiện về sự... bất công này. Chánh án tòa Tối Cao Barbara

Dortch-Okara cũng chịu thua vì thủ tục lãnh số đã định như vậy rồi, khi mua xổ số là phải chấp nhận. Bà Outing sẽ nhận vào năm thứ nhất số tiền 283.770 đô và trong 19 năm kế tiếp sẽ nhận 280.000 mỗi năm, sau khi trừ thuế chỉ còn 197 ngàn đô. Bà Louise than thở: Tôi đã 95 tuổi rồi! Tôi muốn lãnh tất cả số tiền để muốn xử dụng thế nào tùy ý. Bà già rồi nhưng bà không lẫn: bà muốn cả hai, vừa lãnh trọn gói vừa không muốn mất đi một đồng nào cả!

Lãnh như vậy quả thực cũng tức như bò đá. Ông thần tài ông ấy cho tôi mắc mớ gì tới các người mà các người giữ lại chỉ thả ra nhỏ giọt trong hai chục năm. Lỡ ông thần chết ông ấy gọi về trước thì các người ăn quỵt tiền của ông thần tài ông ấy cho tôi hay sao? Chuyện thần thánh đâu phải là chuyện của mấy người! Lý luận theo kiểu... thần thánh như vậy coi bộ cũng đã lắm chứ! Chúng ta mang thần thánh trên hai vai chắc mặn với lối lý luận này. Nhưng mấy ông mấy bà Việt Nam trúng số ở Mỹ cũng chẳng cậy trông gì được nơi thần thánh. Vẫn cứ phải răm rắp theo... nếp sống văn minh.

Như cô Nguyễn Liên ở San Jose, California chẳng hạn. Cô vừa ẵm một triệu đô trong những ngày chờ đón Tết Ất Dậu nhờ vé số. Món tiền lì xì nặng ký và sớm sủa này tới với cô bằng đường vé cạo của tiểu bang California. Khi biết bỗng nhiên trong túi mình có thêm một triệu, cô xúc động đến nghẹn lời và cho biết sẽ thực hiện được ước mơ là đi du lịch Phi Châu!

Như anh Hoàng Nguyễn ở tiểu bang Texas cũng vậy. Món tiền cũng một triệu đồng lì xì tới với anh vào ngày 28 tết vừa qua, sau khi các ông bà Táo đã rủ nhau về chầu trời hết. Anh

Hoàng cũng trúng vé số cạo như cô Liên. Khi được báo chí phỏng vấn, anh Hoàng cho biết là khi trúng số anh tưởng như anh đang ở trong mơ. Và anh dự định sẽ dùng số tiền này để phát triển thêm cơ sở làm ăn buôn bán hiện có của anh và để dành một phần cho những việc trong tương lai.

Cũng một người Việt Nam, ông Nguyễn Ngọc Sẳng, thì lại đi theo một... số khác. Ông đi bán vé số! Ông là một giáo sư rời bục giảng thi hành lệnh động viên vào khóa 24 Sĩ Quan Trừ Bị Thủ Đức. Ông chỉ ở trong quân đội hai năm nhưng sau 1975, đã được đi học tập tới 5 năm rưỡi. Khi ra trại ông đi bán vé số dạo trong các quán giải khát và quán nhậu trên bãi biển Vũng Tàu. Cái nghề bất đắc dĩ này khiến ông ngượng ngập khi gặp những khuôn mặt quen biết ngày xưa và nhất là khi phải lang thang suốt ngày nài nỉ khách mua số. Rồi ông phải làm nhiều nghề khác. Toàn những nghề chẳng vinh dự gì. Cho tới khi ông gặp được một phụ huynh học sinh cũ của ông thấy ông quá vất vả nên giúp đỡ. Ông này có quen một người vừa trúng số độc đắc (lại số!) đang mở một cửa hàng bán xe đạp, giới thiệu ông vào làm kế toán cho cửa hàng. Cũng nhờ vào sự giúp đỡ của người chủ tiệm bán xe đạp này, ông mở được một cửa hàng bán xe đạp nhỏ, có được một số tiền. Ông dùng số tiền này lên Saigon chạy chọt để được có tên trong danh sách HO. Tháng 11 năm 1990, ông cùng gia đình sang Mỹ trong danh sách HO-4. Sang Mỹ ông lại tiếp tục làm những nghề không tên khá vất vả. Vất vả, ông không ngại vì cả đời ông là những chuỗi ngày vất vả. Sinh ra trong một gia đình nông dân nghèo ở làng Tân Chánh, huyện Cần Đước, tỉnh Long An, thuở nhỏ ông theo học trường làng, lên Trung Học mới được lên trường Quận rồi trường Chu Văn An Saigon. Năm 1962, vì nhà quá nghèo không thể tiếp tục việc học sau khi đã đậu bằng Tú Tài phần 1, ông đành vào trường Sư Phạm Saigon để trở thành giáo viên Tiểu Học. Năm 1969, vừa làm vừa học, ông đậu được bằng Tú Tài phần 2. Sáu năm sau ông lấy được bằng Cử Nhân Văn Chương tại Đại Học Văn Khoa Saigon. Sang Mỹ, ngày đi làm, đêm ông lại đèn sách bắt đầu học Anh Văn lớp ESL. Từ chỗ không biết tiếng Anh, trong 7 năm miệt mài học hành, ông ngoi lên lấy được bằng *Master of Education* và tìm được việc làm chính thức tại Khu Học Chánh Tucson. Con sâu học trong ông vẫn chưa hết nhúc nhích. Cuối năm 2004 vừa qua, đúng hơn là vào ngày 18 tháng 12 năm 2004, ông đã tốt nghiệp Tiến Sĩ Ph.D. tại Đại Học Arizona vào năm ông đúng 64 tuổi. Luận án Tiến Sĩ của ông là *"The Role of Cultural Factors Affecting the Academic Achievement of Vietnamese Immigrant/Refugee Students in United States"* (Những Yếu Tố Văn Hóa Ảnh Hưởng Đến Sự Thành Công Trong Học Vấn của Học Sinh Di Dân/Tỵ Nạn Việt Nam tại Hoa Kỳ).

Ông Nguyễn Ngọc Sằng chỉ bán vé số, dựa hơi vào một người trúng số độc đắc, và không mua số nhưng ông cũng đã trúng độc đắc. Đúng ra ông cũng có mua số. Không phải bằng tiền mà bằng mồ hôi và ý chí của chính ông. Vé số loại này trúng là chuyện đương nhiên. Vì nó đâu có cần xổ!

02/2005

SỢ

Sợ là điều cần thiết cho cuộc sống. Bởi vì nếu không biết sợ thì rất dễ bị toi mạng. Này nhé, không sợ lửa thấy lửa cứ nhào vô thì... *barbecue* mấy hồi, không sợ tai nạn cứ phăng phăng qua đường bất chấp đèn xanh đèn đỏ thì có ngày nằm xe ò e chạy thẳng vào nhà... xác, không *care* anh thần chết lái xe phom phom chẳng cần nhìn đồng hồ tốc độ xem có đi một đường nhà thương... hỏa tốc không!

Sợ cần thiết như vậy nên ai cũng thích sợ. Nhỏ nghe chuyện ma sợ muốn co vòi mà cứ ưa trùm chăn nghe. Con ma nó ra làm sao? Nó lông lá, răng nhọn hoắt, mắt tóe lửa, lưỡi thè ra cả thước đỏ lòm lòm, tay chân đầy móng vuốt nhọn hoắt... Chân dung con ma như vậy là do miệng truyền miệng. Thấy ma thì chưa ai thấy. Ma là loài chuyên môn đi tầu ngầm, làm những chuyện đứng tim mà chẳng bao giờ xuất hiện. Nó bàng bạc trong gió, trong hơi thở nhưng dễ sợ phát khiếp. Chỉ khi một thiếu nữ, nghe lời ngọt ngào, bị những chuyện quỷ quái, lúc đó mới thấy ma... tẩu vi thượng sách!

Nhưng ma nhiều khi cũng êm đềm lắm. Như những nàng ma của Bồ Tùng Linh. Cứ ngọt xớt.

Nói láo mà chơi nghe láo chơi
Giàn dưa lún phún hạt mưa rơi
Chuyện đời ý hẳn không buồn nhắc
Thơ thẩn nghe ma nói mấy lời.

Có những ông nghe ma tỉ tê mà nhà cửa, ruộng vườn, tiền bạc... đi về âm phủ hết. Nhưng đó là ma sống. Ma thì phải chết. Bồ Tùng Linh về với ma từ khuya rồi. Nhưng ma của Bồ Tùng Linh vẫn còn nói. Dù sao thì những nàng ma trắng tươi chuyên trăng gió với các bạch diện thư sinh cũng thuộc loại xưa rồi. Thư sinh bây giờ kiếm đâu ra! Ma biến hình thành ma của Nguyễn Ngọc Ngạn. Gần với người hơn.

Mỗi năm có một ngày ma rong ruổi khắp đường phố. Đó là ngày *Halloween* mà dân ở Việt Nam gọi là ngày Lễ Ma. Loại ma này toàn thứ hảo ngọt nên chỉ biết ngửa tay xin kẹo. Ma kẹo chỉ dọa được con nít. Ký giả Jay Stone của hãng tin *Canwest News Service* kể lại chuyện *halloween* khi anh còn là một đứa bé 4 tuổi. Năm đó, bố mẹ anh mua cho anh một chiếc mặt nạ Con Ma Trong Nhà Hát bằng cao su. Đó là một cái sọ người trắng hếu, nhe răng, có hai lỗ ở mắt để nhìn. Anh "diện" chiếc mặt nạ hăng mùi cao su đi xin kẹo. Nơi anh đặt chân tới đầu tiên là một tiệm bán thịt ở dưới phố Toronto. Một cậu bé cũng khoảng 4 tuổi, trông thấy con ma dễ sợ quá, hét toáng lên. Mẹ của Jay vội bắt anh tháo chiếc mặt nạ ra. Cậu bé vẫn chưa thôi khóc. Bà mẹ vội cất dấu chiếc mặt nạ trong ví nhưng cậu bé, dường như biết con ma vẫn còn đâu đó, nên vẫn cứ thút thít tiếp. Ma ám ảnh đến như vậy! Chuyện đó cũng xưa rồi. Trẻ em ngày nay... anh hùng hơn nhiều. Sợ chi!

Phụ trang *Youth Zone* của nhật báo *The Gazette* ở Montréal, nhân lễ *Halloween* năm nay, đã thử hỏi 160 em học sinh từ 10 đến 17 tuổi xem chúng sợ gì nhất. Ma chỉ chiếm một vị trí khiêm nhường trong nỗi sợ của trẻ em. Nỗi sợ lớn lao nhất là cái chết của những người thân, nhất là cha mẹ. Em Tina, 10 tuổi, diễn tả như sau: "Em sợ nhất là cha mẹ chết, để lại trong tim em một khoảng trống không ai có thể thay thế được." Sợ phải nói trước đám đông, sợ thi cử, sợ biển, sợ bóng tối, sợ cháy, sợ chó, sợ bị bắt cóc là những cái sợ thiết thân. Nhiều em người lớn hơn, sợ dư luận, sợ thành kiến, sợ kẻ nhi dâm... Thời sự hơn, có em sợ đi máy bay vì đã coi trên màn ảnh nhỏ vụ 9/11. Một em duy nhất, chắc sau này sẽ thành chính khách, sợ Bush tái đắc cử. Em Mona, 15 tuổi, đã nói: "Điều duy nhất em sợ là Bush ngồi lại 4 năm nữa!" Một em có tên là Phuong, 16 tuổi đã trả lời: "Em sống ở một đất nước xa lạ cùng với dì em, em không còn được sống với cha mẹ nữa. Em sợ một ngày nào đó người ta sẽ đuổi em về lại xứ sở của em. Em sẽ mất tất cả. Bây giờ em sợ nhất điều đó. Em phải làm sao để điều đó đừng xảy ra?" Tuy không có chi tiết gì về em Phuong này, nhưng tôi vẫn nghĩ em là Phương hay Phượng của Việt Nam, mang nỗi sợ thương tâm của giòng giống Việt!

Cũng trong cuộc phỏng vấn này, đứng ngay sau nỗi sợ chết, là sợ nhện. Con nhện ở bên đây không được đất. Những hình ảnh mạng nhện, con nhện được liên kết với ma quái trong ngày *Halloween*, đã cho nhện... lên chức! Còn nhện ở Việt nam, bạn của trẻ em, có chi mà sợ. Tôi nhớ những ngày nhỏ, nhà nào mà chẳng có nhện, trần nhà nào mà chẳng nhện giăng tứ phía, chúng tôi bắt nhện chơi. Có những chị nhện ôm cả bọc trứng trắng xóa, xé rách ra, nhện con lũ lượt chạy ra tứ phía. Nhện vàng sa xuống vai còn thích nữa vì nó mang lại điều may nhất là những ngày sửa soạn thi cử. Được nhện vàng thăm viếng, niềm hy vọng được đẩy lên cao hơn. Cao tồng ngồng mà còn... dấm đài liền được cha mẹ chữa theo mẹo, nướng nhện cho ăn mà vẫn há miệng nuốt như thường. Có chết thằng tây nào đâu!

Sợ, họa chăng sợ chuột con mới sinh ra. Những chú chuột đỏ hon hỏn, mắt vẫn nhắm tít, quờ quạng trong ổ, sờ tay vào thấy mềm nhũn ghê ghê. Trẻ con sợ, đã đành, người lớn cũng nhiều người... té đái. Ông chú tôi, hồi đó dễ chừng đã đang ở tuổi... hăm, sợ chuột con một cây. Có lần, mấy bà cô nghịch tinh của tôi bắt chuột con dí vào ông chú tôi đang ngồi đọc sách. Ông vùng dậy, mặt tái tím, chạy bán sống bán chết, không biết trời trăng gì cả. Từ trong sân nhà, ông chạy bổ ra đường, chạy loạn xạ bất kể xe cộ. May mà xe kịp tránh ông. Lần về Việt nam cách đây hai năm, tôi đến thăm ông, tuổi đã quá bát tuần, nhớ chuyện xưa, hỏi đùa ông bây giờ còn sợ chuột con không? Ông la lối bảo đừng có hỏi nữa! Áng chừng ngài vẫn còn... run!

Ngoài chuột, tiết mục sợ khác là sợ sâu, nhất là sâu róm,

to bằng cả ngón tay, mình đầy lông, đụng vào là ngứa cạn hết nổi. Lại còn đỉa, tiết mục gớm ghê nhất. Đỉa đánh đu trên bắp chân, hì hục hút máu, thân trương phềnh lên, chẳng có nỗi sợ nào hơn! Trong kỳ Thế Vận Hội 2004 tại Nhã Điển, Hy Lạp vừa qua, các ký giả quốc tế đã khám phá ra là dân Hy Lạp cũng chơi với đỉa. Trong các tiệm bán thuốc cổ truyền, họ có những chiếc lọ nuôi đỉa để bán. Người ta mua đỉa làm chi? Bà Maria Seferoglou, 39 tuổi, bán hàng cho tiệm thuốc Behar, cho biết là khách hàng mua đỉa cho nó hút máu để chữa bệnh cao máu hay cho nó hút chất độc ra khỏi máu! Giá mỗi con đỉa là 4,5 *euro*, khoảng 7,2 Gia kim.

Trong chương trình truyền hình *Fear Factor*, phát hình thường xuyên trên màn ảnh nhỏ, các... dân chơi có nhiều cơ may bị ăn bọ cạp, sâu, trùng... Trong một buổi phát hình, tôi thấy cảnh các cô gái, mặt hoa da phấn, thi nhau tọng côn trùng vào miệng cho nhanh. Họ trét hỗn hợp đủ thứ sâu bọ, côn trùng thành một mảng bầy nhầy màu xanh vàng lên kính trước một chiếc xe hơi. Chúng ngọ nguậy, lổn nhổn bò trông đến buồn nôn. Vậy mà những chiếc miệng xinh xắn phải lùa những thứ lầy nhầy này vào, ngậm chạy tới chỗ để một chiếc chậu trên bàn cân, nhả vào chậu, rồi vội vàng chạy đi... liếm tiếp. Trong thời gian hạn định, ai chuyển được trọng lượng chất lầy nhầy này nhiều nhất thì thắng cuộc. Nhìn những chiếc chậu ngo ngoe những thứ dễ sợ, thấy những chiếc miệng nhếch nhác còn dính chất vàng xanh, tôi đã rùng mình ghê tởm.

Ghê tởm, đó không phải chỉ là một cảm giác sợ khơi khơi đâu. Nó có nhiệm vụ cả đấy. Nếu nỗi sợ bảo vệ con người chống lại những hiểm nguy, như bị những thú vật to lớn, nguy hiểm ăn thịt thì sự ghê tởm bảo vệ con người chống khỏi bị những con vật nhỏ nhít hành hạ. Đó là các loại vi trùng, vi khuẩn, loài ký sinh luôn luôn muốn bày tiệc trên thân xác chúng ta. Một nhóm các nhà khảo cứu của Viện Vệ Sinh và Y Khoa Nhiệt Đới ở Luân Đôn đã làm một cuộc khảo sát về tác dụng của sự ghê tởm của con người. Cuộc khảo sát được thực hiện tại 6 quốc gia và 1 phi trường quốc tế để tìm ra cái gì làm con người ghê tởm. Từ đầu năm 2004, cuộc khảo sát được phổ biến rộng hơn bằng cách đưa lên mạng của đài BBC. Tới nay, đã có 80 ngàn người thuộc 172 quốc gia vào xem và trả lời. Họ được hỏi như thế nào? Đại khái là họ được xem chiếu trên màn hình, cùng một lúc, hai hình ảnh tương đồng với nhau, trong đó một hình ảnh như bị bệnh tật đe dọa, hình kia thì không. Chẳng hạn như hai chiếc khăn tắm giống nhau, một có dây vết màu xanh, một có màu vàng nâu; hoặc hai hình của cùng một người, một bình thường khỏe mạnh, một trông vàng vọt bệnh hoạn. Người tham dự khảo sát, mỗi khi bấm lên một cặp hình, sẽ cho điểm từ 1 (không ghê tởm) đến 5 (rất ghê tởm). Kết quả y chang như dự kiến của những nhà khảo cứu. Con người ai cũng ghê tởm những thứ bệnh hoạn, dơ dáy. Đàn bà... tởm hơn đàn ông. Việc so sánh đàn ông đàn bà này không phải vì... kỳ thị đâu mà có khoa học đàng hoàng. Bởi vì đàn bà mang một gánh nặng di truyền gấp đôi, vừa chuyển những *genes* cho thế hệ sau vừa nuôi nấng thế hệ này để chúng có thể tồn tại và sinh sản. Do đó, đàn bà có khả năng lớn hơn đàn ông trong việc phát hiện những mầm mống của bệnh tật trong môi trường.

Câu hỏi chót của cuộc khảo sát là: nếu phải dùng chung một bàn chải đánh răng thì bạn không muốn chung với ai nhất? Bị chê nhất là ông phát thư, rồi tới ông chủ nơi làm việc, ông xướng ngôn thời tiết trên TV, anh chị em, bạn thân và, chót hết, vợ chồng! Càng thân cận càng ít bị chê. Điều này có ý nghĩa gì? Những người gần gũi chúng ta nhất thường cùng chúng ta chung đụng một loại vi khuẩn nên ít truyền bệnh cho chúng ta hơn. Ghê tởm sợ sệt, đó là một bản năng phòng tránh bệnh của con người, từ ngàn xưa tới nay!

Sợ, nó hành hạ con người ra sao? Sợ run lên bần bật, sợ dựng tóc gáy, sợ co người lại, sợ... té đái. Thông thường nhất là sợ toát mồ hôi. Khi ta sợ, hệ thần kinh tự trị giao *(casympathetic autonomic nervous system)* bộc phát mạnh và chất *epinephrine* từ nang thượng thận tiết ra nhiều. Hai anh này kích thích tuyến mồ hôi, nhất là ở lòng bàn tay bàn chân và ở nách. Mồ hôi ra nhiều và bốc hơi do nhiệt lượng của thân thể làm cho chúng ta lạnh. Ngoài ra, khi hệ thần kinh giao cảm kích thích thì điện trở ngoài da cũng thay đổi. Hai hiện tượng này cộng với hiện tượng tự nhiên là khi nói dối con người bao giờ cũng sợ làm người ta mới chế ra đo điện trở ngoài da để dò nói dối. Đeo máy này vào, nói dối là lộ liền!

Làm phim toát mồ hôi lạnh là một chiêu ăn khách của các nhà sản xuất phim. Cũng ký giả Jay Stone đã sắp hạng mười phim dễ sợ nhất trong thế kỷ 20 và đầu thế kỷ 21. Theo bảng sắp hạng này thì phim *Psycho* (1960) của ông vua kinh dị Alfred Hitchcock cầm đèn đỏ. Trên đó là 9 phim có thứ tự như sau: *Night of the Living Dead* (1968), *The Silence of the Lambs* (1991), *The Exorcist* (1973), *Dead of Night* (1942),

Halloween (1978), *Poltergeist* (1982), *The Ring* (2002), *Nosferatu the Vampyre* (1979) và *Seven* (1995).

Đứng hạng 10, nhưng được nhắc nhở đến nhiều nhất vẫn là *Psycho*. Không hiểu tại sao khán giả lại mặn với phim này đến vậy. Mới đây, nhân cái chết của Janet Leigh, nữ tài tử chính trong phim, *Psycho* lại được nhắc nhở tới. Và cái màn rùng rợn nhất trong phim, màn giết người khi đang tắm vòi hoa sen, lại được nhắc tới. Đây là một màn... toát mồ hôi đã được dựng lại cho du khách coi trong phim trường *Universal Studio* ở Hollywood. Tôi đã hai lần tới đây, hai lần được coi lại cảnh toát mồ hôi này nên không toát mồ hôi được nữa! Nhưng nữ tài tử Janet Leigh đã không dám tắm vòi hoa sen trong suốt thời gian từ khi đóng cảnh này đến ngày nhắm mắt lìa trần tại Beverley Hills trong bàn tay của ông chồng Robert Brand và hai cô con gái, cũng là hai tài tử, Jamie Lee Curtis và Kelly Curtis.

Sống trong tình cảnh... toát mồ hôi là cô Annie Pellerin, 28 tuổi, nạn nhân sống sót duy nhất trong vụ án mạng tại một cửa tiệm Harvey's trong khu rất đông người Việt Côte des Neiges ở Montréal. Chuyện xảy ra vào rạng sáng ngày 28 tháng 10 năm 1996. Ba tên cướp gồm Trần Sỹ Tuấn và hai tên khác mới 15 tuổi không được tiết lộ danh tánh đã xông vào nhà hàng giết chết hai nhân viên nam. Riêng cô Pellerin, lúc đó 19 tuổi, bị cắt cổ, đâm hai nhát vào ngực và đập sáu nhát bằng mặt bằng của chiếc búa. Chúng tưởng cô đã chết nên bỏ đi sau khi lấy được 1800 Gia kim. Tưởng tất cả các nạn nhân đều đã chết nên không có chứng cớ gì. Ai ngờ, thiên bất dung gian, cô Pellerin còn sống và đã nhận ra

Tuấn là nhân viên cũ của nhà hàng. Tuấn bị kết án 25 năm tù. Cô Pellerin sống trong nỗi sợ thiết thân: sợ Tuấn trả thù. Tuấn đã có lần vượt ngục nhưng không thành. Nỗi sợ của cô Pellerin lại nặng thêm. Cô sống trong sợ hãi như vậy cho đến một ngày cuối tháng 10 vừa qua, Tuấn đã treo cổ tự tử trong nhà tù. Cô Pellerin là người đầu tiên được nhà tù thông báo. Họ đã cất đi cho cô nỗi sợ một đời!

Phó sản của sợ là... nhát! Người nhát thường ít xông xáo, hay né tránh, an phận thủ thường nên luôn luôn bị thiệt thòi trong công việc, lúng túng trước đám đông và chậm chạp trong hôn nhân. Thống Kê Canada gọi là "căn bệnh của sự lỡ cơ hội" và cho biết có 2 triệu dân Canada từ 15 tuổi trở lên bị "bệnh" này. Tuổi từ 15 tới 20 có 4,7 %, trên tuổi này là 3,1%. Bệnh này do sợ hãi quá độ khi đối diện với người khác hay trong nơi làm việc. Dĩ nhiên, trước người khác phái, nỗi bất an còn tăng thêm nhiều nữa. Theo tâm lý gia Scott Patten của Viện Đại Học Calgary thì bệnh làm người ta rối trí hoặc hoảng sợ đến toát mồ hôi, khô miệng, tim đập dồn dập, khó thở. Hậu quả là không có công ăn việc làm hoặc làm những việc có lương thấp hay... dễ chịu nhất là ăn tiền xã hội! Bệnh tưởng như... hết thuốc chữa nhưng với những liều thuốc chống trầm cảm và bằng trị liệu tâm lý, người ta có thể dễ dàng đưa người bệnh trở về cuộc sống thường. Nhưng vì là thứ bệnh mà như không phải bệnh, những người nhát thường... nhác! Không chịu đi chữa trị. Chỉ có 37% chịu đi chữa và chỉ sau khi họ nấn ná bằng mọi cách hoãn binh trung bình trong 14 năm!

Nói tới tâm lý là đụng tới con tim. Đụng tới con tim là...

nhói buốt. Cái sợ trong trường tình có chi lạ? Dọ dẫm bước chân vào con đường tình cảm, con người ta thường nhu mì một cách bất thường. Tình yêu dễ làm chúng ta ngợp. Nhân vật Phi trong truyện ngắn *Sợ* của Xuân Diệu, viết từ năm 1938, đã ngộp trong tình yêu. *"Sợ, phải rồi! Phi sợ! Chính cái cảm giác mù mờ trong bấy lâu, bây giờ Phi mới thấy. Đó là một sự thực mà người ta không nên quên: tình yêu nhiều làm cho ta sợ. Có phải không, tình yêu đã to lớn, mênh mông, thì có khác gì một sông to, một biển cả đâu! Người ta ngợp vì thấy tình nhiều, bởi vì bao giờ cái nhiều cũng làm ta tự thấy mình ít; ta không kịp ngó, ta cảm xúc không hết, ta thấy cái nhiều tràn ta, ngập ta, lụt đến quá cổ ta! Ta sợ khi nhiều trời, nhất là nhiều sắc xanh rờn rợn của không gian; huống chi nhiều ái tình, một thứ không gian và thời gian vô hình ảnh. Nếu gió mát làm ta ngợp sợ, thì sự quá êm đềm, quá thiết tha, quá yêu mến lại xui ta sợ sệt đến bao nhiêu. Có ai thấy những đứa trẻ con xin bánh không? Nếu cho nó một cái, nó sẽ xin mười; cho nó năm mươi cái, nó sẽ ngạc nhiên; và nếu đưa cho nó cả một thùng bánh to, nó sẽ rợn rùng và sợ người cho nó."*

Trong tình yêu đã ngợp , đã sợ. Bước vào tình yêu còn sợ phát khiếp! Thôi đừng nhắc tới những ngày mon men chuyện lứa đôi đó! Sợ lắm!

11/2004

SỮA

Trong tiệm tạp hóa của một chú Chệt, em nhỏ thu mình trong một góc chờ cho hết khách mới e dè hỏi:

"Chú có sữa đặc không?"

Chú Chệt chỉ tay vào một góc quầy bầy đủ loại sữa:

"Muốn thứ nào? Sữa con bò hai đồng, sữa cô gái hai đồng mốt, sữa con chim hai đồng hai, sữa..."

Đã được mẹ dặn trước mua sữa con chim, em nhỏ vội cắt lời:

"Tại sao sữa con chim lại mắc hơn mấy thứ khác hả chú?"

Chú Chệt ghé sát vào mặt em nhỏ, giọng thân mật:

"Tại sao à? Con bò nó to bằng mười cái nị, lại có cả chục cái vú, sữa nhiều thì phải rẻ. Cô gái chỉ có hai cái, phải mắc hơn. Còn con chim, cái nị thấy nó nhỏ chút xíu, vắt cho tới chừng nào mới được một hộp sữa. Phải mắc chứ còn hỏi cái gì nữa!"

Trong truyện ngắn *Những Ngày Cạn Sữa* của nhà văn Minh Quân, viết năm 1964, cô bé mồ côi mẹ, không được bú mẹ, phải bú sữa hộp, cũng ca tụng sữa con chim: *"Tôi nhớ tôi đã từng khoe khoang với lũ bạn chăn trâu của tôi, nói tôi khôn sớm nhờ mẹ tôi mất sớm, tôi được uống sữa con chim của Tây vô hộp. Vì chim là loài thượng cầm. Khi chúng ngạc nhiên tròn mắt không hiểu thượng cầm là gì, tôi giải thích rành rẽ: thượng là cao, cầm là chim; thượng cầm là chỉ loài chim bay trên cao, sang trọng, cao thượng!"*

Chắc nhiều người trong chúng ta còn nhớ, sữa con chim của hãng *Nestlé* là thứ sữa được ưa chuộng nhất ở Việt Nam hồi đó. Cái giấy nhãn hiệu màu trắng dán kín quanh hộp sữa có vẽ hình một tổ chim có con chim mẹ đang mớm mồi cho bầy con là một hình ảnh quen thuộc của những bà mẹ có con nhỏ. Con chim chỉ có ở trên giấy, sữa bên trong đâu có phải là sữa chim. Chim làm gì có sữa. Chim có sữa lại là một loại khác chẳng liên quan gì đến cả chim lẫn sữa!

Nhỏ thì răng cỏ đâu mà ăn, chỉ biết bú sữa. Không có sữa là cả một... đại nạn. Tháng chạp năm 1945, ngày được gọi là toàn quốc kháng chiến, gia đình tôi gồng gánh theo mọi người đi tản cư. Miền Bắc, những tháng cuối năm, lạnh buốt da. Trong đêm tối, anh em chúng tôi bước chập choạng theo đoàn người nhếch nhác. Thỉnh thoảng bố mẹ chúng tôi lại lên tiếng gọi, chỉ sợ đàn con đi lạc. Lúc lạnh quá, cả nhà phải dừng lại, tấp vào một nhà bên đường xin sưởi nhờ bên đống củi cháy hồng. Mẹ tôi, chùm kín mít trong một chiếc chăn dạ, ôm đứa con vừa sinh được vài ngày trong lòng. Hà Nội phía sau đang đỏ rực vì những ngọn lửa tiêu thổ kháng chiến. Cuối cùng, gia đình chúng tôi cũng lết được tới Sở Hạ, tá túc nhờ nơi nhà một người bà con. Đứa em tôi, còn đỏ hỏn nằm trong nệm rơm, khát sữa. Vài hộp sữa vơ vội mang theo đâu có... thọ được bao lăm. Mẹ tôi, trong cảnh loạn ly, hầu như mất sữa. Ba tôi, điên lên vì sữa, ngày ngày đạp xe đạp đi rảo quanh vùng để tìm sữa. Lâu lâu ông mới mang về được một hộp. Mấy người họ hàng ở quê bầy cho ba tôi cách thế sữa nuôi con: lấy nước cơm loãng, pha với đường phèn, bỏ vào bình cho em bé bú. Em gái tôi sống được tới ngày nay là nhờ thứ sữa... nhà quê đó!

Sữa bây giờ tân tiến hơn nhiều. Thứ sữa đặc có đường như sữa con chim bây giờ chỉ dùng để... pha cà phê. Con nít chê! Sữa bột *Guigoz* thơm phức, ngày nhỏ mỗi lần được mẹ thương, xúc cho một muỗng nhỏ xíu lấy từ hộp sữa của em bé, đổ ra lòng bàn tay nhỏ xíu, liếm dè dặt từng chút chỉ sợ hết, bây giờ cũng thành sữa... nhà quê! Con nít bây giờ bú sữa pha sẵn chẳng cần pha phách gì. Vừa ngon, vừa đỡ cực cho bố mẹ.

Văn minh như vậy, tiện nghi như vậy, người ta lại muốn thay đổi, đòi trở về nguồn. Nguồn sữa thiên nhiên từ trong máu huyết mẹ trào ra để nuôi con. Sữa mẹ tốt hơn hết thảy các thứ sữa khác, người ta xưng tụng như vậy. Nhưng bây giờ, mẹ còn lao đao về cuộc sống, rảnh rỗi đâu mà ngồi vạch áo cho con bú. Mà dù có sữa, có thời gian rỗi rảnh, các bà mẹ trẻ bây giờ cũng vẫn ngại nuôi con bằng sữa của mình. Xấu người, xấu... bình sữa! Giới y khoa, muốn cổ võ cho sữa thiên nhiên, phải tìm mọi cách... chào hàng.

Tuần qua, cuộc Thi Bú Sữa Mẹ *(Breastfeeding Challenge)* được tổ chức hàng năm từ 4 năm nay, lại đã diễn ra tại 167 địa điểm trên khắp nước Mỹ và Canada. Nói là thi nhưng đâu có thi cử gì. Chẳng phải thi bình sữa to, bình sữa đẹp hoặc tốc độ mút của các đấng nhi đồng. Nhưng thi đây chỉ là tính con số các bà mẹ tới cho con bú tập thể. Càng đông càng vui. Tại thành phố Montreal, địa điểm bệnh viện *Maisonneuve-Rosemont* qui tụ được 24 bà, bệnh viện *Ste Mary* được 40 bà và bệnh viện *Lakeshore* được 48 bà. Kỷ lục đông vui nhất cho tới bây giờ vẫn thuộc về Victoria với 112 đấng nhi đồng ôm ngực mẹ một lúc!

Bú như vậy, sữa từ mẹ trực tiếp tới con là tốt nhất. Nó có cái ấm áp của thân nhiệt mẹ, sự trìu mến của ánh mắt mẹ, niềm hoan lạc của nối kết mẹ con, lòng thương yêu của tình mẫu tử. Đó là sự yên ổn được chở che của một sinh vật vụng dại trong vòng tay ấp ủ của mẹ hiền.

Úp đứa bé sơ sanh lên bầu ngực
trôi lềnh bềnh những dã rượi tứ chi
ngủ vờ vật trong tỉnh thức
cơn đau còn ê ẩm
chiều hè lan man
điệu nhạc soft rock rơi qua ghế bành rộng
êm đềm
thời gian bỏ quên ngoài cửa sổ
tấm áo mở phanh phơi bụng mẹ
gió rớt qua miệng con
thơm mùi sữa non

hỏi đời sống
bắt đầu niềm vui từ phút nào?
(Lê Thị Huệ)

Niềm vui ẩn trong lần cho con bú đầu tiên trong đời làm mẹ. Đứa con vừa sống những giờ phút đầu của một cuộc đời cần bóng mát chở che hình như là một thiên thần vừa lạc bước vào cõi lòng lâng lâng của mẹ. Nỗi đam mê cái sinh vật bé nhỏ đang kéo những giọt sữa ra khỏi ngực mẹ đã được nhà văn Thu Thuyền diễn tả trong truyện ngắn *Con Đầu Lòng*. *"Trong lúc cho con bú, cô nghiêng đầu ngắm con mình. Tay chân con mũm mĩm. Mười ngón tay như có mười cái hoa. Không, hai bàn tay này dường như có tất cả tinh tú của vũ trụ trên đó! Khuôn mặt con thanh tú trắng ngần, ngời lên vẻ bình yên trong vòng tay cô. Bất giác cô xiết chặt con vào lòng hơn một chút. Con cô nhả núm vú ra, chúm chím chép miệng một cách mãn nguyện. Hơi thở con êm ả, ấm và dịu thơm. Cô nâng đầu con, nhẹ ép vào tim mình".*

Sữa mẹ, ngoài chất sữa còn mang cả suối nguồn thương yêu. Đó là loại sữa... ngoại hạng. Sữa người không được như vậy nhưng vẫn hơn sữa... bò. Thập niên 1980, bà Dobrich, người Úc, tới định cư tại Montreal. Bà rất ngạc nhiên khi không thấy có một ngân hàng sữa nào nơi thành phố Bắc Mỹ này. Bên quê hương bà, ngân hàng sữa đầy rẫy, như một... truyền thống. Bà nung nấu với ý nghĩ phải làm một cái gì cho truyền thống tốt đẹp này. Hơn hai chục năm sau, bà trở thành một phối hợp viên cho Chương Trình Nuôi Con Bằng Sữa Mẹ của bệnh viện *Jewish General Hospital* mà dân Việt ta ở thành phố này quen gọi là Bệnh Viện Do Thái, tọa lạc tại vùng Côte des Neiges. Trong địa vị này, bà đang kêu gọi lập một ngân hàng sữa tại đây. Trên thực tế, có những bà mẹ dư thừa sữa sau khi cho con bú muốn cho sữa, cũng như có những em nhỏ hay các bệnh nhân của một vài chứng bệnh đặc biệt cần uống sữa người. Sữa người là thứ sữa dễ tiêu hóa nhất và rất giầu về chất bổ dưỡng cũng như các kháng thể. Thực ra, tại Montréal, vào thập niên 50 và 60, bệnh viện *Royal Victoria Hospital* đã có ngân hàng sữa, nhưng sau đó, vào thập niên 70, đã bị dẹp vì số người tham gia quá ít. Hiện nay, tại Canada, chỉ có Vancouver là còn có một ngân hàng sữa do Trung Tâm Sức Khỏe Nhi Đồng và Phụ Nữ *British Columbia* thực hiện. Họ chỉ nhận sữa của những bà mẹ không hút thuốc lá hoặc không dùng bất cứ một thứ dược phẩm nào. Sữa sau đó được khử trùng để diệt tất cả các vi khuẩn và siêu vi khuẩn theo đúng tiêu chuẩn được quy định bởi Hội Ngân Hàng Sữa tại Bắc Mỹ.

Sữa người là thứ sữa tinh khiết nhất, nhiều người nghĩ như vậy. Nhưng sữa của các bà mẹ ở Bắc Mỹ đang... có vấn đề. Theo một phúc trình của *Health Canada* thì sữa mẹ ở Canada đang bị nhiễm nặng tạp chất *polybrominated diphenyl ethers,* viết tắt là PBDEs, gấp từ 5 tới 10 lần sữa mẹ tại các nước kỹ nghệ khác như Nhật, Thụy Điển và Đức. Nhưng sữa mẹ ở Mỹ mới đứng hạng nhất về tạp chất. Nguyên nhân? Vì từ ba chục năm nay, chất này được dùng như một chất cản cháy trong vỏ TV, máy vi tính và các đồ dùng trong nhà như bàn, ghế, giường, tủ. Trong một trường hợp riêng lẻ, một bà mẹ ở Canada đã có sữa bị nhiễm tới 956 phần tỷ chất PBDEs, trong khi tại Mỹ, một bà đoạt kỷ lục với trên

1000 phần tỷ. Con số trung bình tại Canada là 60 phần tỷ. Trên toàn thế giới, đang có khuynh hướng gia tăng tạp chất này. Trong vòng 30 năm, tỷ lệ tạp chất PBDEs trong sữa mẹ đã cao hơn gấp 100 lần! Ông Tom Muir, một chuyên viên của Bộ Môi Trường Canada chuyên nghiên cứu về tạp chất PBDEs, cho biết tạp chất này có thể đã gây nên bệnh rối loạn *thyroid* và các vấn đề sức khỏe khác cho trẻ sơ sinh.

Dù sao chăng nữa, sữa vẫn là một thứ thực phẩm bổ dưỡng cho mọi lứa tuổi, nhất là những người bệnh, vì nó là nguồn *calcium* rất tốt. *Calcium*, nó làm cái chi chi cho sức khỏe của chúng ta? Thưa, nó giúp đốt các chất béo trong cơ thể chúng ta, bổ xương và răng, giúp làm giảm nguy cơ của ung thư cột sống, hạ áp huyết và giảm bệnh đái đường. Sữa còn cung cấp cho cơ thể chúng ta sinh tố D. Thiếu sinh tố này, cơ thể dễ bị ung thư cột sống, ung thư vú và các bệnh về xương. Bao nhiêu sinh tố D là đủ cho cơ thể mỗi ngày? *Health Canada* đưa ra con số 400 IUs một ngày. Nhưng nhà dinh dưỡng Helen Bishop MacDonald, trong cuốn sách *The Everyday Calcium Cookbook*, lại... đòi hơn. Theo bà thì dưới 50 tuổi cần 400 IUs nhưng trên tuổi đó thì cần gấp đôi. Một vài nhà khoa học khác còn... tố hơn nữa. Theo họ thì 1000 IUs mới tàm tạm đủ. Sinh tố D, chúng ta hấp thụ được một phần nơi ánh sáng mặt trời nhưng phần lớn trong thực phẩm mà chúng ta tiêu thụ hàng ngày mà sữa là nguồn cung cấp dồi dào nhất. Nói là dồi dào nhưng 1 lít sữa chỉ cho 400 IUs, vừa đủ cho một ngày theo tiêu chuẩn... rẻ nhất. Mỗi ngày uống 1 lít sữa, chắc nhiều vị thấy ớn tới cổ! Còn con nít nữa đâu mà chưa cho... dứt sữa! Nhưng đâu có ai bảo quý vị nhắm mắt uống một ngày bốn ly sữa lớn. Uống như vậy, chết sướng hơn! Nên nghĩ tới những thực phẩm có chất sữa khác. Giả dụ mỗi ngày ăn như thế này có được không? Buổi sáng điểm tâm, làm một hũ sữa chua; ăn trưa, uống một ly sữa; buổi tối trước khi đi ngủ, ăn một miếng pho mát, được quá đi chứ! Vẫn theo bà MacDonald thì nếu toàn thể dân chúng Canada nạp vào người đủ chất *calcium* mỗi ngày thì ngành y tế sẽ tiết kiệm được 2,6 tỷ đô chữa bệnh mỗi năm!

Sẩy cha nhờ chú, sẩy mẹ bú dì. Câu tục ngữ nghe ra ấm áp tình gia đình. Ngày xưa, sữa chỉ có một nguồn: sữa mẹ. Thiếu sữa, lao đao ngay. Vậy nên dân gian có nhiều cách để... bơm sữa. Cách phổ biến nhất là cho sản phụ ăn chân giò hầm với đu đủ. Rẻ tiền hơn thì có cháo nếp hoặc hoa chuối sứ. Ở Huế, phong lưu hơn, sản phụ được cho dùng hạt sen hầm với bao tử nai! Trong Nam, người ta bảo cứ... la de mà tu là sữa chảy ra ào ào! Không có tiền tu la de thì uống nước hạt gòn rang cũng OK. Tây Y cũng có những thứ thuốc... bổ sữa như Extrait-mamaire, Galactogyl, Galacta...

Mẹ không có sữa hoặc không đủ sữa thì phải bú bình. Hai loại bú khác nhau thế nào? Con nít bú sữa thường chưa biết nói, nhưng cũng đã có thái độ. Bú mẹ quen, gặp cái anh núm vú cao su cứng còng, quay mặt đi làm mặt giỗi liền. Hổng bú! Xài đồ thiệt quen rồi, bắt xài đồ giả phải cự nự chứ. Lớn bé gì cũng đều như vậy cả! Bú mẹ, êm ả và ấm áp biết chừng nào. Bú bình, nhóp nhép hay không thì sữa vẫn cứ tuôn ra. Nuốt không kịp thì sặc. Sặc sữa coi vậy mà nguy hiểm chết... con nít như không. Sữa tràn vào khí quản, có khi vào tận phế nang làm tắc đường hô hấp hoặc cản trở sự trao đổi khí giữa phế nang và mao mạch, khiến trẻ có thể tắt thở vì thiếu *oxy*! Bố mẹ phải biết cấp cứu ngay khi trẻ bị sặc. Quay 911, chờ được xe cứu thương ò e tới thì kể như muộn. Phải bằng mọi cách rút sữa ra khỏi đường hô hấp. Nhanh và đơn giản nhất là dùng miệng mình hút mạnh vào miệng và mũi của bé. Hút càng mạnh, càng nhanh càng tốt. Vì khi sữa đã vào sâu trong khí quản sẽ khó hút ra, trẻ bị tắc thở lâu, khó cứu. Khi hút xong, nên kích thích mạnh vào đầu trẻ để trẻ có thể khóc và thở được. Lúc đó, ông cứu thương mới ò e tới là vừa. Ông ấy sẽ tiếp tục cứu chữa.

Sặc sữa có nhiều nguyên nhân: hoặc do lỗ thông ở núm vú to quá, sữa chảy nhanh và mạnh, trẻ nuốt không kịp; hoặc trẻ vừa bú vừa ngủ, sữa vẫn chảy nhưng trẻ không nuốt, khi trẻ thở mạnh có thể đưa sữa lên mũi, vào khí quản và phế quản; hoặc trẻ vừa bú vừa... hóng chuyện, lơ là việc nuốt, tới khi thích chí cười lên một cái là sữa tràn vào khí quản. Muốn tránh để trẻ sặc sữa, không nên cho trẻ vừa bú vừa ngủ; không nên nói chuyện với trẻ khi cho bú; đặt trẻ trong vị thế thoải mái, đầu hơi cao; khi trẻ ho hoặc khóc thì... tốp ngay đừng cho sữa chảy ra.

Bú sữa đã là một vấn đề, dứt sữa cũng... long đong lắm! Có những trẻ dứt sữa rất dễ nhưng có những trẻ... thày chạy! Cái miệng quen bú đâu phải bỗng chốc mà... ngưng chiến được. Người lớn quen miệng ngậm thuốc lá, cai thuốc cũng chẳng phải dễ, huống chi trẻ con, ý chí không có, khi không bắt ngưng bú, quằn quại là phải. Thủ thuật để bắt bé ngưng bú có nhiều cách. Hình như, trong vụ này, mỗi bà mẹ là một nhà... sáng tác. Có bà chơi trò ma quái bôi phẩm xanh phẩm đỏ trên đầu vú cho trẻ sợ. Có bà chơi trò cảm giác mạnh, bôi tiêu, bôi dầu cù là cho trẻ giật chắc! Có nhiều trẻ dễ dàng... khuất phục nhưng cũng có những chàng những nàng... kiên cường phát khiếp.

Nhất định không... phụ sữa! Gương kiên cường, tôi đã mục kích. Một cô cương quyết ôm bình bú cho tới khi... lấy chồng. Về nhà chồng vẫn... bú! Một trường hợp khác, bỏ sữa thì bỏ, nhưng cái miệng nhóp nhép nhất định không bỏ. Cứ len lén thọc ngón tay cái vào miệng để mút. Mút đến mức ngón tay trở nên dị hình dị dạng vẫn không nản. Học xong Đại Học Sư Phạm, ra làm thầy giáo mà vẫn cứ lựa chỗ kín đáo để... mút!

Tôi đã nhắc tới truyện *Những Ngày Cạn Sữa* của Minh Quân. Cũng trong truyện này, một nhân vật, ông cậu chống ngoại xâm, đã đưa sữa vào chuyện... quốc sự. *"Coi đó, coi! Ba thằng Tây là tụi điêu ngoa, man trá: chúng cướp của giết người, hiếp dâm, xâm chiếm đất đai người ta, ác độc khôn lường, không tưởng tượng nổi. Có cái gì mà chúng chùn tay! Có tội ác nào mà chúng không làm được? Động lực nào thúc đẩy chúng? Biết tại sao không? Hà? Các người có bao giờ tìm hiểu hay không?... Có gì mà không hiểu? Tụi tây có thằng nào được bú sữa mẹ đâu? Bạch chủng đâu phải giống người, chúng là loài quỷ! Hừ! Nuôi con bằng sữa súc vật trách chi về sau lớn lên đứa trẻ không có lòng nhân? Thiệt mà! Tôi nói không sai đâu. Bây giờ bọn chúng còn định đầu độc cả dân tộc "An nam ta" bằng lối đó..."*

10/2004

SÚNG

"Việt Cộng ở phía tàu mắc cạn hình như đã đến gần tuyến vì tôi nghe tiếng súng mỗi lúc một chát chúa hơn. Tiếng súng phòng thủ của tiểu đoàn 5 chỉ còn là cầm chừng vì mỗi lúc tôi thấy một thưa hơn... Tôi nằm đắp chung poncho với cô gái. Hơi ấm từ người nàng làm tôi khó chịu, không phải tôi khó chịu cô gái mà tôi khó chịu tôi. Đời thuở nhà ai, trong hoàn cảnh này, người ta ai cũng phải lo mà giữ sức khỏe, còn tôi, tôi lại muốn phung phí sức khỏe. Bộ chưa đủ mệt hay sao?... Bàn tay tầm bậy của tôi mầy mò tứ tung trong poncho. Cô gái không có thái độ hoan hô hay đả đảo gì ra mặt, nhưng người cô ta đang từ âm ấm chuyển dần sang nóng, hơi thở dồn dập và rõ tiếng hơn. Đến một lúc thuận tiện, tôi tìm một vị thế thích hợp. Nhưng vị thế thuận tiện đã không có với chúng tôi. Cát dính lung tung lên người chúng

tôi, ở dưới hố thì hố được đào cong vòng như cái võng, kéo nhau lên trên miệng hố, đạn Việt Cộng bay loạn xạ ở tầm rất thấp. Rất thèm, nhưng thôi thì đành chịu, lắc đầu, chép miệng, ngậm ngùi."

Trích đoạn trên từ cuốn hồi ký *Tháng Ba Gãy Súng* của Cao Xuân Huy. Chuyện xảy ra vào ngày 26 tháng 3 năm 1975, khi các tiểu đoàn Thủy Quân Lục Chiến tập trung trên bờ biển Thuận An để xuống tàu rút về Nam. Cuộc di tản thất bại. Dân chúng và các binh sĩ thuộc các binh chủng khác đã tràn ra bờ biển, tranh dành nhau xuống tàu gây nên cảnh hỗn loạn, bắn giết nhau. Hoạt cảnh trên xảy ra khi những binh sĩ Thủy Quân Lục Chiến đành phải quay trở lại, lập phòng tuyến chống lại Việt cộng đang tràn tới. Binh sĩ tập họp tạm thời không đội ngũ, súng ống vá ráp nhặt nhạnh được gì dùng nấy. Phòng tuyến chỉ là tạm bợ, trước sau gì cũng bị địch quân tràn ngập. Trong tình cảnh dầu sôi lửa bỏng như vậy, ông Trung Úy Cao Xuân Huy xài súng lung tung. Súng này súng khác. Súng trên tay, súng trong người. Cứ loạn cả lên!

Súng là một nét nam nhi. Không súng như hoạn quan hay dùng súng sai mục tiêu như dân *gay*, õng ẹo liền! Nam nhi đâu thấy! Nam nhi nên súng phải như thép. Oai hùng và nghễu nghện. Đó là nói về súng khi chinh chiến. Còn khi súng ở thế nghỉ cũng èo uột chun choen. Chuyện thường tình như vậy, ai chẳng biết, dù thuộc giới có súng hay không.

Trong giờ giải phẫu sinh lý, giáo sư hỏi: "Các em hãy cho tôi biết bộ phận nào của cơ thể sẽ tăng kích thước lên gấp bốn lần ở trạng thái hưng phấn?"

Một nữ sinh ngồi ở hàng ghế đầu cười khúc khích, che miệng ấp úng:

"Hì, hì..."

Đợi câu trả lời không được, giáo sư nói tiếp:

"Đó là đồng tử! Còn cái không nói, chỉ hì hì... thì giỏi lắm chỉ tăng lên được gấp đôi thôi!"

Chỉ tăng gấp đôi, vậy mà không phải muốn là được. Khi cơ thể tàn lụi với thời gian, súng siếc nản lắm. Mà chẳng cứ súng, thứ gì trong cơ thể cũng xuống cấp.

Trên thời móm mém nhai chẳng vỡ
Dưới lại chun choen nhét chẳng vào!

Nói như vậy nhưng anh hùng về chiều cũng chẳng nên nản chí. Không phải khi tuổi tác chồng chất lên cao là súng hết gân guốc. Cũng còn vớt vát được. Thậm chí 70 hoặc 80 tuổi đôi khi súng vẫn cương cường như ai. Dĩ nhiên chẳng có thể đến hẹn lại lên như thuở thanh xuân mà phải dỗ dành phát mệt. Nhiều súng khó tính dỗ dành cũng cứ gặp nhau làm ngơ. Trước đây thì... thày chạy. Vài năm gần đây có tin vui giữa giờ tuyệt vọng. Danh sách các anh hùng cứu bồ gồm *Viagra, Levitra, Cialis.* Bạn nào muốn thấy công đức của các vị anh hùng này thì cứ mở TV xem mục quảng cáo có mấy ông vừa tắm vừa hát vang nhà vang cửa thì biết!

Anh hùng có anh hùng chính hiệu, có anh hùng... rơm! Loại anh hùng hại súng này đang hoành hành tại Việt Nam. Đó là các loại thuốc dỏm bán đầy ở các chợ trời và ngay cả trong nhà thuốc nữa. Thuốc dỏm không phải là không có công hiệu, trái lại nó công hiệu quá trớn. Dựng cờ cứu nước, nước cứu xong rồi, cờ vẫn hiên ngang không chịu cuốn!

Như trường hợp anh H.Q.T., cư ngụ ở Vĩnh Long, trung tuần tháng 3 vừa qua, đã phải đưa vào cứu cấp tại Bệnh Viện Bình Dân trong tình trạng súng như khúc cây, đau tức ở vùng hạ bộ, tiểu tiện khó khăn. Lý do: anh dùng *Viagra* dỏm. Anh T. cho biết, sau khi dùng ¼ viên thấy hiệu nghiệm. Hai ngày sau, thuốc vẫn còn hiệu nghiệm! Súng ống nhất định không chịu thao diễn nghỉ! Hoảng quá, anh vội cầu cứu tới bệnh viện. Bác sĩ Nguyễn Thành Như phải dùng phẫu thuật để… hạ cờ! Nếu để trễ hơn sẽ đưa tới tình trạng xơ hóa chú nhỏ, nếu có trở về tình trạng cũ thì súng ống cũng hết xài. Chỉ có nước cho vào kho phế liệu! Như trường hợp anh D., 34 tuổi, cư ngụ ở Tiền Giang. Anh cứ cờ bay cờ bay đến 4 ngày mới tìm tới bệnh viện. Bác sĩ cũng đành bó tay. Mới 34 tuổi đã vĩnh viễn giã từ vũ khí. Thảm thương thay!

Súng cương cường quá đáng vì dùng thuốc dỏm là một chuyện. Nhiều nam nhi bình thường cũng… rối loạn cương dương. Rối loạn cương dương là một danh từ văn hoa để chỉ tình trạng lảng nhách: khi cần thì súng ống ủ rũ, khi không cần thì cương cường vươn lên. Có ông đang ngồi họp, đang đi trên đường, không có kích thích gì cả, tự nhiên cờ bay thẳng cánh, can cũng không được. Vậy mà khi trận chiến bày ra, cuộc cờ sắp vui thì súng ống lại… đi ngủ ! Theo các công trình nghiên cứu tại Việt Nam thì có 15,7% nam giới nước ta bị chứng bệnh lảng xẹt này. Theo một cuộc điều tra của Khoa Tiết Niệu, bệnh viện Hữu Nghị Việt Đức, thì bệnh này phát triển tùy theo tuổi tác và ngành nghề. Lứa tuổi từ 18 đến 30: 10,8%; từ 41 đến 50: 44%; trên 60 tuổi: 57%. Theo ngành nghề thì công chức: 74%; công nhân: 6,5%; nông dân: 3,2%;

cựu chiến binh: 14%; nhà văn nhà báo: 1,6%; thương gia: 6,5%. Kết quả này không được các nhà điều tra giải thích gì cả. Tại sao có giới bị ít, có giới bị nhiều? Chịu! Tôi chỉ chú ý tới điểm các nhà văn nhà báo chỉ chiếm một tỷ lệ nhỏ. Cứ trăm ông mới có 1,6 ông dính. Đâu tới lượt mình!

Súng có nhiều loại. Súng lục, súng trường, súng liên thanh, súng đại bác… Súng bắn nước cũng có nhiều cỡ. Lớn nhỏ tùy theo… ý trời. Các nam nhi mới lớn, chiến trường chưa xông pha vẫn cứ hay thắc mắc là khẩu súng cơ hữu của mình có đủ khả năng chiến đấu không? Hơi đâu mà lo. Nữ sĩ Hồ Xuân Hương đã chẳng từng thơ: *rộng hẹp nhỏ to vừa vặn cả / ngắn dài khuôn khổ cũng như nhau* đấy sao! Nhưng con tạo nhiều khi cũng chơi khăm. Cứ 200 trự thì có một trự được phú cho khẩu súng có cũng như không, chẳng nên cơm nên cháo gì cả. Như anh chàng Sergei, cư dân của một ngôi làng không được nêu tên tại Tây Bá Lợi Á chẳng hạn. Súng của anh khi cờ bay cũng chỉ vỏn vẹn được có 5 phân! Năm phân là một con số vô ích. Chẳng vào tới đâu cả. Anh phải tìm lên thủ đô Mạc Tư Khoa tìm tới nhà giải phẫu tài ba Mikhail Sokolshchik thuộc Trung Tâm Y Khoa Giải Phẫu Quốc Gia để điều chỉnh súng. Nhà… sửa súng này đã có 13 năm kinh nghiệm trong nghề, đã tiến hành hàng ngàn vụ, từ những vụ đổi giống từ nữ nhi sang nam tử đến những vụ tai nạn gẫy súng hoặc súng thiếu kích cỡ. Anh Sergei đã phải chi ra 2500 đô để tân trang súng. Trong một cuộc giải phẫu kéo dài tới 11 tiếng đồng hồ, chuyên viên sửa súng Mikhail đã cắt rời phần đầu súng của bệnh nhân, cấy nó vào phần trên cánh tay trái của anh để giữ cho nó sống. Sau đó ông cắt hai lớp da trên phần dưới cánh tay rồi quấn quanh một ống nối bằng chất *silicone*. Thủ thuật kế tiếp là nối phần của quý vào với chiếc ống này, lấy cả phần tân trang mới này ra khỏi cánh tay và nối lại với phần gốc ở vị trí cũ. Thế là xong. Anh Sergei có một khẩu súng kích cỡ dài tới gần 17 phân. Phẫu thuật gia Mikhail cho biết là súng tuy là tân trang nhưng dùng tốt như súng mới, có thể bắn vung vít và làm sưng bụng được như các khẩu súng thông thường khác!

Bắn vung vít, nói vậy mà không phải vậy! Có họa là sức voi! Nhịp bắn tùy theo từng người. Các nhà điều tra và thống kê thích qui chuyện bắn biếc theo từng dân tộc. Theo điều tra của hãng bao cao su Durex thì dân Pháp ngày nay đang chiếm huy chương vàng về bắn. Trung bình mỗi năm 137 lần. Theo sát là dân Hy Lạp: 133 lần; Serbia: 131 lần, đồng hạng với dân Hung Gia Lợi. Còn con rồng cháu tiên thì sao? Thưa 87 lần, tần số bắn chỉ bằng 64% so với huy chương vàng Pháp! Bà Khuất Thị Hải Oanh thuộc Viện Nghiên Cứu Phát Triển Xã Hội tại Hà Nội cho rằng như vậy, đối với người Việt Nam, cũng coi là được!

Súng là một cách nói đánh lạc hướng. Thực ra cái củ lẳng có rất nhiều tên. Khỏi điểm hết ra đây, hải nội chư quân tử cũng đã đọc lên vanh vách. Nhưng cái tên cúng cơm của nó thì ai cũng ngại nói ra. Nhà phê bình văn học Nguyễn Hưng Quốc vừa có một bài viết trên diễn đàn *Talawas* mang cái tên rất dân gian. Bài " Con c..". Cái tên nghe đã thấy thách thức. Đó là tôi đã mạn phép dùng hai dấu chấm để dấu đi một nguyên âm và một phụ âm, được trang điểm thêm dấu á dấu nặng đàng hoàng. Bài viết đã mang cái vật thể ở miệt dưới lên một nấc rất cao: nấc văn hóa!

"Mang tính văn hóa, c.. không phải chỉ là một vật thể mà còn là một ký hiệu, hơn nữa, một ẩn dụ, tồn tại như một biểu tượng, nghĩa là vừa là nó lại vừa không phải là nó. Nó là biểu tượng của vô số điều khác nhau: với các nhà sinh học, nó là biểu tượng của sự truyền giống; với các nhà đạo đức, nó là biểu tượng của xác thịt và của sự phàm tục, một đối cực của tinh thần và sự linh thiêng; với các nhà nữ quyền, nó là khí cụ dùng để trấn áp; với các nhà thẩm mỹ truyền thống, nó là biểu tượng của sự tục tằn; với các nhà thẩm mỹ theo khuynh hướng cách tân, nó là... cách mạng..v..v.. Tính biểu tượng ấy làm cho c.. trở thành từ đa nghĩa và đa tầng: nó thâu tóm trong nó cả lịch sử nhận thức và lịch sử thẩm mỹ của một cộng đồng. Người ta đối diện với nó không phải chỉ với tư cách một cá nhân mà còn với tư cách của một tập thể và một lịch sử. Cảm giác thích thú hay khó chịu của người đọc khi đọc bài viết này là một thứ phản ứng có điều kiện, được hình thành dần dần qua thời gian, với vô số những tác động từ bên ngoài, chứ tuyệt đối không phải là một cái gì tự nhiên nhi nhiên. Bắt chước cách nói đã thành sáo ngữ, tôi có thể nói thế này: bạn hãy cho tôi biết bạn có cảm giác như thế nào khi đọc chữ "con c.." trong bài viết này, tôi sẽ cho bạn biết bạn là ai."

Bạn là ai? Tôi đâm ra bối rối! Cái thứ con người cứ phải giấu giấu giếm giếm, tưởng như thể là một thứ rất hạ tiện bỗng được khoác cho những thứ vừa to lớn vừa trí thức vừa đụng tới lịch sử. Không phải là lịch sử của một triều đại, một dân tộc đâu nhé, mà là lịch sử của... văn minh nhân loại!

Cái mà từ đầu bài tới giờ tôi gọi một cách lảng nhách là súng đã được nhà phê bình văn học Nguyễn Hưng Quốc bơm lên thành một vật thể quan trọng. Nó là cái mà ông Ba Mươi cũng phải sợ. Nguyễn Hưng Quốc đã nhắc lại một truyện tiếu lâm ngày xưa.

Một hôm, một con cọp đến rình rập quanh một mái nhà tranh lụp xụp cạnh một khu rừng. Nó nghe hai vợ chồng trong nhà chuyện trò. Người chồng hỏi: "Nghe nói dạo rày cọp hay ra bắt người lắm, mình có sợ không?" Người vợ đùa, bỗ bã: "C.. còn không sợ, sợ gì cọp." Con cọp không hiểu "c.." là gì nên rất đỗi hoang mang. Nó nghĩ thầm: đó hẳn là một con vật gì ghê gớm lắm, nhất định là ghê gớm hơn cả cọp. Từ hoang mang đến sợ hãi, nó lặng lẽ bỏ đi. Trên đường, tình cờ nó gặp một bà già. Bà già kinh hoàng, ngồi thụp xuống và co rúm người lại, nhưng con cọp trấn an: "Đừng sợ. Tôi không ăn thịt bà đâu. Tuy nhiên, bà phải thành thực trả lời tôi câu hỏi này: con c.. là con gì mà nghe nói còn ghê gớm hơn cả cọp thế?" Bà già nhanh trí, hiểu ngay, bèn trả lời: "Ối dào, ông ấy khủng khiếp lắm. Ông ấy cắn tôi một cái mà đến nay đã mấy chục năm rồi vết thương vẫn chưa lành." Nói xong, bà lấy tay quẹt vào dưới đáy quần rồi dí vào mũi cọp. Con cọp ngửi mùi, phát khiếp, phóng chạy như bay, tự nhủ: "Độc thật! Nguy hiểm thật!"

Cái thứ mà cọp phát khiếp, nhà thơ Hồ Xuân Hương lại na ná gọi là… cọc! Nó cũng ghê gớm lắm.

Bốn cột khen ai khéo khéo trồng
Người thì lên đánh kẻ ngồi trông
Trai đu gối hạc khom khom cật

Gái uốn lưng ong ngửa ngửa lòng
Bốn mảnh quần hồng bay phấp phới
Hai hàng chân ngọc duỗi song song
Chơi xuân đã biết xuân chăng tá?
Cọc nhổ đi rồi lỗ bỏ không!

Dù ai nói đông nói tây, tôi vẫn cứ khoái gọi cái mà chúng ta nói tới là súng. Nghe vừa oai hùng, vừa chinh chiến, vừa khói lửa mịt mù, vừa trưởng thượng, vừa quyền uy, vừa hùng dũng, vừa gân guốc hết biết.

Súng đã nằm từ đầu bài với *Tháng Ba Gãy Súng* của nhà văn Cao Xuân Huy. Cuối bài, tôi muốn nhắc đến thơ của ông bạn Hoàng Xuân Sơn cảm đề *Tháng Ba Gãy Súng*.

Không thể nào không nhớ
đạn nổ rền trong đầu
bảng tên đời mốc thếch
gãy súng rồi về đâu!

Gãy súng
gãy súng
tháng ba gãy
tay gờm chân dợm chạy
tháng ba dợm chạy
gãy súng rồi
chạy đâu!

Súng gãy, chạy đâu được! Có chạy về nhà cũng không xong. Nước non gì nữa!

04/2005

TA

Đã bấy lâu nay bác tới nhà
Trẻ thời đi vắng chợ thời xa
Ao sâu sóng cả, khôn chài cá
Vườn rộng rào thưa, khó đuổi gà
Cải chửa ra cây, cà mới nụ
Bầu vừa rụng rốn, mướp đương hoa
Đầu trò tiếp khách, trầu không có
Bác đến chơi đây, ta với ta.

May cho cụ Tam Nguyên Yên Đổ, cụ đã nhanh chân sống trước và chết trước. Chứ nếu cụ chậm chân sống vào đầu thế kỷ thứ 21 này thì "ta với ta" sẽ mệt lắm! Mệt như hai bà Susan Bessay và Lorraine Houde ở thành phố Montréal của tôi. Hai bà là bạn thân với nhau từ mấy chục năm qua. Nhà ai người nấy ở, cơm ai người nấy ăn, rất bình yên. Đùng một cái, bà Bessey, 54 tuổi, bị tai nạn xe hơi và không còn làm ăn gì được nữa. Bà cho bà Houde thuê cái tầng hầm nhà bà để có đồng ra đồng vào. Bà Houde, 60 tuổi, đang lãnh tiền trợ cấp xã hội nên việc mướn rẻ cái tầng hầm cũng tiết kiệm được một món tiền. Cả hai đều vui. Sở An Sinh Xã Hội thấy hai bà vui cũng vui theo. Họ sống chung như vậy là... vợ chồng đồng tính. Lợi tức của hai người phải được tính chung với nhau. Cúp trợ cấp xã hội cho bà Houde liền một khi! Thừa thắng xông lên, Sở còn đòi lại số tiền trợ cấp mà bà Houde đã lãnh kể từ khi hai người chung sống với nhau và bắt bà Bessay trả lại cho Sở 35 ngàn đô!

Hai bà kêu trời không thấu! Đâu có phải cứ... ta với ta là... tù ti với nhau đâu tuy bà Houde có đồng tính thật, trước đây có ở với một bà khác không cư ngụ tại thành phố này trong 29 năm. Bà Bessay chỉ là bạn, chẳng có tình ý gì. Vậy thì căn cứ vào đâu mà Sở An Sinh Xã Hội lại vơ hai người vào với nhau như vậy? Họ bảo họ có điều tra đàng hoàng trước khi... cúp tiền. Các lý do họ đưa ra: trước đây hai bà đã có thời gian ở chung với nhau; trong một tờ đơn, bà Bessay đã điền tên bà Houde vào mục người cần liên lạc khi gặp trường hợp khẩn cấp; hai bà dùng chung một hộp thư; tầng trên nhà và tầng hầm thông với nhau được; thẻ mua chịu của bà Houde có những khoản chi cho nhà hàng mà số tiền được suy đoán là trả tiền ăn cho hai phần ăn; bà Houde thường lái xe của bà Bessay... Tất cả những chứng cứ trên mà bà Bessay cho là... tạp nhạp không chứng minh được cái gì hết. Bà kiện đòi bồi thường 990 ngàn đô. Bà Bessay nói với các phóng viên: "Nếu tôi là đồng tính thì tôi việc gì phải giấu. Nhưng tôi không phải như vậy!"

Ta bồ bịch với ta, thời buổi này đã là chuyện... thường ngày trên báo, cần chi giấu! Tai to mặt lớn người ta cũng chẳng cần giấu. Như ông Thống Đốc James McGreevey của tiểu bang New Jersey chẳng hạn. Đã hai đời vợ, lại hai con, bỗng nhiên a-lô cho toàn dân biết tôi... ghê. Và rũ ấn từ quan cú một! Hay ông Thị Trưởng Paris Bertrand Delanoe, cũng hiên ngang vỗ ngực tự nhận là đồng tính. Ông này viết sách đàng hoàng, cuốn tự truyện *"Life, Passionately"* bóc trần hết cái tôi của mình, chẳng giấu giếm chi. Không như ngài Thống Đốc New Jersey, ông Delanoe không thèm từ chức lại còn lăm le chạy đua vào dinh Tổng Thống trong kỳ bầu cử Tổng Thống Pháp vào năm 2007 sắp tới! Các vị tu hành cũng chẳng thèm giấu giếm. Mục sư Anh Giáo Jeffrey John là một điển hình. Năm ngoái, ông này suýt chút nữa được phong Giám Mục nhưng cuối cùng bị rớt đài vì... ghê. Năm nay ông được bổ nhiệm làm mục sư cai quản một nhà thờ lớn ở Anh. Buổi lễ phong chức của ông đã được tổ chức trọng thể với sự tham dự của khoảng hai ngàn tín đồ. Chàng ca sĩ nổi tiếng Elton John cũng có giấu giếm gì đâu. Mới đây chàng đã công khai nói với tờ báo Đức *Gala* là chàng sẽ cưới anh bạn tình David Furnish vì *"tôi không thể tưởng tượng được một cuộc sống không có chàng!"*

Cũng thuộc loại... người của quần chúng, bên ta có nhà thơ Xuân Diệu. Ông này... ghê từ khuya, giới văn nghệ ai cũng biết. Biết khá rõ là nhà văn Tô Hoài. Trong cuốn hồi ký *Cát Bụi Chân Ai*, Tô Hoài kể lại: *"Dịu dàng, âu yếm, Xuân Diệu cầm cổ tay tôi, nắm chặt rồi vuốt lên vuốt xuống. Bốn mắt nhìn nhau đắm đuối. Xuân Diệu gắp thức ăn cho tôi. Cử chỉ thân thiết quá, hơi lạ với tôi, nhưng mà tôi cảm động."*

Năm 1945, chiến cuộc bùng nổ giữa Pháp và Việt Minh, một số văn nghệ sĩ theo kháng chiến kéo nhau lên rừng. Trong số này có Xuân Diệu và Tô Hoài. Ông Tô Hoài, đẹp như con gái, là một người thành thực. Trong cuốn hồi ký viết năm 1990, ông kể lại rất rõ ràng một đêm ông ngủ với Xuân Diệu tại u tì quốc Yên Dã trong khu kháng chiến. *"Giọt gianh lách tách mái nứa gọi về những đêm ma quái, rùng rợn, say đắm. Bàn tay ma ở đâu rờn vào. Không phải. tay người, bàn tay người đầy đặn, ấm ấm. Hai bàn tay mềm mại xoa lên mặt lên cổ rồi xuống dần xuống dần khắp mình trần truồng trong mảnh chăn dạ. Bóng tối bập bùng lên như ngọn lửa đen không có ánh, cái lạnh đêm mưa rừng ấm dần lên. Chẳng còn biết đương ở đâu, mình là ai, ta là ai, hai cơ thể con người quằn quại, quấn quít, cánh tay, cặp đùi thừng chão trói lại, thít lại, dằng ra. Niềm hoan lạc trong tôi vỡ ra, dữ dội dằng ngửa cái xác thịt kia. Rồi như chiêm bao, tôi ngã ra, thống khoái. Im lặng. Nghe mưa rơi xuống tàu lá chuối trong đêm và cái mệt dịu dàng trong mình. Giữa lúc ấy, hai bàn tay mềm như lụa lại vuốt lên mặt. Làn môi và hơi thở nóng như than bò vào mắt, xuống vú, xuống rốn, xuống bẹn... Cơn sướng lại cồn lên cho đến lúc ngã cả ra, rúc vào nhau. Rồi bàn tay dịu dàng lại vuốt lên mặt. Lần này thì tôi lử lả, tôi nhuôi ra rên ư ử, như con điếm mê tơi không nhớ nổi người thứ mấy, thứ mấy nữa."*

Tại sao lại... ta với ta? Trời sinh ra như vậy! Thiệt chăng? Các nhà tâm lý, các khoa học gia về sức khỏe tâm thần và tính dục của con người bảo là thiệt. Họ coi hành vi đồng tính là một xu hướng tính dục có tính chất cố định, không phải là sự lựa chọn của cá nhân, được hình thành ngay từ nhỏ do sự tác động qua lại của các yếu tố sinh học, tâm lý và xã hội, trước cả khi có kinh nghiệm về tính dục.

Năm 1991, bác sĩ Le Vay, thuộc khoa Thần Kinh, Trung Tâm Salk (Hoa Kỳ) đã công bố nghiên cứu giải phẫu một phần não vùng dưới đầu của 41 tử thi đã chết vì nhiều nguyên nhân khác nhau. Trong số 41 tử thi này có 16 người đồng tính luyến ái. Le Vay đã phát giác ra thành phần INH3, một cấu trúc nhỏ được biết đến như một yếu tố điều khiển thái độ tính dục ở động vật có vú, nơi người đồng tính chỉ nhỏ bằng nửa của những người khác.

Hai năm sau, một nhóm nghiên cứu khác do Dean Harner cầm đầu đã tìm ra mối liên hệ giữa *gene* và chứng đồng tính luyến ái. Họ tìm thấy một điểm đặc biệt trên nhánh dài của của nhiễm sắc thể X, được truyền từ mẹ sang con và thường gặp ở những người đồng tính luyến ái.

Mười năm sau, vào tháng 4/2003, một nhóm nghiên cứu khác của Mỹ đã tìm ra sự liên quan giữa đặc điểm của bàn tay nam giới với thái độ tính dục. Thông thường, do tác động của *hormone* sinh dục nam, đàn ông có ngón tay trỏ ngắn hơn ngón tay đeo nhẫn. Vậy mà đặc điểm này cũng xuất hiện nơi những phụ nữ đồng tính.

Ba cuộc nghiên cứu riêng biệt về giải phẫu, *gene* và nội tiết đều đưa ra kết quả xác minh là việc ta chỉ chơi với ta là... số trời! Con người, xã hội hay môi trường sống đều... vô can.

Ta, dĩ nhiên, hoan hô cái kết quả này cái rụp. Đó, tôi dzậy là tại trời sinh ra dzậy! Tôi có lỗi gì đâu! Tôi cứ cờ ngũ sắc diễn hành ào ào từ thành phố này đến thành phố khác, xuyên quốc gia, xuyên đại dương.

Nhưng nhiều người vẫn chưa chịu coi ông trời là tác giả của các tác phẩm thuộc loại... thiểu số này. Họ lý luận rằng những cuộc nghiên cứu khoa học kể trên mới thực hiện trên một số ít người nên chưa chính xác lắm. Chống đối nhiệt thành hơn cả là các nhà tâm lý. Họ vẫn cho là hiện tượng ta với ta là một hiện tượng tâm lý thuần túy.

Cả hai phe đều... đúng. Mỗi bên đúng một cách. Tại sao lại... ba phải như vậy? Này nhé, những người cứ ao nhà mà... bơi là những người hoàn toàn khỏe mạnh, chũm thì cũng có chũm, chọe thì cũng có chọe như ai, phần lớn có khả năng hoạt động tính dục bình thường và có thể sanh sản bình thường, họ cũng ưa thích làm việc, yêu quí người thân, nuôi dậy con cái như những bậc cha mẹ tốt. Nếu bị hoàn cảnh hay gia đình ép buộc, họ cũng có thể lấy vợ lấy chồng bình thường, có con có cái như mọi người. Ông Thống Đốc McGreevey đã chẳng có hai vợ, hai con đó sao? Tóm lại, người đồng tính luyến ái là một người hoàn toàn bình thường về mặt thể xác, cái lệch lạc nằm ở trong đầu họ. Khi một thanh niên bình thường đến tuổi dậy thì, hình ảnh "đối tượng" trong đầu anh luôn luôn là một thiếu nữ, cho dù sau đó anh có đi tu hay là đến chết vẫn còn chưa biết đàn bà là gì. Cũng vậy, một phụ nữ, dù cả đời không biết đến đàn ông nhưng hình ảnh "đối tượng" trong đầu vẫn là một người khác phái. Ở người... ghê, hình ảnh đối tượng lại là người cùng phái. Và đây là một hình thức bản năng nên không có cách nào sửa đổi được!

Số người chỉ thích những người giống mình này không nhiều. Khoảng 5% dân số trên toàn thế giới. Ở Âu Châu khoảng 2%. Ở Á Châu còn ít hơn nữa. Ở Việt Nam số người đồng tính gây ra nhiều chuyện rất ồn ào trong những năm gần đây. Thấy ồn ào tưởng là nhiều lắm nhưng trên thực tế người ta ước đoán chỉ có độ 1% tức khoảng 500 ngàn người. Đó là con số những người thực sự đồng tính. Như Xuân Diệu chẳng hạn. Chàng đã tìm cách tò ti với hết người này tới người khác. Hung hăng đến nỗi, cứ tối đến, trong cơ quan, những anh trai tráng dù trắng trẻo mũm mĩm hay cao lớn to khỏe đều lỉnh đi ngủ ở những chỗ khác hết. Chuyện đã ầm ĩ như vậy nên Xuân Diệu đã có lần bị đưa ra kiểm điểm. Tô Hoài kể lại: *"Xuân Diệu chỉ ngồi khóc, chẳng biết Nam Cao, Nguyễn Huy Tưởng, Trọng Hứa, Nguyễn Văn Mãi, cả lão Hiến, thằng Nghiêm Bình, thằng.Đại và mấy thằng nữa, có ai ngủ với Xuân Diệu không, nhưng cũng không ai nói ra. Tôi cũng câm như hến. Lúc rồ lên, trong đêm tối quyến rũ, chính mính cũng điên kia mà. Không nói cụ thể việc ấy, nhưng ai cũng to tiếng gay gắt "tư tưởng tư sản, phải chừa đi". Xuân Diệu nức nở "tình trai của tôi... tình trai..." rồi nghẹn lời, nước mắt lại ứa ra"*. Cái loại người như Tô Hoài, chỉ đôi lúc "rồ lên" không phải là... thứ thiệt. Đó là thứ giả. Gặp hoàn cảnh thì... sướng theo. Thế thôi. Hoặc có những trường hợp giả vờ đồng tính vì lý do... kinh tế!

Người đồng tính thì không nhiều nhưng gây ồn ào thì quá đáng. Nước này chấp nhận, nước kia không chấp nhận, tiểu bang này OK, tiểu bang khác lắc đầu quầy quậy. Tại San

Francisco, thủ đô của giới đồng tính, có ông Thị Trưởng chịu chơi Gavin Newson đã chấp nhận hôn nhân đồng tính khá sớm, đã có gần 4000 cặp tới tuyên thề *I do* và lãnh giấy hôn thú, nhưng những tấm giấy quý hóa này bỗng chốc thành... giấy lộn khi Toà Án Tối Cao California tuyên xử hủy bỏ.

Tại sao chuyện lại trở nên ầm ĩ quá đáng như vậy? Bởi vì chỉ cho tới đầu thế kỷ này, dư luận mới cởi mở hơn, cái kim trong bọc mới nhú được ra ngoài, châm chích chút xíu mà cũng... máu nhuộm bãi Thượng Hải ra gì. Từ trước đến nay, xã hội nhìn hiện tượng đồng tính dưới con mắt nghiệt ngã của đạo đức và tôn giáo. Cái gì trái với tự nhiên đều... *no good!* Ngày nay cái lăng kính đạo đức và tôn giáo đã phải nhường chỗ cho cái lăng kính thực tế. Hiện tượng này có đó. Chấp nhận hay không chấp nhận nó cũng cứ là một thực thể lù lù trước mắt. Cái thực thể này không có hại cho cộng đồng vì không lây lan, không đe dọa đến sự tồn tại của giống loài vì những người đồng tính chỉ là một thiểu số rất nhỏ. Có hại hay không có hại cho giống loài có lẽ sẽ là cốt lõi của vấn đề chấp nhận hay không chấp nhận. Nhận thức như vậy nên nhiều quốc gia đã đặt hành vi tính dục đồng giới dưới sự bảo vệ của pháp luật vì đó chỉ là một biểu hiện tính dục tuy khác thường nhưng cần được bình đẳng về mọi mặt như những công dân khác.

Trên bình diện xã hội thì như vậy, trong cuộc sống hàng ngày còn lổn nhổn nhiều lấn cấn. Bạn của con tôi, một thanh niên đẹp trai, đàn dương cầm rất có hồn, tâm tính rất nghệ sĩ, một hôm bỗng thú nhận với cha mẹ là... ghê. Cha mẹ thiếu điều muốn ngã xỉu. Cuộc sống trong gia đình từ đó khác đi, cho tới ngày đứa con ngoan đành đoạn... đi giang hồ! Trong chỗ tôi làm có một thanh niên gốc Hy Lạp, chỉ nhìn cái dáng đi nhún nhẩy, cái õng ẹo trong cử chỉ, ai cũng biết là... không bình thường. Vậy là, sau lưng anh, mọi người thoải mái nhái dáng đi, nhái cách ăn nói, nhái những cử chỉ ẻo lả rồi cười với nhau như một trò giải trí thú vị.

Fadi Fadel là một công dân Canada gốc Syrie, năm nay 33 tuổi, nhân viên xã hội đã phục vụ trên nhiều quốc gia. Ngày 7 tháng 4 vừa qua, trong khi đang làm nhân viên cho Cơ Quan Cứu Trợ *International Rescue Committee* tại An Najaf, Iraq thì anh bị một nhóm khủng bố bắt cóc. Chúng hành hạ anh đủ cách: đánh đập bằng ống cao su, dùng thuốc lá đốt khắp người, dùng gậy đánh vào lòng bàn chân... Nhờ chính phủ Canada thương thuyết điều đình, anh được thả 10 ngày sau đó. Ngày 20 tháng 4, anh trở về Montréal được đón tiếp như một anh hùng. Những nhân vật danh tiếng gửi hoa, điện thoại và hứa hẹn nhiều điều với anh. Đúng một tháng sau, anh trả lời một cuộc phỏng vấn trên nguyệt san Fugues, một nguyệt san của những người đồng tính tại Montréal. Lúc đó mọi người mới biết anh là dân đồng tính. Mọi sự thay đổi ngay lập tức. Người ta xa lánh anh. Không ai muốn dây dưa với một người đã có một... nhãn hiệu. *"Vừa mới được coi như một anh hùng, rồi bỗng chốc mọi người không muốn nói chuyện với tôi. Tình huống hai mặt này làm tôi rất khó chịu. Tôi vẫn là tôi, nhưng mọi người không chấp nhận tôi."*

Chuyện của anh Fadi Fadel vừa xảy ra, trong một đất nước tân tiến vào bậc nhất thế giới, còn tươi rói. Cứ thử tưởng tượng vào thời gian hơn sáu thập niên trước, chính xác ra là vào năm 1938, trong một nước Việt Nam còn rất... lễ nghĩa, Xuân Diệu đã cho xuất bản tập *Thơ Thơ* trong đó có bài Tình Trai, một bài thơ không giấu giếm cái khuynh hướng tình dục còn bị coi là cấm kỵ và... ghê tởm vào thời đó, chúng ta mới có thể thấy cái sức nặng của búa rìu dư luận nặng nề tới mức nào! Thật là một thiếu sót nếu... làm lơ với bản "tuyên ngôn" rất thơ này.

Tôi nhớ Rimbaud *với* Verlaine,
Hai chàng thi sĩ choáng hơi men,
Say thơ xa lạ, mê tình bạn,
Khinh rẻ khuôn mòn, bỏ lối quen

Những bước song song xéo dặm trường,
Đôi hồn tươi đậm ngát hoa hương,
Họ đi, tay yếu trong tay mạnh,
Nghe hát ân tình giữa gió sương.

Kể chi chuyện trước với ngày sau;
Quên ngó môi son với áo màu,
Thây kệ thiên đường và địa ngục!
Không hề mặc cả, họ yêu nhau.

10/2004

THỌ

Ngày tết chúng ta thường chúc nhau những điều mọi người đều mong ước. Có một số câu chúc đã đi vào nề nếp, mở miệng ra là... trả bài. Người ta chúc mà câu chúc hình như chỉ từ miệng đi ra chứ không phải từ tim đi lên miệng. Những câu chúc này có lẽ lấy cảm hứng từ ba ông già đứng trong tủ gương ở phòng khách. Trong ba ông già muôn năm mỉm cười này thì ông Phúc có lẽ lỗi thời nhất. Bây giờ mà "đầu năm sanh con trai, cuối năm sanh con gái" e rằng câu chúc sẽ không được *welcome*. Ông Lộc, may phúc hơn, vẫn còn được đón tiếp linh đình. Tiền bạc như nước. Buôn may bán đắt. Tiền bạc thời nào mà chẳng là thú vui sưu tầm của mỗi người trong chúng ta. Nhưng muốn bỏ tiền vào túi thì cái tay còn phải nhúc nhích được. Cái tay mà xuôi theo sáu tấm thì tiền bạc chỉ tổ làm cho con cháu tranh dành đánh phá nhau. Luận như vậy mới thấy cái... oai của ông Thọ!

Lẳng lặng mà nghe nó chúc nhau
Chúc nhau trăm tuổi bạc đầu râu
Phen này ông quyết đi buôn cối
Thiên hạ bao nhiêu đứa giã trầu!

Nhà thơ Tú Xương không phải là *businessman*. Bây giờ mà đi buôn cối giã trầu coi bộ sớm... *bankrupt*. Còn mấy ai nhai trẹo hàm rồi nhổ ra từng vũng... máu cho Tây nó đi kêu phú lít tới. Thời buổi hưởng thụ, ai cũng muốn bảo đảm cái chữ Thọ của mình, chẳng ai muốn rời cái nhà bạc triệu, cái xế Lexus, cái sổ băng chi chít những con số để đi nằm ngửi hoa. Buôn cái gì cho kéo dài được chữ Thọ là chắc ăn nhất. Như buôn thuốc trường sinh chẳng hạn!

Thuốc trường sinh? Ông Tần Thủy Hoàng ngày xưa đã thèm nhỏ giãi cái thứ thuốc quý giá này. Xui cho ông vua khét tiếng, nếu còn sống tới ngày nay, ông có thể tới Đồng Xoài đếm vàng mang thuốc trường sinh về uống chơi. Cũng không đắt lắm đâu. Cứ tính theo số tuổi thọ được kéo dài mà giá thuốc khác nhau. Tính ra một năm thọ chỉ tốn có hơn một cây vàng. Mua ở đâu? Ở quán nhậu Hồng Dương nằm trong thị xã Đồng Xoài, tỉnh Bình Phước. Chủ quán nhậu tên Hùng có cả một danh mục các loại thuốc có thể kéo dài thêm tuổi thọ từ 10 đến 20 năm. Danh mục này nghe thú vị hết biết. "Giấc Mơ Bành Tổ!", "Trường Sinh Biệt Dược!", "Thái Thượng Lão Quân!". Thuốc gồm có những thứ gì? Mật gấu, cao hổ, nhung hươu, xương và óc khỉ phơi khô, máu nhím và kỳ đà được bào chế với một số loài thảo dược có những cái tên khá lạ mà, theo lời bào chế viên, thì phải hái từ trên các ngọn núi ở tận Thượng Lào, Kampuchia, Tây Tạng và Mông Cổ! Tất cả những thứ thượng hảo hạng này phải được pha với các thứ bình dân như: gân gà, máu dê, đuôi chuột đồng cho thêm phần độc đáo. Cũng trong tỉnh Bình Phước nhưng ở huyện Bình Long, có một lò biệt dược khác do bà T.T.H. làm chủ. Thuốc trường sinh của bà gồm: bột sừng tê giác, mật chó sói và chó bẹc giê Pháp trộn với đuôi bò rừng, máu mèo, đuợc nấu thành cao. Một thang thuốc giá 500 triệu đồng. Thứ cao cấp hơn gồm thêm nửa lạng bột sừng tê giác pha với cao hổ cốt thì giá là 1 tỷ đồng! Thuốc có công hiệu chăng? Ông chủ trường sinh tên Hùng gắt gỏng: “Bộ không thấy toàn là những thứ bổ dưỡng cao cấp sao? Không bổ bề dọc thì cũng bổ bề ngang chứ!”. Bà T.T.H. thì khỏa lấp: “Thì cũng có người trẻ ra chứ. Nhưng mà tui chưa gặp lại họ”. Nhà trường sinh T.D.N., cũng ở thị xã Đồng Xoài, thật thà hơn: “Nhiều khi mình cũng áy náy vì đi lừa dối người khác. Thuốc trường sinh chỉ có trong... truyện cổ tích. Chẳng qua chỉ là những loại biệt dược bổ dưỡng trộn lẫn với nhau để qua mắt khách hàng. Nhưng mình không bán thì người khác cũng bán, ai biểu có người dư dả tiền bạc rồi phát sinh nhu cầu này nọ!”

Thuốc trường sinh, đừng tưởng bở, muôn đời đó chỉ là giấc mộng của những người lắm bạc nhiều vàng. Muốn trường sinh, tự ta thôi! Một danh nhân sống trong thế kỷ 18 đã nói: “Không kẻ lười biếng nào có thể sống lâu. Những người trường thọ đều có lối sống cần cù, chăm chỉ và hăng hái.”

Cần cù trong công việc là một yếu tố kéo dài tuổi thọ.

Công việc trí óc cũng như công việc chân tay. Đại văn hào Victor Hugo hoàn tất tác phẩm *"Truyền Thuyết Của Các Thế Kỷ"* vào năm 84 tuổi. Nữ văn sĩ người Úc Mill Humphrey vẫn tiếp tục sáng tác khi đã 86 tuổi. Nhà văn Trương Bảo Sơn đã chín chục có dư mà xuân năm nay vẫn có bài cho báo Tết. Họa sĩ Thái Tuấn, năm nay đã 87 cái xuân... xanh mà vẫn sáng tác đều tay. Nhà doanh nghiệp Nhật Bổn Hitachi ở tuổi 80 vẫn miệt mài kinh doanh. Theo thống kê thì 95% các cụ sống trên trăm tuổi là những nông dân lao động từ nhỏ và đến già vẫn làm việc. Thọ không có chỗ cho những người... ăn no lại nằm!

Nếu cần cù làm việc lại sống trong môi trường trong sạch thì chữ thọ lại càng bảo đảm. Môi trường trong sạch sẽ làm giảm đi các nguyên nhân gây bệnh, hạn chế những bệnh nhiễm khuẩn. Ăn uống lại là một yếu tố khác. Ăn sao cho vừa đủ, không thiếu không thừa, dùng những thực phẩm giầu sinh tố. Nếu ăn được nhiều rau quả, mật ong, sữa tươi thì càng tốt hơn. Ăn uống thanh đạm theo phép ăn uống Oshawa đã được nhiều người áp dụng và có hiệu quả rất tốt. Giáo sư Oshawa, Giám Đốc Viện Khoa Học Viễn Đông ở Paris, đã đưa ra chế độ ăn dinh dưỡng dựa vào công thức sau: tăng ngũ cốc, giảm thịt cá; ít thức ăn động vật, không ăn các thức ăn trong đồ hộp và các thức ăn chế biến; nên ăn gạo lức, muối vừng, tầu hũ.

Uống cũng quan trọng không kém ăn. Phải uống đúng và uống đủ. Sống trong môi trường có nhiệt độ từ 25 tới 30 độ, trung bình cần uống từ 1 lít đến 1 lít rưỡi nước mỗi ngày. Khi làm việc ra mồ hôi nhiều hoặc thời tiết nóng nực hơn, cần uống thêm 0.6 lít nữa. Tuy nhiên không nên uống quá nhiều nước một lúc mà nên uống từ từ, chia làm nhiều lần trong ngày.

Vitamin giúp bồi bổ sức khỏe tuổi già, mang lại trường thọ cho con người. Công dụng của các loại *vitamin*, nhiều người đã rõ từ khuya, nhưng nhắc lại thêm một lần ở đây về sự quan trọng của *vitamin* đối với người cao tuổi chắc cũng chẳng thừa. *Vitamin A* giúp hạn chế suy giảm thị lực, giúp cơ thể tăng sức đề kháng chống bệnh tật, chống xơ mạch máu, chống đóng sạn trong thận. *Vitamin B* tăng cường hoạt động cơ bắp; đặc biệt nhóm B1, B6, B12 ngăn cản được xơ vữa động mạch và viêm thần kinh. B6 và B12 thường bị thiếu hụt trong khẩu phần ăn và hấp thu rất kém qua đường ruột của người cao tuổi. *Vitamin C* tăng cường hoạt động của tế bào, giảm mệt mỏi, làm bền vững thành mạch, chống chảy máu ở người cao tuổi. *Vitamin D* chống lại hiện tượng mất *calcium* gây loãng xương ở người cao tuổi. Nếu bổ xung *calcium* mà không có *vitamin D* thì *calcium* sẽ bị đào thải qua thận và dễ làm sạn trong thận. *Vitamin E* có vai trò rất quan trọng cho người cao tuổi vì đề phòng được xơ vữa động mạch, chống *oxy* hóa, tăng khả năng tình dục và phòng chống được ung thư tuyến tiền liệt. *Vitamin F* giúp phòng chống xơ vữa động mạch và ung thư ở người cao tuổi. *Vitamin P* và *PP* làm vững thành mạch, chống lại tác động phóng xạ của các tia tử ngoại cũng như các bức xạ khác, đồng thời hạn chế được sự thoái hóa tế bào.

Cuộc sống tinh thần lành mạnh và thoải mái cũng giúp tăng tuổi thọ. Khi nghiên cứu và phân tích về mặt tâm thần kinh những cụ trường thọ, các nhà khoa học nhận thấy họ sống hiền hậu, bao dung, điềm đạm, không xích mích với mọi người, ít giận dữ và rất yêu đời. 98% các cụ trường thọ là những người thủy chung, thương yêu con cháu, không gặp biến cố lớn về tình cảm cũng như nghề nghiệp. Nói các cụ đừng mắng là tào lao, các cụ cao tuổi thường có cuộc sống tình dục rất tốt đẹp cho tới khi tuổi rất cao. Nói tới vụ... đánh cờ người, các cụ thường làm lơ không muốn nghe tới, nhưng các nhà khoa học đều đồng ý là cứ đều đều bầy cuộc cờ một cách điều hòa sẽ hoàn toàn không có hại mà còn có tính chất trị liệu đối với người cao tuổi. Nếu vẫn không tin các nhà khoa học, các cụ cứ thử thì biết. Rõ nỡm cái anh lắm chuyện này!

Chúc nhau trăm tuổi bạc đầu râu! Trăm tuổi có được không? Ngày nay thì dễ rồi. Ngày xưa coi bộ khó. Vào thời kỳ đồ sắt, tuổi thọ trung bình của con người là 18. Đến thời kỳ đồ đồng, tăng được lên đến 20. Khoảng 200 năm trước Công nguyên, tuổi thọ trung bình là 22. Đến thế kỷ 18 nhích lên tới 35,5. Thế kỷ 19 là từ 40 đến 49. Sống trong nửa đầu thế kỷ 19, cụ Nguyễn Khuyến, khi tới tuổi 55, đã mừng reo bằng thơ.

Ông chẳng hay ông tuổi đã già
Năm lăm ông cũng lão đây mà
Anh em làng xóm xin mời cả
Xôi bánh, trâu heo cũng gọi là
Chú Đáo bên làng lên với tớ
Ông Từ hàng xóm lại cùng ta
Bây giờ đến bực ăn dưng nhỉ,

Có rượu thời ông chống gậy ra.

Năm lăm tuổi như cụ Tam Nguyên Yên Đổ, chúng ta ngày nay dư sức qua cầu. Nhờ những tiến bộ của khoa học và y khoa, tuổi thọ của con người càng ngày càng được nâng cao hơn. Kỷ lục Guinness, vào ngày 5 tháng ba năm 2004, đã ghi cụ Fred Hale Sr., sinh ngày 1 tháng 12 năm 1890, ngụ tại The Nottingham thuộc vùng ngoại ô Syracuse, Hoa Kỳ, là người già nhất thế giới. Cụ già nhưng còn gân hết sức. Năm 103 tuổi, cụ vẫn sống tự túc một mình và còn leo lên xúc tuyết trên mái nhà! Cụ cũng còn giữ kỷ lục về tài xế cao tuổi nhất thế giới. Tới năm 108 tuổi, cụ còn cảm thấy lái xe chậm thì chán chết! Cụ có 9 cháu, 9 chắt và 11 chút. Cụ mất vào năm 113 tuổi. Tiếc một điều là chỉ còn có 12 ngày nữa là cụ ăn sinh nhật 114 tuổi! Người nối ngôi già nhất thế giới còn sống là cụ Hermann Dornemann, người Đức, năm nay vừa 111 cái xuân xanh. Đó là chỉ kể phía các cụ ông. Các cụ bà gân hơn nhiều. Hiện trên thế giới có 26 cụ bà nhiều tuổi hơn cụ ông Dornemann này!

Các bà bao giờ cũng trên chân các ông về khoản sống dai. Tại Nhật bản, quốc gia đạt kỷ lục về số người sống trên 100 tuổi, các cụ bà đã chiếm tới 84,7%. Trong thống kê mới nhất của Bộ Y Tế, Lao Động và Phúc Lợi Nhật Bản thì số người đạt tới mức trăm tuổi đã lên tới con số 23.038 người, vượt mức kỷ lục năm ngoái là 20.000 người. Kể từ khi thiết lập thống kê vào năm 1963, số người sống trăm tuổi ở Nhật đã tăng lên 150 lần, trung bình mỗi năm tăng 10%.

Ở Châu Âu, tại Thụy sĩ vào năm 2000, có 796 cụ vượt bức tường trăm tuổi. Tại nước Anh và xứ Wales, trong năm

2001, có 6000 cụ trên trăm tuổi.

Trăm tuổi đã đủ chưa? Ăn thua chi! Mức sống của con người vừa được các nhà Tương Lai Học định lại là 500 tuổi! Làm sao được? Dễ ợt! Theo nhà Tương Lai Học nổi tiếng Ray Kurzweil và chuyên viên chống tuổi già, Tiến Sĩ Terry Grossman trong cuốn *"Fantastic Voyage: Live Long Enough To Live Forever"* thì chỉ trong vòng hai thập niên nữa, khoa học sẽ có thể ngăn chặn được tuổi già. Kết quả là một sự thay đổi toàn diện về mọi khía cạnh của cuộc sống, từ sức khỏe và tuổi thọ cho đến kinh tế, xã hội và ngay cả quan niệm về tâm linh. Để có được kết quả này, *gene* của con người sẽ có thể thay đổi được để tránh các bệnh tật, các bộ phận trong cơ thể con người được thay thế và những bộ phận máy móc nhỏ và tinh vi sẽ kiểm soát cơ thể con người để lấn át bệnh tật. Tại sao con người già nua? Các nhà khoa học cho biết là, theo các khảo sát đã thực hiện, thì chỉ có khoảng vài trăm *gene* trong cơ thể chúng ta thực sự dính líu vào chu trình làm già con người. Nắm được đầu những kẻ nội thù này ra rồi, khoa học sẽ cải tạo lại chúng để kéo dài đời sống. Thí nghiệm sự cải tạo này với những con trùng, người ta đã kéo dài đời sống của chúng được tới 6 lần lâu hơn. Nếu áp dụng được cho con người thì 6 lần có nghĩa là tuổi thọ của chúng ta sẽ là 500 tuổi.

Trả lời trong một cuộc phỏng vấn, Tiến Sĩ Terry Grossman cho biết là trong tương lai, tuy chưa đến mức sống trường thọ, nhưng con người sẽ dễ dàng sống hàng nhiều trăm tuổi. Mà sống khỏe mạnh hẳn hoi chứ không phải tật bệnh dề dề.

Tới khi con người sống được tới 500 tuổi thì tết của chúng ta ra sao nhỉ? Chúng ta có còn mặc quần áo đẹp rủ nhau đi chợ tết hay sẽ mỗi người một cái máy ngồi ăn tết một mình? Chúng ta sẽ vẫn còn xuýt xoa thưởng thức bánh mứt hay sẽ nhẹ nhàng bỏ một viên thuốc vào miệng để... chống ăn? Chúng ta có còn tụ họp nhau đấu láo bên ly rượu hay mỗi người sẽ thui thủi ngồi nói chuyện với máy? Và lúc đó chúng ta có thời giờ để tặng nhau một nụ cười chăng?

Tết mà thiếu những ăn uống, thiếu những lời chúc, vắng những quây quần, vắng những nụ cười thì Tết có còn là Tết nữa không nhỉ? À mà quên, lúc đó chúng ta còn có Tết hay không?

Thọ như vậy ai ham thì ham, tôi chẳng ham!

01/2005

THƯ

Thư là cái loại mong chờ nôn nóng được liệt vào hàng thứ hai. Loại thứ nhất, ai cũng đoán ra là chờ tới giờ hẹn gặp người yêu. Ai không đoán ra thì thuộc vào loại... trà tàu một hụm. Thư của người yêu thì lại thuộc loại mong chờ hạng một... rưỡi. Cũng đau tim lắm. Những lá thư xanh của một người yêu gửi cho một người yêu, nó như một mùi phở xộc vào mũi của một người có cái dạ dầy đang nhàn rỗi. Nó quặn lòng nhau lắm. Vậy mà người phát thư đã đi qua không thèm ghé cửa nhà mình. Nó não nề làm sao! Nhưng nếu anh chàng phắc-tơ lại dừng chân, mặt cười tươi, phát cho một lá thư xanh xanh thì tình hình lại đổi khác ngay. Con tim nó nhẩy, bàn tay nó run run, con mắt nó long lanh, cứ tưởng như trời đất chỉ có một mình ta. Cô Mùi trong *Xóm Cầu Mới* của Nhất Linh khi nhận được thư của người yêu là anh chàng Siêu thì tay cũng... bắt chuồn chuồn. *"Nàng rút bức thư cầm ở hai bàn tay thật chắc cho gió khỏi bay. Mắt nàng nhìn vào chữ Siêu ký trong thư và bằng một giọng run run mà nàng cố ý làm cho run run thêm để tự làm tăng sự cảm động của mình, nàng nói như nói với Siêu:*

"Anh Siêu! Em hôn anh."

Nàng nghiêng đầu, mỉm cười, miệng thầm thì một lúc như nói chuyện với Siêu; cả người nàng rung động rồi nàng đưa bức thư lên áp vào môi, yên lặng, mắt mở to nhìn vào quãng không. Cử chỉ ấy lại khiến nàng thấy mình yêu Siêu hơn lên."

Thư tình, chúng ma mãnh lắm. Chúng có trăm phương ngàn kế để tìm đến với nhau. Nhất là khi chúng cần núp trong bóng tối. Mối tình còn đang ươm, chỉ chúng mình thôi nhé, cấm ngoại thủy không ai được biết, nhất là các ông bà via, toàn những vị có khuynh hướng chơi trò qua sông rút cầu. Mình yêu thì được, sông yêu đã nối nhịp cầu, khi con cái chúng yêu thì chặt ngay chiếc cầu kiều với sự phụ họa của chiếc roi mây. Thành ra, thư phải đi chui qua đường mấy chú nhóc, mấy cô sen, mấy người bạn thân... Thư loại này không phải dán tem nhưng phải dán bằng ô mai, bằng kẹo, bằng trái ổi trái cóc dầm. Nhưng có khi thư tình chẳng phải qua một bàn tay nào cả, nó núp theo sách vở.

em có nhớ trong sân trường bữa ấy
cô giáo đau ta được nghỉ giờ đầu
rất tình cờ hai đứa chợt gặp nhau
em mở cặp vội vàng trao quyển sách
sợ bạn thấy ta kẹp vào dưới nách

đi một hơi không kịp cảm ơn em
trốn vào cầu hối hả giờ ra xem
mảnh giấy nhỏ nét mực nghiêng nghiêng tím
(Luân Hoán)

Thư tình thì phải... tình. Đó là chuyện bắt buộc! Không tình thì không ép-phê. Nếu mình không viết được cái thư cho tình thì mần răng? Những người đang bị lửa tình đốt cháy rụi bao giờ cũng có đường thoát: nhờ người viết dùm. Biết nhờ ai? Nhờ nhà thơ Phan Xuân Sinh! Trong bài tạp văn *"Thư Tình, Thời Đi Học"* ông bạn tôi đã thổ lộ cả một "lịch sử" viết thư tình của ông. Bức thư tình đầu tiên ông viết dùm cho người bạn học cùng lớp lớn hơn ông tới năm tuổi đã bị một tên nghịch tặc giật chạy. Trong giờ Việt Văn, anh chàng cướp giật quỷ quái này đã nương theo bài giảng về vẻ đẹp của mỹ nhân đang được thày giảng trong lớp để đọc lá thư viết mướn này cho cả lớp nghe. Bức thư trị giá một bao thuốc Ruby này đã được cả lớp vỗ tay khi được đọc xong, trước sự đồng tình của ông thầy chịu chơi. Tài viết thư tình của ông bạn Phan Xuân Sinh từ đó ngày càng... đắt hàng. *"Bắt đầu từ đó, các anh lớn trong lớp tôi có chuyện rắc rối về thư tình đều tìm tới tôi nhờ vả. "Văn ôn võ luyện", thư tình viết nhiều càng ngày càng tiến bộ. Viết thư tình cho mấy anh ấy, sau này tôi không cần phải đắn đo suy nghĩ. Nắm được sự thể của câu chuyện là tôi đặt bút viết ngay... Sau này lại kèm thêm cái mục làm chim xanh, đưa thư giùm qua lại cho những người yêu nhau, tôi lại thấy mình có thêm một chức quan trọng. Tất cả những giận, hờn, yêu, ghét, thù hận ghen tương, trước khi tới tai người yêu của họ, là họ đổ xối xả lên trên đầu tôi trước nhất.*

Tôi đã chứng kiến bao nhiêu chuyện tình sum hợp, cũng như chia ly. Tôi đã vui trong cái vui của họ và cũng buồn trong cái buồn của họ".

Đệ tử của nhà thơ Phan Xuân Sinh ngày nay ngồi đầy rẫy trước cửa Nhà Bưu Điện Saigon. Họ cũng viết thuê thư tình nhưng phần lớn phải viết bằng ngoại ngữ. Thời buổi con gái Việt Nam chân trong chân ngoài rủ nhau đi lấy chồng ngoại, cái thứ thư tình viết bằng quốc ngữ chữ nước ta còn đâu đất sống! Ông Phan Xuân Sinh còn muốn tiếp tục hành nghề chắc cũng phải... *update* thôi! Thế mới biết viết thuê thư tình đã leo lên đến trình độ... quốc tế rồi!

Thư, nhiều khi cứ khơi khơi cỡi lên báo chí mà đi. Thi sĩ Tản Đà rất thích ăn rau sắng nhất là loại rau sắng chùa Hương. Năm Nhâm Tuất 1922, vào ngày hội Chùa Hương 18 tháng ba, nhà thơ của chúng ta không có tiền nên không trảy hội được. Ngồi ở Hà Nội, nhớ rau sắng chùa Hương, ngài bèn gửi vu vơ bốn câu thơ trên báo:

Muốn ăn rau sắng chùa Hương
Tiền đò ngại tốn con đường ngại xa
Mình đi ta ở lại nhà
Cái dưa thì khú, cái cà thì thâm.

Chỉ ít lâu sau, anh chàng phát thư bưng đến cho nhà thơ một bưu kiện không có tên người gửi. Mở ra xem thì là một bó rau sắng và một mảnh giấy ghi cũng bốn câu thơ:

Kính dâng rau sắng chùa Hương
Tiền đò đỡ tốn, con đường đỡ xa
Không đi thời gửi lại nhà
Thay cho dưa khú, cùng là cà thâm

Thi sĩ Tản Đà đã quá. Vừa có rau ăn, vừa có thơ họa, lại vừa tơ lơ mơ chẳng biết người gửi là ai. Bèn tưởng tượng đó là một nữ nhi tài sắc vẹn toàn và ông gọi kẻ gửi quà là "Người tình nhân không quen biết". Ông làm một bài thơ cảm ơn nhưng không biết gửi về đâu, đành lại nhờ tờ báo cõng thư đi:

Mấy lời cảm tạ tri âm
Đồng bang là nghĩa, đồng tâm là tình
Đường xa rau vẫn còn xanh
Tấm lòng thơm thảo, bát canh ngọt ngào
Yêu nhau xa cách càng yêu
Dẫu rằng suông nhạt còn nhiều chứa chan
Nước non khuất nẻo ngư nhàn
Tạ lòng xin mượn "thế gian" đưa tình.

Không biết có phải nhờ rượu đưa đường dẫn lối hay không mà Tản Đà đã đoán đúng. Người gửi rau chính là cô Đỗ Thị Khê, bút hiệu Song Khê, một người cũng hay làm thơ và rất tâm phục thi sĩ Tản Đà. Lúc đó cô đang làm trong ngành y tế ở Phủ Lý.

Tản Đà kể ra đã gặp may, ông Bưu Điện cho bưu kiện xuôi chèo mát mái nên khi nhận được thì *"đường xa rau vẫn còn xanh"*. Nhiều bức thư không được như vậy.

Bà Dorothy Orth ở Seelyville thuộc miền đông bắc tiểu bang Pennsylvania vừa nhận được một tấm bưu thiếp của cô con gái. Bà vội điện thoại về New York để cám ơn. Cô con gái ngẩn người ngạc nhiên. Cô có gửi cho mẹ bưu thiếp nào đâu! Bưu thiếp nào vậy mẹ? Bà mẹ nhìn vào bưu thiếp trả lời. Bưu thiếp con gửi từ Asbury Park ở New Jersey đó!

Cô Janet Richards nhớ ra ngay. Đó là tấm bưu thiếp cô gửi khi đi du lịch với chồng vào ngày 19 tháng 8 năm 1967! Bà mẹ nhận được vào ngày 17 tháng 7 năm 2004, suýt soát 37 năm! Sao con rùa Bưu Điện này nó bò chậm đến thế? Truy nguyên ra thì sự tình nó như thế này. Tấm bưu thiếp bị đánh rơi xuống gầm một chiếc máy kềnh càng và nằm đó chẳng ai biết. Mới đây, Bưu Điện phế thải cỗ máy, bưu thiếp mới lòi ra. Chậm thì chậm, bưu điện vẫn cứ chuyển đi. Bưu thiếp được dán con tem 4 xu. Nay được dán thêm một con tem trị giá 23 xu nữa. Không biết tại sao nhân viên bưu điện lại dán thêm con tem mới này vào. Có lẽ để cho phù hợp với giá cả bây giờ!

Bà Dorothy Orth còn nhận được bưu thiếp, dù chậm. Nhà độc tài Hitler mới tội. Một tấm bưu thiếp gửi cho ông bây giờ mới tới. Hơi trễ! Ông chết cách nay đã 60 năm! Tấm bưu thiếp được gửi từ Anh, đề tên người nhận là: Adolf Hitler, Reichstag, Berlin, Germany. Lý do đến trễ: địa chỉ người nhận sai! Bưu Điện Đức muốn trả lại cho người gửi nhưng bưu thiếp lại không có tên người gửi nên biết gửi về mô? Đành để nó nằm đó chờ. Và nó chờ cho tới bây giờ mới được... giải quyết. Theo luật lệ của Bưu Điện Đức thì các bức thư gửi tới chính quyền cũ nhưng người nhận không còn thì sẽ được chuyển tới Viện Bảo Tàng của Quốc Hội. Bức thư mới đây đã được chuyển đi. Theo đúng luật lệ!

Không còn người nhận thư, thư tới. Tình cảnh này không khác với tình cảnh trong truyện ngắn *"Thư Không Người Nhận"* của anh bạn Hoàng Khởi Phong của tôi. Chỉ có một khác biệt nho nhỏ. Thư được viết khi người nhận đã là người thiên cổ. Người gửi là một sĩ quan Việt Nam, người nhận là anh Elbert, một nhân viên trong đoàn Cố Vấn Mỹ ở một Tiểu Khu tại Ban Mê Thuột. Sau những căng thẳng giữa hai người vì những hiểu lầm, họ trở thành đôi bạn thân. Elberg đã vĩnh viễn nằm xuống tại Việt Nam và anh sĩ quan Việt Nam lại cùng với đoàn người di tản cuối tháng 4 năm 1975 tới Mỹ. Và, như định mệnh đã sắp đặt, anh sĩ quan Việt Nam lại tới định cư ngay trong vùng quê hương của anh bạn cố vấn Mỹ. Tới sát nhà bạn, anh sĩ quan di tản viết hàng loạt thư gửi cho người bạn Hoa Kỳ *"để tặng một người Mỹ đã chết rất trẻ ở Việt Nam và địa chỉ người nhận là Thiên Đàng. Nơi đó, buồn thay không phải là địa chỉ sau cùng của mỗi 'chúng ta'"*. Những bức thư này chắc chẳng một Bưu Điện nào muốn nhận gửi. Chẳng nhẽ nhờ ông Táo cưỡi cá giao dùm? Vì vậy, anh sĩ quan Việt Nam không thể gửi thư dù anh đã đặt chân tới nhà của người bạn. Nhưng hai người cũng gặp nhau. *"Thật tình tôi không ngờ tôi gặp lại tôi trong căn nhà này. Một gặp gỡ lớn lao nhất từ khi tôi đến đây. Tôi đã gặp lại tôi và dĩ nhiên cả anh nữa trong một tấm ảnh chụp hơn mười năm trước. Bức ảnh này anh có cho tôi một chiếc, nó đã mất đâu đó sau những thăng trầm của riêng tôi. Khi giới thiệu cho tôi bức ảnh này, mẹ anh không nhận được tôi trong hình. Chính tôi đôi lúc còn không nhận ra tôi trong gương soi, những đổi thay to lớn dường đó, những bất hạnh dồn dập như thế, và mười năm, một thời gian đằng đẵng đủ xóa đi những nét thanh xuân. Cũng nhờ tấm ảnh này, gợi nhớ tới anh. Gợi nhớ tới những ngày tháng xa xưa, tôi và anh làm chung một vài việc thiện."*

Quê nhà luôn luôn là một ám ảnh. Chẳng thế mà nhà văn Võ Phiến quay quắt hết *"Thư Nhà"* đến *"Lại Thư Nhà"*. Ông như một con diều lưu lạc tới đất Saigon và những lá thư nhà như là sợi dây cột cánh diều vào quê hương Bình Định của ông. *"Đi làm về, tôi được lá thư: thư nhà. Tôi chợt nhớ ra đã ba năm nay, lần nào, vào dịp này, tôi cũng được gia đình gửi cho một lá thư. Dịp ấy là ngày giỗ bà tôi: bà mất vào cuối năm. Thư do em tôi viết - cũng như mọi năm trước - nhưng lần này, sau mấy dòng thăm viếng, liền có tin khác thường: '...Em và mấy cô về nhà trước một hôm. Buổi tối đoàn văn nghệ ở tỉnh đến trình diễn trong làng, em có đi coi. Dân chúng kéo tới vừa đông, ban kịch sắp sửa kéo màn lên thì nghe lác đác có tiếng súng nổ... Khi đã khuya, thấy có người cầm cây đuốc dẫn đường cho hai người khác khiêng một chiếc võng tải thương. Anh có biết người thương binh đó là ai không? --- Bác Bốn Thôi!' "*

Những ai đã đọc Võ Phiến chắc đã quen thuộc với những Bốn Thôi, chị Lộc, ông tú Từ Lâm, ông Thập Tam, Năm Thiều... Toàn những khuôn mặt của một miền quê khói lửa xuất hiện trong những bức thư nhà mà Võ Phiến triền miên thương nhớ. À ra vậy! Thư nó cũng được việc đấy chứ!

Vậy mà nó mai một đi! Chuyện này chắc chỉ có ông Bưu Điện là phiền hà nhất. Đó là chuyện thư nó đã biến hình thành thư điện tử. Không, chẳng phải chỉ có ông Bưu Điện bị làm khó vì cái trò thư leo lên trời này. Tôi cũng bị ảnh hưởng. Thứ nhất là tôi mất hẳn cái thói quen viết thư. Nhập đề, thân... thư, kết thư, chúc tụng... Mệt! Cứ gõ vài hàng, bấm vào chữ *send* một cái là thư như Tôn Ngộ Không, đằng vân giá vũ, vèo một cái là tới người nhận, dù người nhận ở bất cứ xó xỉnh nào trên mặt địa cầu này. Thứ hai là sáng sáng tôi khỏi phải rình ông đưa thư. Chẳng lẽ lại mong ông ấy ném cho mấy cái *bill* tối tăm mặt mũi! Không, ông Bưu Điện bỗng nhiên biến thành người tình cũ. Dân chúng của đầu thế kỷ thứ 21 này quen với những ông *Hotmail, Yahoo, Google, AOL, Sympatico*... hơn là ông Bưu Điện.

Các em đi lên trời rồi đi xuống
Có những khi ngày rất bướng rồi hiền
Anh gượng đỡ tuyệt chiêu mà luống cuống
Điện thoại rồi email *đó buông buông*
(Nguyễn Nam An)

Email có phải là số một không? Đúng là cái cẳng. Nhưng thư điện tử cũng có phần hạn chế. Nó không có dấu. Thiếu những anh sắc hỏi huyền ngã nặng gây ra những phiền phức. Trong truyện ngắn *"Alaska Mailbox"* của Phạm Thành Châu đăng trên tạp chí Văn, California, số Xuân Ất Dậu mới đây, tác giả cho thấy sự đi vắng của những cái dấu trong tiếng Việt đã nhức đầu đến thế nào. Tôi muốn bưng cái chuyện nhức đầu này đến cho các độc giả thân mến. Cô nàng *mail* cho anh chàng bốn câu thơ mới làm xong. Chàng đọc xong, phán: Thơ của em kinh hoàng! Thơ gì mà "Bợ quần người vợ dâm đãng" rồi "Đè em lanh lẹ, đè em túi bụi". Hai câu sau càng khủng khiếp! Nàng cãi lại: Anh xuyên tạc, tại vì cái *computer* của em không có dấu tiếng Việt chứ bộ! Tôi đánh máy nguyên văn bài thơ tranh cãi này để quý vị đọc sao thì đọc. Dĩ nhiên, tôi không chịu trách nhiệm!

Bo quen nguoi vo dam dang,

De em lanh leo, de em tui buon,
Long rung rung nho bong hinh,
Cua minh em, nhung an tinh ngay xua.

03/2005

TRÁI

Bạn tôi, có một số người hành nghề tu bíp. Và tôi đang lo cho tương lai của họ. *An apple a day doctors stay away.* Câu đe dọa này đã có từ lâu. Chỉ có mỗi một trái táo mà bứng được anh tu bíp đi chỗ khác chơi. Bây giờ trái chuối lại tham gia vào cuộc xô đẩy này với một chưởng lực thâm hậu hơn nhiều. So với một trái táo thì trái chuối có gấp 4 lần chất đạm, 2 lần chất *carbohydrate* (hợp chất đường và tinh bột), 2 lần chất lân tinh, 5 lần chất sắt và sinh tố A, 2 lần khoáng chất và các sinh tố khác nhất là *potassium*. Giới tu bíp còn đất nào để thở trước trái bom chuối này. Mà chuối thì thiếu giống gì. Bom nằm ngổn ngang trong các chợ Loblaws, Métro, IGA, Maxi... Một trái chuối mỗi ngày, điều mà chúng ta ai cũng có thể hoan hỉ mà làm, già chẳng sợ gẫy răng, trẻ chẳng sợ ớn cổ, con nít cũng chẳng sợ nghẹn họng, sẽ mang lại cho chúng ta đủ sức khỏe và nghị lực để hoạt động và làm việc. Chuối có đủ ba loại đường: *sucrose, fructose* và *glucose* lại còn giàu chất xơ nên là một thức ăn thích hợp cho các lực sĩ. Chỉ với hai trái chuối, chúng ta có thể tập thể dục liền tù tì trong 90 phút mà không cảm thấy mệt. Có nên... tụng thêm về chuối chăng? Chuối ngăn ngừa được vô số bệnh tật: tinh thần suy yếu, trầm uất, thiếu máu, cao máu, táo bón, giã rượu, sôi bụng, khó tiêu, nhức mỏi, thần kinh, loét bao tử, nóng sốt, hút thuốc, đột quỵ.

Hễ chín thâm kim, chuối già, chuối sứ.
Tùng tam tụ tứ là trái dưa gang.
Vốn ở miền Nam là trái bí rợ,
Mẹ sai đi chợ vốn thiệt trái dâu.

Bài vè trái cây là một bài... phiếm. Nói về trái cây chẳng thèm biết đến trái mà cứ tán dóc về cái tên. Mẹ chồng sai con dâu đi chợ, đúng quá đi chứ. Nhưng dâu đây có phải là con dâu đâu! Trái dâu ngon bắt chết, như một bờ môi non.

Càng ngày càng vẫn ngày đêm
Rung rinh trái đỏ dịu mềm miệng môi
Thuyền quyên vạn tuế về ngôi
Quyền uy như thể răng môi miệng và

(Bùi Giáng)

Ở bên đây chúng ta có một thứ trái họ hàng hang hốc với trái dâu: trái *blueberry*. Loại trái tí hon này thời thượng hơn. Nó đuổi được cái anh *cholesterol* đang rất nổi tiếng. Trong trái *blueberry* có chứa chất *pterostilbene* có tác dụng chống *cholesterol* không thua gì các loại thuốc trên thị trường mà lại không gây ra những phản ứng phụ gì cả. Cùng một họ với chất *pterostilbene*, họ *stilbene*, là chất *resveritrol* có trong rượu vang. Rượu vang là sản phẩm của Pháp được dân Pháp uống tì tì trong các bữa ăn. Nhờ vậy mà dân Pháp rất ít bị *cholesterol* và các bệnh về tim. Nhà nghiên cứu Agnes Romando của Bộ Canh Nông Mỹ đã thí nghiệm hỗn hợp *blueberry* vào các mô gan của chuột và nhận thấy chúng đã làm giảm đáng kể *cholesterol* trong các mô này.

Tôi đã định bụng không nói về trái táo vì sợ làm phiền các ông bạn cổ đeo ống nghe tay nắm ống chích của tôi nhưng trái táo chúng hiên ngang như những chiến sĩ xung kích của loài quả, làm lơ chúng coi bộ không *fair*. Riêng tôi, từ bao năm nay, cứ mỗi ngày một trái táo mà vẫn chưa chán táo. Ăn táo đến độ được mọi người gọi là... ông táo! Đạo táo của tôi vừa được thêm hứng khởi khi các nhà khoa học tìm ra được công dụng chống một vài loại ung thư của thứ quả đã làm ông Adam thân bại danh liệt này. Ăn táo có... nghệ thuật riêng của nó. Trái táo trông hơ hớ xuân thì nên ăn là phải ăn ngấu nghiến mới phải đạo. Cầm nguyên trái táo còn tươi rói sức sống, cắn tươi ngay, không có gọt vỏ gọt viếc gì, không cắt xẻ chi cho đau lòng táo, ăn thế mới là ăn đúng cách. Tiến sĩ Francis Raul, Giám Đốc chuyên về nghiên cứu của Viện Nghiên Cứu Sức Khỏe Quốc Gia của Pháp cũng... sành ăn như tôi. Ông phán: "Nghiên cứu cho thấy việc ăn toàn bộ trái táo, kể cả vỏ, có tác dụng rất tốt trong việc ngăn chặn ung thư." Các nhà khoa học thuộc Đại Học Y Khoa Thực Nghiệm Mayo, cũng ở Pháp, đã cho tế bào ung thư tiếp xúc với một loạt các chất chống oxi hóa có trong táo và nhận thấy một chất chống oxi hóa có tên *procyanidins* đã gây ra một loạt các tín hiệu ở tế bào có tác dụng làm chết các tế bào ung thư. Thử nghiệm trên chuột, các chuyên gia cho chúng nhiễm với các chất gây ung thư ruột và sau đó cho chúng ăn một hỗn hợp gồm nước và chất *procyanidins* trong trái táo trong 6 tuần lễ. Kết quả cho thấy số u bướu ở chuột được uống nước táo chỉ bằng phân nửa so với những con không cho uống. Tiến sĩ Linda Kelemen, một thành viên trong nhóm nghiên cứu trên, khẳng định là mỗi ngày ăn một trái táo và 3 loại rau trở lên làm giảm 40% nguy cơ bị ung thư *Non-Hodgkin*, một loại ung thư bạch huyết cầu phát sinh khi tế bào bạch huyết phân chia và phát triển ngoài tầm kiểm soát của cơ thể.

Cũng táo nhưng thứ táo này được dân Đức ngợi ca là Trái Táo Của Thiên Đàng *(The Apples of Paradise)*. Loại táo gì mà... thánh vậy? Thần thánh gì đâu, đó là trái cà chua, một thứ trái dân dả, gặp đúng mùa thì chỉ có vài chục xu một *pound*! Bình dân như vậy nhưng cà chua... độc hết biết. Một trái cà chua tầm cỡ trung bình cung cấp một lượng sinh tố C bằng phân nửa nhu cầu hàng ngày của một người lớn. Nó cũng là nguồn cung cấp chất đạm, chất xơ và nhiều nhất là chất *lycopene*. Cà càng có màu đỏ nhiều thì càng nhiều chất *lycopene*. *Lycopene* là cái gì vậy? Nó là một trong những *amino acids* rất cần thiết cho cơ thể con người. Nó cần nhưng cơ thể chúng ta không có khả năng tự sản sinh ra được mà phải hấp thụ từ bên ngoài bằng đường ăn uống. *Lycopene* thuộc gia đình *Caratenoids*, cùng với sinh tố C và E tạo thành chất *antioxidant* có nhiệm vụ che chở cơ thể chống lại sự suy thoái tế bào nên có khả năng phòng ngừa được bệnh ung thư nhất là ung thư tuyến tiền liệt mà các ông có tuổi lúc nào cũng lo ngay ngáy phải đi thử thường xuyên. Theo các nghiên cứu khoa học thì các ông hàng tuần xực cà chua từ mười lần trở lên sẽ giảm thiểu được nguy cơ ung thư tuyến tiền liệt đến 45%. Trái cà chua còn sống, chưa nấu chín, chứa đến 90% *lycopene*. Nếu đem nấu chín, thành phần *lycopene* sẽ giảm bớt. Ngoài ung thư tuyến tiền liệt, các ông có nhiều lượng *lycopene* trong cơ thể cũng sẽ giảm thiểu được 50% nguy cơ bị bệnh tim mạch và tránh được chứng ngất xỉu xảy ra bất thình lình. Các loại ung thư đường tiêu hóa như miệng, bao tử, ruột già và ruột cùng cũng tránh được phân nửa nếu ăn cà chua mỗi tuần từ bảy lần trở lên. Cà chua cũng giúp các bà tránh được nguy cơ mắc bệnh ung thư cổ tử cung.

Nói tới trái mà cứ quẩn quanh trong bệnh tật nghe mất sướng. Vui chơi với trái cây nghe ra mòng mọng hơn nhiều.

Có vợ có chồng là trái đu đủ
Chặt ra nhiều mủ là trái mít ướt
Hình tựa gà xước, vốn thiệt trái thơm,
Cái đầu chơm bơm, thiệt là bắp nấu.

Bụng của chúng ta là bụng trái cây vùng nhiệt đới, sang tới bên đây những xoài, những ổi, những nhãn, những mít, những đu đủ, những măng cụt, những dâu da, những mãng cầu, những sầu riêng là những mối... sầu chung của chúng ta. Nhớ phát khiếp. Thì ở bên đây chúng cũng nằm trong các siêu thị Á Châu đó! Ai chẳng biết vậy, nhưng chúng đã vắt vẻo lên hàng... trưởng giả, sờ tới không phải dễ. Muốn kéo chúng xuống có nước về Việt Nam. Ở Việt Nam, chúng nằm khiêm nhường trên lề đường, ai cũng với tới. Thường! Muốn chơi với những nhãn, những chôm chôm còn toòng teng trên cây, dân trong nước đã sáng chế ra một kiểu du lịch mới: du lịch bụng!

Thế nào là du lịch bụng? Đó là loại du lịch đi vào vườn trái cây, vít cành xuống mà hái trái, muốn ăn bao nhiêu thì ăn, ăn chán ăn chê khi ra cửa cứ bụng mà tính tiền. Bụng lớn 10 ngàn đồng, bụng nhỏ 5 ngàn đồng. Không phải người ta đo vòng bụng để tính tiền đâu, vừa mất công vừa thiếu thẩm mĩ. Bụng lớn là bụng người lớn, bụng nhỏ là bụng con nít! Tính ra tiền đô Mỹ chỉ vài chục xu. Khởi xướng ra loại du lịch... trái này là các nhà vườn ở cù lao Minh, huyện Long Hồ, tỉnh Vĩnh Long. Từ trung tâm thị xã Vĩnh Long, du khách sẽ qua phà Bình Lương để đến xã An Bình. Trước mắt du khách là những vườn nhãn và chôm chôm trĩu quả sà xuống hai bên con đường nhựa phẳng phiu chạy dài đến tận thôn ấp. Trước mỗi khu vườn là những tấm bảng, chỗ thì ghi "Bán trái cây bụng", chỗ thì văn chương hơn "Cho tham quan vườn trái cây". Du khách tự do vào vườn, chẳng vé vung gì cả, mặc sức hái trái, mặc sứcních cho đầy bụng, mặc sức lưu lại trong vườn từ sáng tới chiều cũng chẳng sao. Khi ra về mới trả tiền theo... bụng. Ăn thả cửa như vậy nhà vườn có mà lỗ to. Không phải vậy đâu. Ông Bảy Trinh, một trong những chủ vườn đầu tiên ở An Bình mở cửa cho du khách vào vườn, đã tính toán hơn thiệt. Mỗi du khách trả 10 ngàn đồng, người nào ăn nhiều lắm cũng chỉ cỡ ba kí là ếch bụng lên rồi. Một kí chôm chôm giá khoảng trên dưới 2 ngàn đồng. Ba kí mới tới 6 ngàn đồng. Lời 4 ngàn thấy rõ mà lại chẳng phải thuê người hái, chẳng tiền chuyên chở gì cả, khỏe ru! Du khách thì lại tính khác. Được *picnic* cả ngày trong vườn, được hái trái cây thỏa thích, được hưởng không khí trong lành, được thư giãn trong khung cảnh thiên nhiên mà chỉ tốn có 10 ngàn đồng, khỏe ru! Cả hai bên đều khỏe!

Cứ trái cứ rau là khỏe, thịt thà chi cho nặng bụng. Nhiều người vẫn nghĩ như vậy. Bệnh tật vào người phần lớn đều đi qua cửa chính: cửa khẩu! Ăn rau ăn trái cho lành. Thịt thà là mang theo giun theo sán vào trong người. Ích chi! Ông bác tôi, một nông dân khỏe mạnh, bị chiến tranh cướp mất ruộng vườn, xô đẩy ông lên thị thành. Ngày ngày ông cứ rau muống chấm tương và nước rau muống luộc đổ vào bụng. Ông lý luận như thế này. Con bò con trâu chúng chỉ ăn cỏ mà to lớn khỏe mạnh như vậy. Con người cũng thế, chỉ cần ăn rau là đủ rồi, mà rau muống là thứ rau bổ dưỡng nhất. Ông mất ít năm sau đó vì bệnh phổi! Rau quả là tốt nhưng thịt thà cũng cần thiết không kém, nhất là chúng ta đang ở nơi xứ sở lạnh lẽo. Đành rằng thịt bây giờ là thịt công nghiệp, gà đứng, bò đứng, heo cũng đứng, lại thêm bò điên, gà cúm nhưng trái thì có hơn gì!

Viện Đại Học Texas ở Austin vừa phổ biến bản nghiên cứu về trái cây trong 50 năm qua. Trong vòng nửa thế kỷ, trái cây đã xuống cấp thê thảm. Nghiên cứu trên 43 loại hoa trái, họ nhận thấy là trái cây ngày nay xuống cấp về số lượng sinh tố B và C, chất sắt, *calcium* và các chất bổ dưỡng khác. Một cuộc nghiên cứu khác thực hiện ở Anh cũng thấy như rứa. Ngày nay người ta chú trọng về lượng của trái cây hơn là về phẩm. Trái nào trái nấy đều lớn quá khổ, trông thì rất hấp dẫn nhưng "nội dung" thì dở ẹt. Trái thì lớn, chu kỳ thu hoạch nhanh nhưng phẩm chất thì... nửa đường đi xuống. Cơ quan Thực Phẩm Hoa Kỳ cũng làm một cuộc nghiên cứu so sánh trái cây năm 1950 với trái cây năm 1999. Có 6 trong 13 chất dinh dưỡng trong trái cây xuống thấy rõ. Đó là chất đạm, chất vôi, *phosphorus*, sắt, *riboflavin* và sinh tố C. Chất xuống thang trầm trọng nhất là chất *riboflavin*, một loại sinh tố B, đã mất đi 38%. Sinh tố C mất đi 20%. Riêng cà chua ngày nay rất... cà chớn. Nó xuống cấp một cách đồng đều: sinh tố C, chất đạm và một số khoáng chất đều ít hơn 40% so với 50 năm trước đây. Duy chỉ có cà rốt là oai phong lẫm liệt. Cà rốt ngày nay đậm màu hơn vì có nhiều chất *beta-carotene* hơn khiến số lượng sinh tố A tăng lên gấp đôi. Nhiều chất khác trong trái cây không thể so sánh được vì nửa thế kỷ trước đây người ta chưa đo tới như các chất *magnesium*, sắt, sinh tố B6, sinh tố E và chất xơ.

Trái cây, ngoài lợi ích về dinh dưỡng còn là một yếu tố thẩm mỹ. Trong tranh tĩnh vật của hầu hết các họa sĩ trong làng hội họa thế giới, trái cây luôn luôn có dịp chen chân vào. Nhiếp ảnh cũng dành một chỗ đứng khá rộng rãi cho trái cây. Nhiếp ảnh gia quen thuộc đang sống ở Montréal, anh Lê Quang Xuân, đã làm chúng ta da diết với quê hương qua những tấm ảnh màu với những trái xoài, trái mận, trái ổi, trái thơm... tươi mát như đang hiển hiện trước mắt chúng ta.

Khi đám mây cao dừng trên nếp trán
Anh chợt nghe vỗ cánh chim bay
Trái thơm ngon nặng trĩu trên môi
Dòng suối lạ chảy qua hơi thở
Bốn mùa xuân về đứng trên cơ thể

Ở giữa mầm lộc biếc và lá non

Nhà thơ Nguyên Sa đã nhìn thấy cỏ cây hoa trái trên thân thể người tình. Người tình, nếu chúng ta có một con mắt thơ, chính là thứ trái cây ngon ngọt nhất. Và, nếu chúng ta có một con mắt phân tích, thì thấy biết bao thứ trái trong một trái!

02/2005

TRẦM CẢM

Viết báo là một cái nghề hồi hộp dễ sợ. Báo ra càng dồn dập, sự hồi hộp càng lên cao. Làm báo ngày là dễ *stress* nhất. Nhưng làm báo tuần, báo nửa tháng, báo tháng cũng không phải là một con đường... thảnh thơi nằm đâu. Lý do là vì những anh viết lách, dù viết gì, thường là những lực sĩ điền kinh tất cả. Cứ nước tới chân mới nhảy! Nhảy toát mồ hôi hột và luôn luôn ngầm hứa hẹn một tương lai nhảy tiếp. Viết phiếm cũng nằm trong... hội nhảy. Hạn chót nộp bài đã tới, anh chủ bút *mail* thúc bài lia lịa mà cứ phải làm ngơ, đúng lúc đến hẹn lại lên mà không lên nổi, nổi da gà lắm chứ. Vậy mà đến chết cũng không bỏ được cái tật đe dọa sẽ ướt át cái đũng quần!

Yêu đương nó cũng hồi hộp chẳng kém. Khởi đầu một cuộc tình nó cũng *stress* cách gì đâu. Lần đầu tới gặp ông via bà via em, thường là vào dịp tết nhất cho có lý do, cũng bở hơi tai vì khớp.

nhớ hồi xông đất nhà em
hai chân lính quính bước lên thềm nhà
trái tim chỉ chực vọt ra
cái miệng ấp úng như là cà lăm
cái đầu cái óc tối tăm
cũng may nhờ cái hết lòng yêu em

(Luân Hoán)

Những trường hợp cứ bình tĩnh mà run như trên không phải là bệnh. Nó tới đó rồi đi đó. Phiếm mà gõ tới chữ cuối cùng, *save* vào máy, *mail* một phát là thấy cái mặt anh chủ bút dễ thương ngay. Báo mà chạy tới nhà in là anh em có thể kéo nhau đi la-de tưng bừng tức khắc. Yêu mà xin được bàn tay người yêu là quýnh quáng đi chỗ khác chơi liền một khi. Dân chì coi những cái căng thẳng kiểu đó là... ba cái chuyện lẻ tẻ. Hồi hộp có cái thú của hồi hộp chứ!

Nhưng có nhiều người mỗi khi gặp những chuyện căng thẳng là... thẳng căng luôn không chống đỡ được. Họ cứ từ từ tiến bước vào một diện khác: diện u sầu. U sầu là một thứ bệnh, còn được gọi là trầm uất hay trầm cảm. Bệnh... rầu rĩ này có nhiều nguyên do. Bị căng thẳng, chịu một cái tang quá buồn, bị cho nghỉ việc, nợ nần nhiều hay bị bứng khỏi quê hương như trường hợp của chúng ta. Có khi bệnh phát do bệnh tật như các bệnh suy tim, bại liệt, bệnh lú, bệnh yếu tuyến giáp trạng chẳng hạn. Lại có khi vì dùng thuốc lâu dài như một vài thứ thuốc trị bệnh cao huyết áp, thuốc bao tử, thuốc ngừa thai... Nhưng cũng có khi do di truyền.

Rượu, thuốc lá, ma túy tưởng là để cho quên sầu nhưng thực ra chúng cũng góp phần làm tăng thêm cái sầu. Ngược lại, có những người ăn chay quá độ nên thiếu các chất *folate* và sinh tố B-12 cũng vướng vào vòng... sầu lụy! Lại còn cái anh trầm cảm mùa đông! Nguyên nhân đích thực của cái anh trầm cảm thời vụ này chưa được biết rõ nhưng theo các nhà nghiên cứu thì có lẽ là do thay đổi ánh sáng mặt trời. Mùa đông, anh mặt trời dở chứng lười biếng chỉ lo ngủ chứ không lo thức dậy sớm đánh thức con người. Con người bỗng... buồn. Vì sao vậy? Về mùa đông, ít ánh mặt trời nên cơ thể tiết ra nhiều chất *melatonin. Melatonin* là một chất nội tiết do óc sinh ra, mức độ nhiều hay ít thay đổi tùy theo ngày đêm. Có nhiều *melatonin* thì dễ ngủ nhưng cũng dễ làm cho con người cảm thấy u buồn. Trường hợp bà Luann Hughes là một trường hợp điển hình. Vào mùa đông, bà thay quần áo cho các con đi học vào lúc mặt trời chưa dậy. Bà tắm rửa, ăn sáng, nhâm nhi cà phê xong xuôi mà anh mặt trời vẫn cứ lè phè chưa tới. Tình trạng thiếu ánh sáng làm bà cảm thấy buồn phiền và bực bội với con cái. Thuốc chẳng xua đuổi được anh buồn phiền khiến bà tìm tới bác sĩ chuyên môn. Bác sĩ Michael Terman, Giám Đốc Chương Trình Trầm Cảm Mùa Đông và Viện Tâm Lý Tiểu bang New York, cho biết là dùng liệu pháp ánh sáng giả có thể chữa trị được 80% trường hợp này. Đây là thứ ánh sáng nhân tạo gần giống với ánh sáng mặt trời mà, trong trường hợp bà Hughes, dùng trong nửa tiếng mỗi buổi sáng để dẹp đi cái anh trầm cảm ăn theo mùa này.

Đặc biệt là có khi bệnh phát sinh khi sanh con mà người

ta gọi là chứng trầm cảm của sản phụ. Cái "chứng" khó chịu này có khi nhẹ khi nặng. Nhẹ thì sản phụ chỉ cảm thấy vương vấn buồn, tình trạng này có tên thông thường là *baby blues*. Nặng thì trở thành bệnh thực sự có cái tên y học là *post-partum depression.*

Tôi đã gặp một sản phụ thực thụ trầm cảm. Chị sanh con đầu lòng và sau khi sanh thấy chán nản vô cùng. Chán cả chồng lẫn con. Sau vài ngày nghỉ, chồng chị đi làm trở lại, chị cảm thấy như người hụt hơi giữa biển cả. Chị hốt hoảng đến nước chỉ muốn chết. Tôi đã bê trường hợp này vào truyện *"Rời Nơi Giấu Mặt"* được viết vào cuối năm 2001. *"Bây giờ mà trời cho tôi chết chắc tôi vui vẻ ra đi. Cuộc sống này chẳng còn ý nghĩa gì nữa với tôi. Tôi vật vờ như người đang bám hờ vào một bờ vực, có thể tuột tay rơi xuống bất cứ lúc nào. Thở dài chẳng còn giúp tôi đổ đi những chán nản buồn rầu. Tôi muốn lắc mạnh người rũ đi những hơi thở nhọc nhằn của tôi. Tôi chẳng thiết gì cả dù có tất cả, chồng tôi, mẹ tôi, mẹ của Thụy, à quên, còn bé Kim nữa chứ... Thương con thì thương nhưng chán vẫn chán. Nhất là từ khi Thụy đi làm lại sau một tuần nghỉ phép quấn quít bên đứa con ngộ nghĩnh. Ngày Thụy đi tôi thẫn thờ chẳng bắt lại được hồn mình. Tôi ngơ ngơ ngác ngác chẳng biết mình làm gì. Nhìn vào bé Kim tôi như thấy cả một gánh chán nản làm dập tim tôi. Phải tới cuối tuần Thụy mới về. Thời gian như một tên đểu giả. Nó vờn tôi như mèo vờn chuột. Tôi ngoi ngóp từng giờ , từng ngày. Như một xác thân đã mệt lả mà còn phải một mình nổi trôi trên mênh mông biển, bến bờ vẫn chẳng thấy đâu."* Gần bốn năm sau, chị sanh đứa con thứ hai, tình trạng chán nản lại xảy ra. May mắn là lần này chị có kinh nghiệm nên có thể dùng ý chí để thắng con ma u sầu!

Con ma này chân dung nó ra sao? Có hai triệu chứng nổi bật của bệnh trầm cảm. Một là không còn tha thiết đến chuyện gì nữa mà cũng chẳng muốn làm gì cả, mất hết lạc thú trên đời. Danh từ chuyên môn kêu là *anhedonia*. Triệu chứng thứ hai là tâm trạng rầu rĩ, buồn bã, cảm thấy vô vọng, có khi tự dưng khóc tức tưởi vô cớ. Theo bài bản y khoa thì các bác sĩ để ý tới những triệu chứng sau. Giấc ngủ bị xáo trộn, khi thì ngủ li bì, khi thì mất ngủ hoặc nửa đêm thức giấc rồi không ngủ lại được nữa. Đầu óc lang bang không tập trung tư tưởng được, không quyết định được gì, quên trước quên sau. Cân ký trong người lên xuống vô cớ, có người thấy không muốn ăn, có người lại ăn ào ào như chú Hợi. Tâm trạng phức tạp, có khi đứng ngồi không yên, người bứt rứt khó chịu, có khi ruồi bu chẳng muốn đuổi, tay chân như đá chẳng muốn nhấc lên, nói năng chậm chạp chán mớ đời. Người lúc nào cũng cảm thấy mệt mỏi, chán nản, nhiều khi cảm thấy mình vô tích sự, chẳng giống con giáp nào, chuyện đánh cờ người cũng biếng nhác chẳng muốn bầy cuộc cờ. Nặng hơn nữa là bị cái chết ám ảnh, thấy cuộc đời đen tối mịt mù, chán đến muốn tự tử cho rồi đời! Trầm cảm còn tác động vào hệ thần kinh tự trị khiến cơ thể như ngứa ngáy, mắt nhìn không rõ, toát mồ hôi đầm đìa, miệng khô khốc, táo bón, tiêu chảy, nhức đầu, đau lưng...

Ngày nay người ta cho rằng bệnh trầm cảm là do hoàn cảnh ngoại lai tác động vào một con người vốn đã có tạng dễ u sầu làm xáo trộn những chất truyền tín hiệu thần kinh gồm *serotonin, norepinephrin* và *dopamine*. Thuốc trị bệnh vì vậy cứ đánh vào những chất này. Thuốc gồm có ba nhóm. Nhóm thứ nhất chủ yếu làm tăng thêm *serotonin* trong người gồm *Prozac, Paxil, Zoloft, Celexa, Lexapro*. Nhóm thứ hai tác dụng vào cả *serotonin* và *norepinephrine* bao gồm những thuốc *Serzone, Desyrel, Effexor*. Nhóm thứ ba ảnh hưởng vào chất *dopamine* có những loại thuốc có tên thương mại là *Zyban* hay *Wellbutrin*. Thuốc này cũng hay được dùng cho những người muốn cai thuốc lá.

Ngoài việc trị liệu bằng thuốc còn có những cách trị liệu tâm lý. Với cách trị liệu này, người bệnh phải hợp tác bằng cách tin tưởng và cảm thấy thoải mái với bác sĩ trị liệu cho mình. Thường thì người ta kết hợp cả trị liệu bằng thuốc và trị liệu tâm lý. Trường hợp bệnh nặng có thể phải trị bằng điện bằng cách cho điện giật. Bệnh nhân được đánh thuốc mê nhẹ rồi được cho một luồng điện chạy rất nhanh qua óc trong vòng từ 1 tới 3 giây đồng hồ. Luồng điện này làm cho bệnh nhân lên cơn giật ngắn, từ 20 đến 90 giây. Chừng 10 phút thì bệnh nhân tỉnh dậy, nghỉ ngơi chừng nửa giờ là xong một xuất chạy điện. Thường là cần chạy từ 6 đến 10 xuất như vậy. Các chuyên gia cho rằng các cơn giật trong chạy điện làm thay đổi lượng các chất truyền tín hiệu thần kinh khiến cho bệnh giảm bớt. Dĩ nhiên cho điện chạy vào người thế nào cũng gây ra những phản ứng phụ. Có người bị hỗn loạn thần trí từ ít phút cho tới vài ba giờ, có người bị mất trí nhớ phần nào trong vài ngày cho tới vài tuần lễ. Vì vậy phương pháp điều trị này chỉ áp dụng cho những người bị trầm cảm nặng, thuốc men không ăn thua gì, hoặc là những người già, người có bệnh tim không dùng được thuốc.

Ngoài những cách trị liệu chính quy trên, người ta còn có những cách trị liệu... ngoài trường ốc khác. Như dùng dược thảo chẳng hạn. Thời Trung Cổ, dân theo đạo Thiên Chúa tin là cây thánh John chế thành dầu bôi vào người trừ được tà ma. Theo tin tưởng thì người ta hái phần ngọn cây và hoa vàng vào ngày lễ thánh John the Baptist 24 tháng 6, rồi chế thành thứ dầu màu đỏ rực được gọi là "Máu Thánh Chúa" để xức vào người. Ngày nay người ta nấu thành nước uống hay lấy tinh chất chế thành dầu hay làm thành viên thuốc uống. Kết quả cho thấy là thứ thuốc "tôn giáo" này có thể chữa được trầm cảm nhẹ.

Cái anh trầm cảm thường khoái giao du với các bà. Số các bà bị trầm cảm nhiều gấp đôi các ông. Tính ra con số thì ở Mỹ có khoảng 6 triệu bà bị u sầu hỏi thăm. Tỉ số người có ý muốn tự tử các bà cũng nhiều hơn các ông nhưng tỉ số những người thực sự tự tử thì các ông lại nhiều hơn các bà. Nam nhi chí vẫn hiên ngang đi tìm cái chết nhiều hơn!

Dù chi đi nữa chúng ta cũng đừng để anh *stress* tự tung tự tác, nhất là các bà mẹ đang cưu mang bào thai trong bụng. Các khoa học gia vừa khám phá ra là các thai nhi nào đang ở trong bụng các bà mẹ bị *stress* hay trầm uất sẽ có phản ứng khác với các thai nhi trong bụng các bà mẹ không bị xúc cảm. Khi chào đời các cháu bé này sẽ gặp nhiều trở ngại trong việc phát triển học hỏi và phát triển hành vi và có thể chính chúng cũng sẽ bị *stress* hay trầm uất khi trưởng thành. Tiến sĩ Janet DiPiétro thuộc Đại Học John Hopkins khuyên các bà mẹ có thai không nên lo lắng thái quá trong lúc mang thai kẻo có hại cho con. Trong tương lai, việc khám thai cho các sản phụ có thể sẽ có thêm tiết mục khám sức khỏe tinh thần của bà mẹ để các bác sĩ có thể can thiệp kịp thời nếu sản phụ có triệu chứng bị *stress* hay trầm uất. Bác sĩ Catherine Monk, Giáo Sư Phụ Tá môn Tâm Thần Học của Đại Học Y Khoa Columbia cho rằng từ trước tới nay người ta không chịu để ý đến sức khỏe tinh thần của thai nhi để có thể can thiệp sớm hơn. Trong một cuộc khảo sát, người ta nhận thấy rằng các thai nhi của những sản phụ hay bị *stress* sẽ tăng nhịp đập tim trước các kích thích. Bác sĩ Monk so sánh phản ứng của các thai nhi giống như phản ứng của nhiều người đang ngồi đợi trong một căn phòng. Bỗng nhiên có người nào đó vô ý xô cửa đánh rầm một cái. Người lớn thì giật nẩy mình, còn thai nhi trong bụng mẹ lãnh đủ một dòng điện kinh hồn do các *hormones* gây *stress* tràn tới.

Những nghiên cứu mới đây nhất còn tìm ra được là *stress* gây tổn hại tới cấp tế bào. Căng thẳng tâm lý có thể làm lão hóa nhiễm sắc thể của phái đẹp tới một thập kỷ. Điều này chúng ta vẫn thường nhận thấy. Con người càng lo lắng, căng thẳng thì càng mau già. Nhưng sự lão hóa này nằm tới tận tế bào thì người ta chưa biết. Theo nghiên cứu do bà Elissa Epel thuộc Đại Học California ở San Francisco cầm đầu nhóm thực hiện thì ở đầu các nhiễm sắc thể có một đoạn ADN gọi là mũ *telomere*, có nhiệm vụ bảo vệ những phần đầu này và thúc đẩy quá trình ổn định *gene*. Mỗi lần tế bào phân chia, các *telomere* lại ngắn đi một chút, vì thế tế bào của con gái có các *telomere* ngắn hơn của cha mẹ. Tuy nhiên ở những người trẻ tuổi, một *enzyme* có tên gọi *telomerase* sẽ chỉnh sửa lại quá trình này, giúp tái sinh phần đầu của nhiễm sắc thể. Song khi họ già đi, các *telomere* sẽ ngắn đi đáng kể và cuối cùng ngừng tái tạo. Epel và các cộng sự viên đã xem xét các nhiễm sắc thể trong tế bào bạch cầu của 58 bà mẹ, hai phần ba trong số này có con bị ốm kinh niên. Những bà mẹ khác có con khỏe mạnh bình thường nên được suy đoán là ít căng thẳng hơn. Kết quả phân tích cho thấy những bà mẹ căng thẳng nhất là những người có *telomere* ngắn nhất. Và hiệu ứng này lớn đến mức nó tương đương với từ 9 đến 17 năm tuổi của tế bào!

Theo một cuộc thăm dò của Léger Marketing với 1508 phụ nữ trên 18 tuổi đang đi làm trên khắp Canada thì cứ 5 bà thì có một bà bị *stress* hoặc trầm cảm. Nhiều nhất là các bà ở độ tuổi từ 35 đến 55, sống ở thành thị hay ngoại ô các thành phố lớn và có con cái. Có 75% các bà cảm thấy sự căng thẳng đã làm giảm chất lượng làm việc. 74% các bà cảm thấy ngán công việc, 59% thấy không hứng thú làm việc và 55% thấy đi làm là một việc khó khăn. Một phần tư cảm thấy những triệu chứng nặng đến nỗi cố thu mình trong sở làm hoặc trốn trong phòng vệ sinh để xa lánh các đồng nghiệp. Và cuối cùng, có 7% đã mất việc làm vì căng thẳng hoặc trầm cảm.

Ngồi tra cứu tài liệu để viết về trầm cảm, tôi cũng muốn lùng bùng cái đầu. Đụng đến chuyện căng thẳng tâm thần hình như con người mình cũng cứ giãn ra, ngón tay gõ trên phím *computer* nghe như cũng uể oải, văn phiếm nghe ra cũng nặng nề mất tiêu đôi cánh bay bổng nhẹ nhàng. Chỉ mong đánh được cái dấu chấm hết để dồn hết cái u sầu trầm cảm về cho anh chủ bút. Phần anh chủ bút, mặc anh ấy lo. *Who cares!*

02/2005

TRÀ

Tôi uống trà hàng ngày nhưng không thể tự coi là mình ghiền trà. Đó là một thứ nước uống tốt. Không uống trà, uống thứ khác cũng được, nhưng không thích. Ăn xong một bữa ăn, uống một ly trà nóng, bụng dạ bỗng thấy yên ổn. Nhất là một bữa ăn ở tiệm Hoa, vốn nhiều chất mỡ, ăn xong mà chơi một ly nước trà, hình như mỡ màng trong miệng chạy đi đâu hết. Cái lối uống trà lấy lợi của tôi như vậy đã làm trà bị... xuống giá. Cứ như bắt một cô tiểu thư khuê các làm công việc của một tì nữ. Trà thuộc giòng dõi kênh kiệu hơn nhiều.

Chắc ai cũng đã từng nghe thấy cách uống trà trịnh trọng của người Nhật. Họ đã nâng nghệ thuật uống trà lên hàng... tôn giáo. Trà Đạo đã được hình thành từ thời Mạc Phủ Tướng Quân, thế kỷ thứ 15. Đây là một hình thức hướng tâm con người đi tìm chân, thiện, mỹ trong thế giới tĩnh tại và tự nhiên của tâm hồn. Nơi uống trà gọi là trà thất được dựng bằng gỗ, nằm giữa một khu vườn đầy hoa lá, được dẫn vào bằng những lối đi trải sỏi. Những người uống trà, được gọi là trà đồ, trước khi bước vào trà thất đã tự mình rũ bỏ hết cái thế giới ồn ào bon chen, nhập vào sự tĩnh lặng của tâm hồn, quên hết cả những phiền toái của cuộc nhân sinh.

Chỉ có uống trà mà con người có thể nhấc mình lên cõi thiền được chăng? Trong truyện ngắn *"Uống Trà Đi"* nhà văn Lâm Chương cho nhân vật tên Bi, chỗ thân tình của tác giả, người tu hành nơi một cái am nhỏ do ông tự dựng nên ở Gò Chùa trong tỉnh Tây Ninh, luận bàn một cách thú vị với tác giả về Trà Đạo.

"Anh Bi nâng chén trà đưa tôi. Trà mộc, pha loãng. Uống nhạt thếch, chẳng ra làm sao cả. Tôi nói với anh về kiểu cách uống trà của người Nhật. Họ coi cái việc uống trà là một nghệ thuật của hàng tao nhân mặc khách. Nghệ thuật này được nâng lên thành trà đạo, một triết lý sống cao nhã của các thiền gia. Nghe tôi nói, anh Bi mỉm cười, mắt ngó ra ngoài cửa sổ ngắm mây. Nhưng khi tôi dứt lời, ý kiến của anh làm tôi sửng sốt.

Anh bảo: "Nghệ thuật chỉ dành cho người làm nghệ thuật. Thiền gia mà quan trọng cái việc uống trà như một thứ trà đạo, lấy đó làm triết lý sống là loạn tâm. Đối với kẻ tu hành, uống trà chỉ đơn giản là uống trà mà thôi. Không câu nệ hình thức. Không rắc rối rườm rà."

Tôi phản đối:"Đã có bao nhiêu quyển sách bàn về vấn đề này rồi. Anh nói khác đâu được?"

Anh Bi bình tĩnh: "Sách là do con người viết ra. Thánh nhân viết còn lầm, huống hồ kẻ phàm phu. Đọc sách mà bị sách vở nhận chìm trong tư tưởng người khác, không phân biệt điều đúng điều sai, thà đừng đọc sách còn hơn."

Tôi chưa tìm được lý do nào để phản bác lý của anh Bi."

Tôi cũng chưa tìm được lý do nào để không thú vị với cái cách luận sự việc của... Thày Bi. Tôi vẫn muốn gọi nhà tu hành này một cách nghiêm túc hơn, nhưng trong suốt truyện ngắn này, tôi chẳng tìm được cái đạo hiệu Thích này Thích nọ của người mà tác giả gọi chỏng chơ là "anh Bi". Có lẽ bởi vậy mà anh Bi gần với tôi hơn, chí ít là trong việc uống trà. Uống trà là... uống trà. Thế thôi. Chấm hết! Trà của tôi uống cũng đuểnh đoảng, cũng nhạt thếch như trà của "anh Bi". Tôi uống trà cho cái bụng chứ không phải cho cái đầu. Uống trà cho cái đầu, mệt óc lắm. Nó như một nghi thức kênh kiệu đầy ước lệ. Như cách uống trà ở Anh chẳng hạn.

Người Anh chỉ biết tới trà bằng đường học lóm của người Hoa. Vào thế kỷ thứ 18, hải quân Anh đã chiếm được Hương Cảng, Thiên Tân, Thượng Hải, Quảng Châu... của Trung Hoa. Đi xâm lược người nhưng chính đoàn quân xâm lược đã bị trà... xâm lược lại. Họ khoái trà của Trung Hoa. Và họ đã nhập về Anh cách uống chất đắng này để trở thành một tập tục phổ biến ở vương quốc sương mù. Rất nhiều lần, số trà từ Trung Hoa chở về Anh không kịp khiến họ phải tổ chức nhiều cuộc đua gọi là Đua Trà bằng thuyền buồm để kịp thời chở các loại trà quý về Luân Đôn. Nữ Công Tước Bedford, tác giả quyển *"Năm Giờ Uống Trà"*, chính là người đã tạo ra phong trào uống trà vào buổi chiều tại Anh. Ngày nay, trong nhà của giới trung và thượng lưu Anh chúng ta sẽ dễ dàng bắt gặp những bàn uống trà được trang trí với khăn trải bàn mỹ thuật, bình hoa tươi và nhất là bộ bình trà làm bằng bạc hoặc sứ men Trung Hoa kiêu kỳ. Dân Anh uống trà đen trong khi dân Á Châu uống trà xanh. Tại sao lại có sự thay đổi... màu sắc như vậy?

Thực ra đây không chỉ là sự thay đổi màu sắc mà còn là sự thay đổi khẩu vị. Sự khác biệt là do thời gian ủ trà. Muốn tường tận chúng ta phải lòng vòng một chút, trở lại từ gốc rễ cây trà. Cây trà là một trong những cây thuộc họ *Theacae*, lá xanh, hoa màu trắng. Thường thì cây phải có 5 năm tuổi mới được coi là trưởng thành và có thể cho hoa lợi trong 25 năm hay lâu hơn tùy sự chăm sóc của nhà vườn. Cây trà thường có độ cao tới hàng chục thước nhưng để tiện lợi cho việc hái trà người ta phải cắt tỉa thường xuyên để có chiều cao tối đa khoảng từ 1 thước tới 1 thước rưỡi. Khi những cây trà đã già thì có thể cắt ngang thân để mầm non nẩy chồi mới. Với phương pháp này, cây trà có thể thọ được trăm năm một cách dễ dàng. Mùa hái trà là vào mùa xuân, khi cây đang xanh tốt. Lá trà hái về đem hong ngoài trời cho héo, sau đó đem ủ, sấy và biến chế làm trà sống. Tại Trung Hoa có các vùng sản xuất trà nổi tiếng như Giang Bắc, Giang Nam, Lĩnh nam, Vân Nam, Quý Châu, Tứ Xuyên, Hồ Nam, Hồ Bắc, Chiết Giang, Giang Tô, Phúc Kiến... Tại Việt Nam nổi tiếng nhất là trà Thái Nguyên ở miền Bắc và trà Lâm Đồng ở miền Nam. Loại trà đen mà dân Hồng Mao ưa thích là loại trà khi hái về được ủ lâu nhất. Ủ ngắn nhất là các loại trà Nhật, Long

Tỉnh, Bích Loa Xuân... Ủ trung bình có các loại Bạch Hào, Ngân Châm, Bao Chủng, Động Đình, Thiết Quan Âm, Vũ Di, Ô Long...

Để cho thêm mùi vị, trà được ướp các loại hoa như lài, ngâu, cúc, sói và nhất là sen. Ngày nhỏ tôi đã được coi mẹ tôi ướp trà sen. Vì quá nhỏ, tôi không thể nhớ được các công đoạn của một mẻ trà ướp sen nhưng tôi còn nhớ là phải kéo dài nhiều ngày. Tôi lõm bõm nhớ lại hình ảnh mỗi buổi sáng những gánh hoa sen thơm ngát được các chị hàng hoa mang tới nhà, căn phòng ướp âm u nóng với những lò than để sấy, những buổi cả nhà ngồi tuốt những nhụy sen trộn với trà, những lúc ngồi nhồi trà vào trong hoa rồi cột những cánh hoa úp kín vào nhau.

Hương vị ngát lừng của trà đã đưa trà lên cao. Thú uống trà đã được liệt vào hàng... quý tộc.

Trà đựng trong bình trí nhớ câm
Rót nghiêng từng ngụm nỗi đau thầm
Hòa chung cùng ngụm đau trời đất
Là mỗi ngày ta mỗi điểm tâm

(Mai Thảo)

Ăn uống cho ra điều ra nhẽ, ngoài ngài Tản Đà, chúng ta phải hỏi han tới nhà văn Nguyễn Tuân. Mà đụng vào cụ Nguyễn Tuân thì mệt lắm. Trong truyện ngắn *"Những Chiếc Ấm Đất"* cụ Nguyễn đã luận về trà. Nhân vật cụ Sáu trong truyện uống trà thì phải pha bằng nước giếng chùa Đồi Mai mới đúng cách. *"Chùa nhà ta có cái giếng này quý lắm. Nước rất ngọt. Có lẽ tôi nghiện trà tàu vì nước giếng chùa nhà đây. Tôi sở dĩ không đi đâu xa được là vì không đem theo được nước giếng này đi để pha trà. Bạch sư cụ, sư cụ nhớ hộ tôi câu thế này: Là giếng chùa nhà mà cạn thì tôi sẽ cho không người nào muốn xin bộ đồ trà rất quý của tôi."* Bộ đồ trà của cụ Sáu là chiếc ấm Thế Đức màu gan gà. *Thứ nhất Thế Đức gan gà/ Thứ nhì Lưu Bội, thứ ba Mạnh Thần.* Ấm pha trà đã có thứ bậc đàng hoàng. Nhưng trà mới là "nhân vật" chính. Biết được trà là cả một công phu không phải ai cũng có được. Cái công phu của người ăn mày trong truyện của Nguyễn Tuân là một công phu... cổ quái.

"Hắn toàn vào xin những nhà đại gia thôi và cố làm thế nào cho gặp được mặt chủ nhân rồi có xin gì thì hắn mới xin. Có một lần hắn lần vào đến nhà giữa một nhà phú hộ kia, giữa lúc chủ nhân cùng một vài quý khách đang ngồi uống trà buổi sớm... Hắn gãi tai, tiến gần lại, tủm tỉm và lễ phép xin chủ nhân cho hắn uống trà tàu với! Mọi người tưởng hắn điên. Nhưng tại sao không ai nỡ đuổi hắn ra và còn gọi hắn lại phía bàn cho hắn nhận lấy chén trà nóng. Hắn rụt rè xin lỗi và ngỏ ý muốn được uống nguyên một ấm trà mới kia. Hắn nói xong, dỡ cái bị ăn mày của hắn, cẩn thận lấy ra một cái ấm đất độc ẩm. Thấy cũng vui vui và lạ lạ, mọi người lại đưa cho hắn mượn cả khay trà và phát than tàu cho hắn đủ quạt một ấm nước sôi, thử xem hắn định đùa với bọn họ đến bực nào mới chịu thôi. Hắn xin phép đâu đấy rồi là ngồi bắt chân chữ ngũ, tráng ấm chén, chuyên trà từ chén tống sang chén quân, trông xinh đáo để... Uống một chén thứ nhất xong, uống đến chén thứ nhì, bỗng hắn nheo nheo mắt lại, chép môi đứng dậy, chắp tay vào nhau mà thưa với chủ nhân: "Là thân phận một kẻ ăn mày như tôi được các

ngài cao quý rủ lòng thương, thật kẻ tỳ tiện này không có điều gì dám kêu ca nữa. Chỉ hiềm rằng bình trà của ngài cho có lẫn mùi trấu ở trong. Cho nên bề dưới chưa được lấy gì làm khoái hoạt cho lắm". Hắn lạy tạ, tráng ấm chén, lau khay hoàn lại nhà chủ. Lau xong cái ấm độc ẩm của hắn, hắn thổi cái vòi ấm rất kỹ lưỡng cất vào bị: thế rồi xách nón xách gậy, cúi lậy chủ nhân và quan khách xong hắn tập tễnh lên đường. Mọi người cho là một thằng điên không để ý đến. Nhưng buổi chiều hôm ấy, cả nhà đều lấy làm sợ tên ăn mày vì ở lọ trà đánh đổ tung vãi ở mặt bàn, chủ nhân đã lượm được ra đến mươi mảnh trấu".

Tôi đã từng uống trà ở Đông Kinh, Hán Thành. Thì cũng là những căn phòng nho nhỏ, khách ngồi trên sàn ở Nhật Bản, ngồi trên ghế ở Đại Hàn, vừa uống vừa đàm đạo với bạn bè. Chẳng có trà đạo trà điếc gì cả! Vị trà đậm chát kỳ thú. Nhưng đậm đến quắn đầu lưỡi là lần uống trà tại nhà anh bạn Hà Thúc Sinh tại Cali mươi năm về trước. Bữa đó trà còn theo tôi về phá giấc ngủ. Chỉ khác lần đầu đi uống cà phê buổi tối tại Saigon ngày vừa bước chân vào ngưỡng cửa Đại Học ở một điểm: có cái trần mùng mà nhòm cho qua đêm dài! Lần uống trà tại Hà Nội vào một đêm cuối năm giá lạnh hơn hai năm trước đây là một ê chề đến não lòng. Cô tiếp viên đưa ra một cái... ẩm đơn gồm mấy chục loại trà tối tăm mặt mũi. Toàn những tên thật kêu nhưng chẳng hé lộ cho ẩm khách một chút gì về... nội dung loại trà. Chỉ đại một cái tên, bát trà đưa ra có nắp đậy là một thứ nước nâu nâu đục ngầu, uống vào thì không hiểu phải vượt qua bao nhiêu cây số mới tới cái gọi là mùi trà được!

Trà Saigon ngày nay tôi lại chưa được nếm, chỉ nghe qua báo chí. Trong các quán trà có các loại trà cổ truyền như trà xanh, trà lài, trà sen, trà móc câu, trà cỏ ngọt, trà quế... dùng với bánh đậu xanh, bánh su sê, bánh in... Cũng có khi khách kêu uống các loại trà dược thảo như trà nhân trần, trà linh chi, trà tim sen, trà rong biển, trà đào, trà chanh, trà táo... Những loại trà này gọi là trà nhưng chẳng liên quan gì đến cây trà chính gốc. Ẩm khách không phải chỉ có các vị đứng tuổi mà còn có những khách trẻ kể cả những người ở ngoại quốc về. Họ cần một không gian trữ tình, một khung cảnh tĩnh lặng, một thời gian để tâm hồn lắng xuống. Anh Sĩ Hoàng, chủ nhân quán trà Điểm Một Thời rất nặng lòng với trà: "Tôi muốn mang đến một sự thuần Việt cao nhất có thể cho khách, Vì vậy, pha trà cần sự tỉ mỉ. Chỉ cần một sơ suất nhỏ chén trà sẽ không được như ý ngay. Ngoài việc chọn trà mộc và cách ướp hương cho các loại trà thì nước pha trà là điều quan trọng bậc nhất. Ông bà ta dùng giọt sương trên lá sen hay dùng nước mưa. Nhưng đến chúng ta thì loại nước đó cũng ô nhiễm rồi. Chỉ có dùng nước suối, nước khoáng để pha trà".

Trà trong môi trường của chúng ta hiện nay hình như đã không chỉ là một cái thú mà là một cách ngừa bệnh. *"Nhất nhật nhất trản trà / Lương y bất đáo gia"*. Chỉ một chén trà mỗi ngày có thể nghỉ chơi anh tu bíp! Thật vậy, trà là một dược chất đa năng cho sức khỏe. Người ta uống trà để giảm chất béo vì trong trà có chứa các chất làm giảm lượng mỡ trong cơ thể con người. Theo nghiên cứu của một số nhà thảo dược học Trung Hoa thì lượng mỡ trong người một người uống trà trong vòng 10 năm thấp hơn 20% so với những người không uống. Nơi nữ giới sự giảm mỡ còn rõ ràng hơn: người uống trà giảm được đến 30% lượng mỡ trong cơ thể! Các nhà nghiên cứu Tây phương cũng đã nhảy vào vòng... trà. Tổng hợp trong 13 bản nghiên cứu đã được phổ biến, người ta đã ước lượng là những người uống từ 3 ly trà trở lên mỗi ngày có thể giảm được 11% nguy cơ bị bệnh tim. Những kết luận này đã khiến Hội Nghị *American College of Cardiology Scientific Sessions* năm nay phải đưa trà vào nghị trình thảo luận. Các nhà khoa học của Đại Học Arizona đã làm thí nghiệm cho thấy trà có thể làm giảm nguy cơ mắc bệnh ung thư ngực, phổi, da và miệng. Họ cho một số tình nguyện viên có hút thuốc lá bị tổn hại DNA uống 4 ly mỗi ngày theo ba nhóm. Nhóm uống trà xanh, nhóm uống trà đen và nhóm uống nước lạnh. Kết quả cho thấy nhóm uống trà xanh đã giảm được sự tổn hại DNA. Chính những DNA tổn hại này đã dẫn các tế bào lành trở thành ung thư. Các nhà khoa học Anh và Tây Ban Nha vừa tìm ra hợp chất EGCG có trong trà xanh có thể ngăn chặn các tế bào ung thư phát triển bằng cách khống chế một *enzyme* đặc biệt gây bệnh ung thư. Họ cũng cho biết chất này chỉ là một trong số rất nhiều hợp chất chống ung thư có trong trà xanh. Khám phá này được coi là lần đầu tiên khoa học mới phát hiện ra một hợp chất xác định có tác dụng như thuốc chống ung thư, mở ra triển vọng chế tạo thuốc điều trị ung thư hiệu quả dựa trên cấu trúc các phân tử EGCG. Tuy nhiên, các nhà khoa học cũng khuyên các phụ nữ không nên uống trà xanh trước và trong thời kỳ đầu mang thai vì trà xanh làm giảm hiệu quả của *acid folic*, một chất ngăn ngừa nguy cơ nứt đốt xương sống và rối loạn ống thần kinh ở trẻ.

Những lợi ích của trà cho sức khỏe con người đã đưa trà vào một loại thức uống khác. Nó không còn chỉ là một thú vui, một tập tục quý phái, một cái đạo. Nó đã bước xuống một nấc. Từ nấc vương giả nó đã hóa thân thành một người bạn ích lợi cho chúng nhân.

Ban sơ thế điệu phiêu bồng
Về sau rớt hột chùm bông quê nhà
Bây giờ một lúc uống trà
Ăn qua loa chút gọi là tái sinh

(Bùi Giáng)

03/2005

TRUỒNG

Mọi sự đều qui vào ông Adam. Nếu ông ấy không mềm lòng nghe theo lời bà Eva thì nhân loại ngày nay ra sao nhỉ? Mấy ông bạn tôi được dịp... Mao Tôn Cương! Thì làm khỉ gì có nhân loại! Một ông phát ngôn. Này nhé, trước khi ăn trái táo, ông Adam và bà Eva cứ nhởn nhơ trong Vườn Địa Đàng, ngây thơ vô tội như hai đứa trẻ thì biết gì đến những trò tí toáy cho ra con người. Ừ nhỉ, tôi nhớ hồi nhỏ, những ngày tắm mưa, lũ con trai con gái cứ hồn nhiên mà đùa giỡn giữa thiên nhiên, có ý nghĩ gì trong đầu đâu. Ông Adam và bà Eva chắc cũng như vậy. Tồng ngồng mà không ý thức mình tồng ngồng. Ngây thơ như vậy thì còn trò trống gì nữa! Chỉ khi xực một trái táo, bị đuổi ra khỏi Vườn Địa Đàng, biết mắc cở, mới vội đi lấy lá vả che thân mình. Vậy tội là tội ông Adam. Một ông bạn khác bất ngờ lên tiếng. Bà Eva nặng tội hơn, bởi vì bà ấy đã xực tới hai trái táo, dấu tích còn rành

rành đó! Không hiểu ông bạn tinh thông sử sách này đã căn cứ vào sách nào để... kỳ thị như vậy! Ngày nay táo đầy rẫy, ăn táo là chuyện chẳng có gì phải nói, huống chi chỉ có nửa trái với hai trái!

Cái thuở hồng hoang của hai ông bà tổ xem ra con cháu ngày nay lại muốn quay về. Tha thướt quần dài áo thụng mãi, chán! Đổi mốt cho nó mát mẻ. Bóc đi một chút, đoạn trên.

Nguồn sống tuôn thơm nhựa ứa đầy
Một chiều khổ cực bốn chiều say
Đã phanh yếm mỏng thì quăng hết
Những nếp xiêm hờ giả bộ ngây

Hương ngát em lồng kín cõi anh
Yếm đào trút lại phía vô linh
Đong đưa gác lửng nghênh xuân ấy
Đôi núm hồng em nở hết mình

(Hoàng Cầm)

Chẳng phải một đôi, chỉ nở có một núm mà đã rung rinh địa cầu. Núm của một ca sĩ thuộc hạng sao, Janet Jackson. Nó nở trước thanh thiên bạch nhật, đúng vào nơi nhĩ mục quan chiêm, trước cả trăm ngàn cặp mắt trong vận động trường của trận chung kết giải bóng bầu dục *Super Bowl* vào năm ngoái, lại còn ăn ké thêm cả chục triệu cặp mắt ngồi nhà coi trực tiếp truyền hình, tổng cộng tất cả là 90 triệu cái nhìn. Mắc mớ gì mà hoa nở trái mùa như vậy? Số là ca sĩ Justin Timberlake hát cặp với Janet, trong một lúc múa may đã kéo chiếc nịt ngực bật ra làm trái táo đen bỗng được hưởng ánh mặt trời. Màn đứng tim này không có trong chương trình nhưng được trình diễn như có sắp đặt. Bởi vì trái táo nhảy ra đón ánh mặt trời đã được trang bị bằng một vòng bạc che núm. Nếu ẩn khuất trong bóng tối thì can cớ chi mà phải trang điểm như vậy? Hơn 500 ngàn lời phản đối đến từ phía quần chúng làm ban tổ chức méo mặt. Đâu cứ phải lúc nào muốn cho nở cũng được đâu!

Hoa nở có mùa, táo nở có chỗ. Cứ bên sóng biển mà nở là an toàn trên xa lộ. Táo, cam, quýt, thậm chí bưởi, dưa, mướp cũng nở búa xua chẳng ai thèm lý tới. Trên bãi biển Varadero, xứ sở của anh râu Fidel Castro, nơi du khách từ Canada, Nam Mỹ và cả từ Pháp, Đức, Bỉ, Thụy Sĩ... tới nghỉ mát tắm biển, rộn ràng như một chợ trái cây. Trái trôi nổi trên những đợt sóng, trái phơi nắng trên bãi cát, trái rung rinh theo những vết chân trên cát trước những con mắt tỉnh bơ của mọi người. Trái lồ lộ dưới ánh mặt trời mang dáng vẻ hồn nhiên nhởn nhơ. Chúng có đó như ánh nắng, như cát, như sóng, như mây chung quanh. Chúng không mời mọc, quyến rũ, rủ rê gì cả. Chúng như một nét đẹp của nghệ thuật. Mấy ông bạn đi chung với tôi trong những ngày nghỉ đông vừa rồi đều gật đầu với nhau như vậy cả.

Thiên nhiên luôn luôn mang dáng vẻ nghệ thuật, tòa thiên nhiên hà cớ gì không nghệ thuật? Nhà thơ Tiên Điền, trăm năm trước, đã từng.

Rõ ràng trong ngọc trắng ngà
Dày dày sẵn đúc một tòa thiên nhiên
Sinh càng tỏ nét càng khen
Ngụ tình tay thảo một thiên luật Đường.

(Truyện Kiều)

Tòa thiên nhiên đã nhảy vào thơ thì ngồi vào trong tranh là chuyện bắt buộc. Bạn tôi, ông Đinh Cường chỉ phẩy tay vài nét là... tòa liền. Tòa nào tòa nấy cứ như... vẽ.

tinh khôi, gợi mở, hững hờ
suối hoa, khe trúc ướp thơ mượt mà
tưởng hoa, hóa chẳng là hoa
hiển linh một khối nhân sinh ca hồng

(Luân Hoán)

Ông Khánh Trường màu hồng màu tím quẹt một hồi là hiển hiện những thanh tân trong từng ngõ ngách.

búp gân tím, thỏi thịt hồng
mở bừng ngũ giác quan lồng lộn bay
trùng trùng đường nét bao vây
nhân sinh một kiếp múa may, sinh tồn

(Luân Hoán)

Ông Trịnh Cung, trong một lần ghé Montreal, đã khích tướng. *Thành phố của các toa chẳng tươi mát gì cả!* Muốn tươi mát, khó chi. Chàng mở to mắt trước các tiên nữ khe vàng dịu dàng lăn lộn trên sàn gương. Kêu một tòa thiên nhiên xuống bàn, chàng mở giấy bút hí hoáy một hồi nên hình nên tượng, ký tên, tặng ngay tiên nữ đem về... trần! Tiên nữ, lòng như mở hội, nhìn chân dung mình mà không biết cái chữ ký bên dưới lớn đến ngần nào.

Các ông bạn tôi, vài nét đã vẽ nên tiên, tài đã đành, nhưng cũng phải học hỏi. Trong các trường Mỹ Thuật, các sinh viên bắt buộc phải có những giờ vẽ khỏa thân. Tưởng tượng mà vẽ hay sao? Không, có người mẫu chứ. Tại trường Đại Học Mỹ Thuật Hà Nội hiện nay, giá biểu cho một người mẫu là

50 ngàn đồng (chưa tới 3 đô Mỹ) cho một xuất vẽ 4 tiếng! Nghề làm mẫu là một cái nghề bạc bẽo. Chỉ nguyên việc đứng trần thân, không một mảnh vải trước hàng chục cặp mắt của các sinh viên đã là một khó khăn ít người vượt qua được. Cô nữ sinh xinh đẹp Minh Hà của trường Sân Khấu Điện Ảnh luôn tự hào với thân hình quyến rũ, chỉ sau 2 tiếng đồng hồ đứng phơi mình trước đám sinh viên rất nghiêm túc, cũng đã bỏ đi không hẹn ngày trở lại. Những người còn trụ lại được là những người có những hoàn cảnh khó khăn về kinh tế. Nhưng quan trọng hơn cả, họ phải vượt thoát được chính mình, vượt thoát được dư luận, vượt thoát được những ràng buộc chung quanh để đứng mẫu. Đứng mẫu không cần những tiêu chuẩn cao như những người mẫu thời trang nhưng cái cần là khi không một mảnh vải che thân, họ phải toát lên được một chút hồn cho sự sáng tạo của người vẽ. Chị H., một người mẫu tại Hà nội đã cho biết: *"Nguyên việc làm quen với việc* nude *ở nhiều tư thế cũng khiến tôi khốn khổ. Suốt ba tháng liền, tôi cứ cúi gằm mặt mỗi khi vào việc. Cứ đến giờ giải lao, tôi chạy vội ra mặc đồ, mừng như vừa thoát được hình phạt khổ sai. Giờ thì quen rồi, chỉ coi đó đơn giản là công việc kiếm tiền. Thậm chí, giải lao cũng khỏi mặc lại quần áo!"*

Người mẫu cho nghệ thuật hội họa là một cái nghề, nhưng ngồi mẫu cho nghệ thuật nhiếp ảnh thì không phải là một cái nghề. Đó là cái hứng của những cô nàng muốn giữ lại một thời xuân sắc. *Đẹp tốt phô ra, xấu xa đậy lại.* Các cụ dậy sao cứ thế mà làm. Đẹp thế này mà cứ vải vóc kín bưng thì có uổng cho công trình mỹ thuật của Tạo Hóa chưa? Vì vậy gần đây mới có những *scandal* các cô người mẫu ở Việt Nam trong những bức hình tô hô. Có cô bị oan vì bị ghép hình nhưng cũng có cô chụp thật. Cái lối nham nhở bán hình của những anh phó nháy thiếu lương tâm cho những người không có con mắt nghệ thuật tung bừa lên *internet* để những cặp mắt phàm phu tục tử vừa ngắm vừa nuốt nước miếng là chuyện tai nạn. Đối với những nghệ sĩ chụp ảnh nghệ thuật, hình *nude* lại là một chuyện khác. Một trong những người đó là nghệ sĩ nhiếp ảnh Nguyễn Thái Phiên ở Hà Nội, người đã đoạt được nhiều giải thưởng quốc tế về ảnh khỏa thân. Người mẫu tự ý tìm đến ông. Ông kể là có lần có một cô ở Hà Nội điện thoại tới ông cho biết muốn chụp ảnh khỏa thân nghệ thuật. Cô cứ hẹn rồi lại thôi đến năm bẩy lượt. Cuối cùng cô mới cho biết lý do của sự lưỡng lự là cô có một chiếc sẹo mổ ruột dư! Lại có cô đến phòng thay đồ, trần truồng rồi không ra nữa, nghệ sĩ bèn phải dẹp máy, kéo cô đi uống cà phê! Có cô cởi rồi đi ra nhưng nghệ sĩ phải chịu thua không chụp được vì cô mặc đồ lót chật quá, vết hằn đầy khắp người! Thế nào là một bức hình khỏa thân đẹp? Theo nhiếp ảnh gia Nguyễn Thái Phiên thì tấm ảnh đẹp phải đạt được những tiêu chuẩn về đường nét, ánh sáng, bố cục, tạo hình. Muốn vậy, trước khi chụp, phải tính kỹ trước, vẽ ra các góc độ, hướng chiếu sáng. Ông đưa ra hai nguyên tắc... đạo đức về chụp khỏa thân. Thứ nhất, không bao giờ để lộ mặt người mẫu trong ảnh. Thứ hai, không chụp các cô dưới 18 tuổi. Nhưng điểm quan trọng nhất để có được một bức ảnh đẹp là người chụp phải làm chủ được chính mình, giữ được cái tâm trong sáng. Nếu không thắng được mình mà chụp ảnh khỏa thân thì chỉ có thua. Tim đập, tay run làm sao bấm máy cho ra cái nghệ thuật của ảnh? Tất cả khoảng 50 người đã ngồi mẫu cho nhiếp ảnh gia Nguyễn Thái Phiên. Họ là công nhân, sinh viên, hoặc những phụ nữ bình thường. Họ đều tự nguyện , không bao giờ đòi hỏi thù lao cả!

Ngoài cuộc đời, giữa thanh thiên bạch nhật, nhiều người vẫn vô tư cởi áo quần. Có khi có mục đích, có khi chỉ là vui chơi. Mới đây, một số phụ nữ nông dân tại Nepal đã cầy ruộng vào ban đêm trong y phục bà Eva để cầu mưa. Hỏi một cô, cô Ambika Tharu, 35 tuổi, thì được biết là cô nghe lời mẹ chồng bảo trời sẽ lắng nghe và làm mưa nếu phụ nữ khỏa thân để cấy cầy. Ông trời ở Nepal là ông trời nào? Chịu! Chẳng lẽ lại là ông trời *playboy*? Chẳng trời chẳng đất gì, muốn tô hô thì tô hô chơi, đó là những thực khách tham dự bữa ăn được tổ chức hàng tháng *Clothing Optional Dinner* (Bữa Ăn Tối Tự Do Cởi Truồng) tại một tiệm ăn ở Nữu Ước trong đêm thứ năm 17 tháng 2 năm 2005 vừa qua. Có khoảng 30 thực khách thích mát mẻ tới tham dự. Độc thân có, có vợ có chồng có, người trẻ nhất khoảng 30 tuổi. Họ được hoàn toàn tự do nhưng chỉ phải tuân thủ có một điều: khi ngồi xuống ghế phải dùng giấy lót mông. Có nhiều bà muốn sang trọng đã không dùng giấy mà dùng khăn choàng cổ bằng lụa!

Khơi khơi chơi trò... thú hoang ngày nay là chuyện thường. Chẳng phải ở tây ở tầu gì mà ngay ở Hà Nội. Cách cầu Long Biên chỉ có năm trăm thước là một bãi tắm truồng cời. Đặc biệt là chỉ toàn phe củ chuối nhưng bãi lại được gọi là bãi... tắm tiên! Họ là ai? Họ thuộc đủ thành phần khác biệt trong xã hội có một cái thú chung là đùa giỡn với thiên nhiên trong tình trạng... thiên nhiên. Một ngư dân làm nghề đánh cá đã 30 năm ở bãi này đã phân biệt những khách... tiên này một cách rất văn nghệ:

Rụt rè e ngại vẫn còn underwear *là dân Gia Lâm,*

Xăm trổ đầy mình, dây khuyên chằng chịt gần chỗ ấy là dân anh chị,

Tóc dài trán hói là nhiếp ảnh gia,

Quần áo đồng phục là dân văn phòng,

Đi ra "cả nhà" đích thị là dân Hà Nội gốc,

Cưỡi xe trăm triệu là chủ bãi ten-nít,

Chạy rông, đá bóng là học sinh, sinh viên...

Khoảng hai tháng trước đây, có một anh tây gia nhập làng... tiên. Đó là anh Peter, người Thụy Điển, làm nghề hướng dẫn viên du lịch. Có lần anh mang cô bạn gái tới để tắm cho vui. Cô ta tới, định mặc y phục bà Eva cho giống mọi người, nhưng thấy không thể giống mọi người được, cô đành thôi. Nhiều anh tiên trẻ cứ xuýt xoa tiếc rẻ không được tham dự vào màn... hoa lạc giữa rừng gươm!

Gươm với hoa, chuyện nhỏ! Nhưng đây là chuyện ở Canada. Dĩ nhiên tôi chẳng "yêu nước" đến nỗi cho là chuyện tắm tiên thực thụ chỉ xảy ra ở Canada, nhưng tôi chỉ biết chuyện ở Canada nên không dám lạm bàn tới những chuyện xảy ra hà rầm tại các nước khác. Tại Canada có hai bãi tắm truồng cời: bãi *Hanlan's Point Beach* ở Toronto và bãi *Wreck Beach* ở Vancouver. Hai bãi này tôi chưa bao giờ tới tắm nên không biết ra sao. Riêng bãi *Oka* ở cách Montreal không xa thì tôi đã tới tắm nhiều lần rồi. Ấy, quý vị đừng lên gân mặt chờ tôi tiết lộ những chuyện nín thở mà nghe! Bởi vì đây là một bãi tắm rất hiền lành như bãi Ô Quắn ở Vũng Tàu của chúng ta. Nhưng ở phía đông của bãi, có một khu mà các cậu các mợ ưa... thiên nhiên tới tô hô với nhau. Khu này chưa bao giờ được công nhận chính thức như hai khu *Hanlan's Point Beach* hay khu *Wreck Beach* ở Toronto và Vancouver nên không có bảng... báo nguy gì cả. Nhưng vì "dân số" của khu này càng ngày càng đông, có ngày có tới cả hai ngàn người, nên những người đi tắm ở *Oka* bình thường như tôi, đã đề nghị là nên dựng một tấm bảng chỉ đường vào khu này cho... chính danh. Họ đề nghị đặt tên cho khu này là... *Okapulco*! Tắm trần trụi như thế để làm chi vậy? Một dân không áo quần đã biện luận: Bạn sẽ cảm thấy bạn hoàn toàn tự do bởi vì khi bạn cởi bỏ áo quần bạn đã cởi bỏ được cuộc sống xã hội của bạn!

Cuộc sống của chúng ta ngày nay có nhiều hệ lụy lắm sao? Xã hội này phải chăng đã được tổ chức chặt chẽ đến làm con người ngạt thở phải đi tìm cách giải thoát chăng? Tôi nghĩ chắc họ cũng có lý. Họ đang mon men đi tìm lại cái Vườn Địa Đàng mà ông Adam đã đánh mất ngày xưa. Này nhé, nhông nhông giữa đất, trời, mây, nước; lại chim trời cá biển hoa trái nhởn nhơ trên thân người, thế chẳng phải Vườn Địa Đàng thì là cái chi chi?

02/2005

TƯỢNG

Tôi mê tượng. Đi đâu thấy có tượng là tôi sa đà nhấc chân đi không nổi. Nếu tượng không vừa với túi tiền thì ngắm chán chê tôi đi. Nếu vừa với túi tiền thì tôi thỉnh về. Một lần trở về Đà Lạt, xe du khách đổ tôi xuống Thung Lũng Tình Yêu, một nơi tôi có nhiều kỷ niệm cũ. Tình Yêu bây giờ khác với Tình Yêu xưa nhiều. Nó thu gọn trong một trái tim bằng sắt rỗng ruột, ghé hai cái mặt vào, bấm máy hình, thế là xong. Tình Yêu… dại khờ như vậy không có tôi. Tôi loanh quanh xuống khu bán đồ kỷ niệm. Cơ man nào là tượng. Tượng gỗ có, tượng đá có, tượng thạch cao có, tượng *plastic* cũng có luôn! Mẫu mã cứ na ná nhau. Toàn một thứ hàng thương mại! To tượng thì to tiền, nhỏ tượng thì nhỏ tiền. Tôi đảo mắt qua từng gian hàng. Để giết thời gian. Bỗng mắt tôi chăm chú vào một tượng Phật nhỏ nằm trong góc của một gian hàng. Cô gái bán hàng bắt được ánh mắt tôi liền. Cô mời. Tôi lặng yên chăm chú ngắm. Rồi tôi hỏi xem bức tượng. Bức tượng trông qua cũng giống như tượng ở các cửa hàng khác. Nhưng nhìn kỹ, tôi thấy cái thần của tượng trên khuôn mặt Phật. Tôi hỏi giá. Cô bán hàng cho một cái giá cao gấp đôi một bức tượng tương tự trong các gian hàng bên. Tôi hỏi tại sao, cô cho biết đây là tượng do người anh của cô tự khắc lấy. Quả có khác. Tôi trả giá. Trả qua trả lại tới khi bị dục lên xe, tôi bỏ đi. Cô bán hàng chẳng thèm gọi lại. Đi được một quãng khá xa, sắp sửa trèo dốc lên trên đường, tôi vội chạy lại, rút tiền ra trả. Tôi biết, nếu không mua được bức tượng này, tôi sẽ không ngủ yên!

Một lần khác, lần này ở Saigon, tôi tới nhà sách Hòa Bình cũ bên hông Nhà Thờ Đức Bà. Nhà sách đã trở thành một cửa hàng bán đồ đạo. Tượng tràn đầy phòng. Tới khu bán tượng gỗ, tôi đảo mắt sơ qua một vòng. Bức tượng Đức Mẹ giữ tôi lại. Tượng chỉ cao cỡ hai gang tay, bằng gỗ mộc, không véc-ni, không sơn siếc chi cả. Khuôn mặt thì cũng được thôi, nhưng chiếc áo choàng mới thu hồn tôi. Cả tượng là một khúc cây còn nguyên vỏ. Người tạc tượng đã dùng cái dáng của miếng vỏ cây như dáng một tà áo bay theo gió. Trên vỏ cây mộc lại có những đường chạy như những nét gấp của áo. Cuối vạt áo là những đường bẻ gẫy tự nhiên khiến mép áo có đường lồi ra lõm vào như một tà áo no gió. Cái khéo và thông minh của nghệ nhân là đã lợi dụng được nét đẹp của cây để biến thành nét tự nhiên của tượng. Tôi cầm tượng tới quầy tính tiền mà chẳng cần biết giá. Cái giá họ tính quá rẻ. Tôi thấy mình mang tội bất công nếu chỉ trả theo cái giá đó. Tôi hỏi lai lịch bức tượng và được biết do người ta gửi bán. Tôi ngỏ ý muốn gửi thêm tiền cho người khắc tượng, họ không nhận vì qua nhiều trung gian rất bất tiện. Tôi ôm tượng về mà nghĩ rằng mình… trúng số!

Thuở còn là sinh viên, tôi mê bức tượng *The Thinker* của Rodin. Mê lắm. Tôi chỉ được nhìn tượng trong một tờ báo nghệ thuật của Mỹ cũng đã mê rồi. Sang bên đây, tượng *The Thinker* giả thiếu giống chi. Nhưng tôi không mua mặc dù giá rẻ rề. Giả có khác thật. Khi có dịp tới Bảo Tàng Viện Louvre ở Paris, tôi đứng sắp hàng mua vé vào chỉ với mục đích một lần diện kiến Người Suy Tưởng thực thụ. Vậy mà vì hàng người quá dài và thời gian lưu lại Kinh Đô Ánh Sáng không nhiều, tôi đành phải bỏ *The Thinker* một mình đi lang thang qua nhiều nơi chốn đã nằm trong tim tôi từ những ngày thanh niên. Tôi tới vườn Luxembourg. Trời nắng nhạt. Vườn thưa người vào giấc trưa của một ngày trong tuần. Tôi ngồi trên một chiếc ghế gỗ ngắm những pho tượng trắng in hình trên những tàng cây xanh. Trưa đó tôi no tượng đến quên ăn!

Paris là thành phố của tượng. Nhà thơ Đỗ Khiêm cũng đồng ý như vậy trong cuốn *Ký Sự Đi Tây*: *"Paris lắm tượng, ai chẳng biết, từ những tượng hiền lành bờ vai trắng có lá vàng rơi vườn Lục Xâm đến tượng đàn bà tròn trịa nằm hớ hênh trên cỏ mướt vườn Tuileries nhưng không có tượng Robespierre."* Robespierre là ông nào, tôi chỉ biết lơ mơ mà cũng chẳng buồn tìm hiểu. Nhưng ông thần *Apollo* mặc có mỗi cái lá nho thì tôi biết. Không biết ông này còn khuya mới có bồ bịch! Tượng *Apollo* là một bức tượng đẹp. Đẹp đến ông Bùi Giáng cũng phải tỉ tê.

Ông là rất mực đàn ông
Nếp nền vi diệu chơn không vi huyền
Ông từ Hy Lạp uyên nguyên
Thần công thái thậm uy quyền thái sơ
Ông từ bờ cõi bơ vơ
Trút về gò đống tóc tơ địa cầu
Một con mái đậu bồ câu
Một con gái một hương màu một con
Đăm chiêu con mắt trông mòn
Nghìn xa vẳng gọi vuông tròn đầy tay.

Tượng là đẹp. Chẳng thế mà các nhà văn, nhà thơ khi nói tới vẻ đẹp chỉ cần hạ bút "đẹp như tượng" là độc giả biết ngay là đẹp! Thí dụ như nhà văn Vũ Quỳnh Hương viết trong truyện *Miền Vĩnh Phúc*: *"Dáng nó nhỏ nhẹ buồn buồn, mái tóc vàng không cuốn chải thả hết về sau lưng, khuôn mặt nhìn nghiêng đẹp như một pho tượng trắng."* Đẹp nhưng tùy theo tâm trạng người ngắm, tượng buồn vui với người. Buồn cũng có thể đứng bất động như tượng được chứ!

Thân bị giam giữ trong cái gọi là trại Cải Tạo, sức nào mà không buồn.

Ở đây có phố sương mù
Có người như tượng đứng thu bóng chiều
Ở đây có núi đìu hiu
Đá mòn mỏi thở nhịp theo hơi nguồn.

(Trịnh Cung)

Người như tượng nhưng tượng cũng có thể như người. Chuyện bức tượng Tiếc Thương nơi Nghĩa Trang Quân

Đội Biên Hòa xuống đường tha thẩn như người là một câu chuyện khá thương tâm. Chuyện tượng của nhà văn Y Uyên tình tiết hơn. Nhà văn Y Uyên đã bỏ mình trong một trận phục kích, bên dòng suối, dưới chân núi Tà Lơn, Phan Thiết từ ngày còn rất trẻ, chỉ mới 26 tuổi. Vậy mà anh cũng đã để kịp cho đời được 6 tập truyện và một truyện dài. Sau khi anh mất, bạn bè đã hợp sức nhau lại làm cho anh một bức tượng bán thân bằng đồng cao lớn bằng người thật, nặng khoảng 50 kí. Tượng được điêu khắc gia Đỗ Toàn thực hiện ở Quy Nhơn. Nhà thơ Mang Viên Long mang bức tượng này về Tuy Hòa chờ ngày mang vào Saigon đặt nơi mộ nhà văn Y Uyên ở Nghĩa Trang Gò Vấp. *"Tôi đặt tượng Y Uyên trong phòng trọ của tôi mấy hôm. Đêm thứ hai, tôi ngủ mơ bỗng thấy Y Uyên về, cười nói, chuyện trò như ngày nào. Tuy vậy, trông nét mặt và dáng vẻ có đượm nét buồn. Đêm thứ ba, gặp lại Y Uyên. Tôi hơi lo. Và cũng hơi sợ, vì tôi sống riêng một mình trong căn phòng vắng vẻ nằm sâu trong một con hẻm. Tôi mua một thước vải vuông màu đỏ, phủ lên bức tượng."*

Năm 1984, gần 15 năm sau ngày Y Uyên mất, nhà thơ Mang Viên Long mới có dịp trở lại Xóm Mới thăm gia đình Y Uyên. Bức tượng đã được đặt sau vườn nhà. Chuyến đi của bức tượng từ mộ phần về với gia đình cũng là một chuyến đi… tâm linh. "*Chú Vượng đặt một bàn tay nơi lỗ tai bị cưa đứt của bức tượng, kể cho tôi nghe lại đầu đuôi của câu chuyện mà chú cho là "rất kỳ lạ". Sau 75, một đêm ông cụ nằm mơ thấy Uy (tên thật của Y Uyên) trở về bảo hãy mang anh về nhà, anh đang bị lạnh lẽo, buồn bã. Sáng ra ông cụ nói chuyện với cả nhà, vì lâu nay ông cụ ít khi thấy lại Uy.*

Đêm sau cũng lại thấy anh về. Chiều hôm ấy một người bạn quen với Uy lúc xưa đến báo cho gia đình biết, trong lúc dắt xe đi bán giò chéo quẩy, tạt qua trụ sở Công an phường thì thấy bức tượng đồng Y Uyên đang " nằm" ở đó. Anh cho biết trong buổi đi tuần tra công an đã bắt được một người vác bao tải khả nghi. Kiểm soát bắt gặp tượng đồng chưa rõ của ai. Kẻ trộm khai đã cưa mất một bên tai để xem thử có phải là đồng thật hay không. Và mờ sáng hôm ấy đã đục bệ để lấy đem đi bán đồng vụn. Được tin, gia đình đến trụ sở công an phường viết giấy báo cáo và xin nhận lại bức tượng mang về đặt bên cạnh bàn thờ của Y Uyên như hôm nay." (Thư Quán Bản Thảo, tập 18, tháng 2 năm 2005).

Tượng linh thiêng dẫn tới tượng thờ phượng. Thường thì tượng thờ không đi đôi với tượng mỹ thuật mà lại còn có xu hướng thủ cựu. Nhưng tượng trong nhà thờ kính Crystal Cathedral ở Garden Grove thì lại khác. Mỗi bức tượng là một công trình nghệ thuật dễ cho tín đồ hòa nhập vào không khí thánh thiện hơn. Còn tượng ở phần lớn những nơi thờ phượng là tượng… thờ. Tượng để tín đồ cầu xin hơn là ngắm nghía. Mà nếu có ngắm thì cũng là ngắm bằng con mắt sùng mộ hơn là con mắt nghệ thuật. Lòng sùng mộ hình như tăng theo kích thước của tượng. Tượng càng lớn càng dễ làm người ta kính sợ hơn. Trước kích thước của tượng con người dễ bị dìm xuống cảm thấy mình nhỏ nhoi thấp hèn hơn. Tại Thiền Viện Vạn Hạnh ở Đà Lạt, một bức tượng Thích Ca cao 24 thước, đài sen có đường kính 20 thước vừa được khánh thành vào ngày 18 tháng 3 vừa qua. Tượng được đặt trên một ngọn đồi và là bức tượng Phật lớn nhất Việt Nam hiện nay.

Bước chân vào một nơi thờ phượng, chúng ta cứ hoa cả mắt. Tượng lớn tượng nhỏ được bày la liệt khắp nơi khắp chỗ. Có nhiều tượng thánh chúng ta không thể biết được hết. Chúa thì mỗi tượng một tư thế: Chúa chịu chết, Chúa phục sinh, Chúa lên trời, Chúa làm vua, Chúa hài đồng, Chúa Ba Ngôi… Đức Mẹ thì cũng Mẹ lên trời, Mẹ Hằng Cứu Giúp, Mẹ Chúa Hài Đồng, Mẹ La Vang, Mẹ Lộ Đức, Mẹ Fatima… Phật thì cũng phong phú vô cùng. Trong tài liệu *"Giải Thích Về Hệ Thống Tượng Phật Trong Chùa"* của tác giả Nguyễn Đức Can, ông đã chỉ rõ : *"Ở trong chánh điện thờ Phật, chỉ có cái ý thờ Phật mà thôi, nhưng Phật có tam thân là Pháp thân, Báo thân và Ứng thân. Cách bài trí các tượng Phật ở chánh điện theo đúng ý nghĩa ấy cho nên ở lớp trên cùng là thờ Pháp thân Phật, tức là thờ thường trụ Phật ở trong vũ trụ. Ở lớp thứ hai thờ Báo thân Phật, tức là thờ Thụ-Dụng trí-tuệ Phật ở cõi cực lạc. Ở lớp thứ ba là thờ Ứng thân Phật, tức là thờ Phật đã hóa hiện ra xác thân ở trần thế. Từ lớp thứ tư trở xuống bày những cảnh quan hệ đến đến lúc sơ sinh của Đức Thích Ca Mâu ni Phật và những tượng của các vị thần khác."*

Tín đồ cần nhìn thấy tượng để được nhắc nhở tới các đấng thần linh chứ các đấng thần linh đâu có cần náu mình vào gỗ đá hay thạch cao để ngự trong lòng chúng sinh. Nhưng nếu chúng sinh chỉ vụ vào tượng, đồng hóa tượng với Đấng Linh Thiêng thì còn chấp lắm. Nhà văn Lâm Chương, trong truyện ngắn *Uống Trà Đi* , đã cho nhân vật Bi , tu tại một cái am, buông bỏ mọi chấp để chỉ biết tới căn cốt của Đấng Từ Bi. *"Tôi đến lần trước, anh Bi đã tu trong cái am này hơn mười bảy năm. Anh nói, mười bảy năm không nghĩa lý gì so với một vòng chín mươi chín ngàn năm mặt trời xoay quanh dãy thiên hà. Con số thời gian dài chóng mặt, trí ngắn con người không đo nổi. Tôi hỏi, sao anh không vào chùa? Anh bảo, Phật ở trong tâm. Tôi tự hỏi, Phật ở trong tâm mà sao tâm địa người đời thể hiện ra toàn là những ác ôn dao búa?... Trong am bài trí đơn sơ gọn gàng. Phía trước thờ Phật. Phía sau, ngăn cách bởi bức vách, kê một chiếc giường nhỏ làm chỗ ngủ. Anh Bi nấu nước pha trà. Tôi thắp nhang lễ Phật. Tượng gỗ thì ngồi đây, mà Phật thì xa muôn trùng. Lòng tôi không nghĩ thấu điều gì xa hơn một đời sống vụn vặt hàng ngày."*

Tượng là tượng. Đồng hóa tượng với Đấng mà con người tạc tượng để thờ nghe ra có điều không ổn. Gỗ đá có thể bị hủy diệt với năm tháng. Trong truyện *"Mọt Tượng"* của nhà văn Ngô Nguyên Dũng, sư cụ chùa Mai Sơn, vì chiến tranh đã phải rời chùa cũ về chùa mới. Mối bận tâm không dứt của sư cụ là chưa thỉnh được bức tượng Quan Thế Âm về với mình. Trước khi chạy loạn, sư cụ đã cẩn thận chôn bức tượng bên gốc sứ sau chùa, dưới một tảng đá lớn. Khi tình thế đã tạm yên, sư cụ tuổi già sức yếu không thể về chùa Mai Sơn để thỉnh tượng, đã sai một chú tiểu đi. Đó là một bức tượng nhỏ nhưng sư cụ rất quý. Tượng có một xuất xứ riêng. "*Vài năm trước ngày chia đôi đất nước, lúc tình thế còn hỗn mang, một hôm có anh thanh niên ghé ngang Mai Sơn Tự xin tá túc một khoảng thời gian. Anh ta là thợ mộc, biết đẽo khắc tượng gỗ. Sư cụ không nhờ, nhưng ngày nọ, anh vào rừng vác về một khúc gỗ huỳnh đàn. Thế là suốt buổi anh ta cày cục nâng niu đẽo thành tượng Phật. Trước đó anh ta còn kỹ lưỡng ngâm gỗ trong nước bông sứ. Hỏi để làm gì thì anh bảo, có vậy gỗ mới dẻo dai bền vững với thời gian và lúc nào cũng thoảng hương hoa. Sau vài tuần, anh hoàn tất bức tượng. Sư cụ bảo rằng, chưa thấy tượng Phật nào có thần sắc từ bi nhân ái như thế. Tượng nhỏ thôi, chừng ba gang tay, vậy mà chỉ cần nhìn qua diện mạo, đã thấy cái tâm vô biên vô lượng hiện ra rành rành."*

Chú tiểu Bửu vượt đường xa, trải qua bao gian nan vất vả mới về đến chùa Mai Sơn, đào tượng. *"Tiểu Bửu quì gối, tay cầm xẻng con, thận trọng xắn đất. Khí trời thoáng mát mà lưng áo tiểu Bửu rịn ướt mồ hôi. Tự dưng chú nghĩ tới thắc mắc ngây thơ của tiểu Hạnh: "Không biết sư cụ đòi đem bức tượng về làm gì?"Phải rồi, chi vậy? Không phải tất cả hình tượng đều là vọng tưởng sao? Tại sao không "ưng vô sở trụ nhi sanh kỳ tâm" như kinh Kim Cang đã dạy? Tiểu Bửu còn đang lan man tự hỏi, chợt giật thốn người khi có cảm giác lưỡi xẻng chạm phải vật cứng. Chú nới tay, xới từng lớp mỏng. Mồ hôi chú lăn thành dòng xuống cổ áo. Tiểu Bửu tận dụng thị lực, soi chăm chăm vào hố đất con. Đoán thấy đủ độ sâu, chú vất xẻng, dùng tay không cẩn thận bới quanh vật thể được bọc trong nhiều lớp vải, miệng lâm râm niệm Phật. Chú mọp người, khuân khối vải đặt bên miệng hố, chỗ sáng trăng. Tim chú đập liên hồi. Chú phủi sạch đất cát, run tay tháo vải. Nước mắt chú tuôn ràn rụa khi nhận ra pho tượng vẫn còn bóng ngời chất gỗ quí. Chú lẩy bẩy nâng pho tượng lên, toan áp má vào mặt tượng thì... trời ơi, chú thấy từ lòng tượng rỉ ra từng dòng trắng đục như sữa. Hai mắt tiểu Bửu trợn ngược, miệng lắp bắp không tròn câu:*

- Mô... mô... Phật, tượng ở... mọt ăn!

Rồi chú buông tượng xuống đất, khóc nghẹn!"

03/2005

TÙ

Nhiều tháng trước tháng tư năm 1975 có một khóa huấn luyện nhiều ngày về cải cách hành chánh cho các cấp chỉ huy các Bộ Sở Trung ương tại Trung Tâm Chí Linh, Vũng Tàu. Trong một buổi tối trước khi ngủ, chúng tôi nằm trên những chiếc giường cá nhân tán chuyện gẫu với nhau. Một anh bỗng cầm tay tôi, nhìn sơ qua, rồi kéo tôi ra chỗ ánh đèn sáng nhất săm soi nhìn bàn tay tôi. Anh không nói gì. Anh xem chỉ tay tiếp cho một số người khác. Mỗi lần coi xong, anh vẫn ngậm miệng rồi vội vàng chụp một bàn tay khác. Anh nằm vật ra giường, mặt đần ra. Mọi người xúm vào gặng hỏi mãi, anh mới dè dặt nói. Lạ quá! Sao lạ vậy cà? Tôi coi số ông nào cũng đi tù cả là làm sao? Chúng tôi phá ra cười. Rồi tranh nhau bình… loạn. Xem nào, chắc mắt ông có chữ tù dính vào rồi chứ gì! Giải nghệ đi cho rồi ông thày ơi!

Một giọng nói từ góc phòng bắn ra. Thì tù cha nó hết cả chứ còn gì nữa! Tụi mình đang xổng tù đây này. Tôi cá với các ông là những bà cai tù ở nhà giờ này đang tưởng tượng đủ thứ cho lũ tù xổng chuồng này đấy! Câu chuyện qua đi. Coi như một chuyện vui. Tới khi gặp nhau lại trong cái gọi là trại học tập cải tạo, chúng tôi mới phục tài ông bạn xem chỉ tay. Thì tù cả nút chứ còn gì nữa!

Không bao giờ nghĩ là mình đi tù nên khi vào tù người cứ bàng hoàng ngơ ngẩn. Chúng tôi bị đẩy vào một hoàn cảnh không ngờ một cách chóng vánh nên người như chết trân, chẳng còn phản ứng gì được. Người có tính lo xa, chán nản, buồn khổ thì rơi vào tình trạng rầu rĩ quá mức. Người có tính bất cần, mặc mẹ nó, tới đâu hay tới đó, chết là cùng chứ gì thì tỉnh bơ ngồi xổm lên trên hoàn cảnh. Chúng tôi ở thái cực này hoặc thái cực khác. Khi con người đã lâm vào ngõ cụt, chẳng toan tính gì được nữa thì coi mọi sự như pha. Chúng tôi vẫn nghịch ngợm với nhau. Những con người cùng một tâm trạng tìm tới với nhau.

Một bữa, tôi tìm tới chỗ nằm của anh tu bíp bất cần có biệt danh là Bác sĩ Django. *Này ông, ở trong này được cái tiện là đi bác sĩ dễ dàng quá , cứ quần xà lỏn áo may ô là xong ngay!* Anh Dzango trợn mắt quát. *Ăn nói đúng quá nhỉ! Bệnh gì, khai ra?* Tôi cười cười. *Bệnh đau bụng!* Lại quát. *Ăn uống có cái đếch gì đâu mà đau bụng! Quái nhỉ!* Kể lể. *Chẳng là sáng nay có thằng bạn đi ngoại giao đâu được cái bánh giò bằng nắm tay, nó chia cho một miếng nhỏ, ăn vào là thấy đau bụng!* Nạt nộ. *Bánh có nhân thịt không?* Gật đầu. *Có! Nhưng chỉ một chút bằng đầu ngón tay út!* Thở phào.

Đấy! Bệnh là ở đấy đấy. Cậu lâu ngày không được ăn thịt, bao tử nó quen rồi. Bây giờ tự nhiên (nuốt nước miếng) nhét thịt vô đau là cái chắc. Cho đáng kiếp! Ôm bụng. *Làm sao bây giờ?* Lên giọng. *Lần sau, nếu bạn bè có cho bánh giò thì cậu cứ đưa tớ ăn cho là xong!*

Ông bạn đồng liêu xưa và đồng tù nay một bữa kéo tôi ra một góc sân, ghé vào tai nói như nói thầm. *Đố cậu biết Hiệp Định Ba Lê có bao nhiêu điều?* Ông này bỗng nhiên dở chứng. Vừa lên lớp nghe nói ra rả về cái hiệp định bị xé toang hoang ra chưa chán hay sao mà còn bày đặt vấn. Bực mình. *Nó có bao nhiêu điều thì kệ mẹ nó!* Vẫn nụ cười trên môi, ông bạn tự trả lời. *Nổi nóng chi vậy? Hiệp Định Ba Lê chỉ có một điều: Điều 21!* Tôi phá ra cười. Chẳng là giảng viên chính trị sáng nay cứ thao thao mắng Đế Quốc Mỹ không chịu thi hành điều 21 của hiệp định là bồi thường chiến tranh cho Việt Nam! Những điều khác lơ đi hết.

Ông tù nằm bên cạnh tôi là một ông Giám Đốc già. Già là trông thấy ông già chứ tuổi ông chưa quá năm mươi. *Vợ con moa đi hết rồi. Moa muốn đi thì đã đi từ trước ngày 25 rồi!* Hỏi móc. *Sao bố không đi?* Cười trừ. *Thế mới nói!* Ông bạn đồng sự với ông Giám Đốc cười xoạc ra tới mang tai. *Thế mới vào tù. Bố mày mê em út nên dính chân dính cẳng. Bây giờ bố ở tù chắc em kiếm kép khác chứ chờ gì được bố!* Bố già hực lên, cười nhạt. Tối hôm đó, trằn trọc chẳng ngủ được, tôi… đặt lời nhạc. Bài ca chúng tôi bị bắt hát ra rả ngày nọ qua ngày kia là bài Trường Sơn Đông, Trường Sơn Tây được tôi cải biên. Sáng hôm sau, tôi kêu anh bạn đồng sự với bố già ra rỉ tai hát cho nghe. Anh cười sằng sặc, kêu bố ra. *Thằng này nó giễu bố đấy bố ơi! Bố có muốn nghe không?* Cười. *Sợ đếch gì mà không nghe!* Tôi hát nho nhỏ đủ cho hai người nghe. *Cùng đứng ngắm chung một vầng trăng/ Hai đứa ở hai đầu xa thẳm./ Đường ra về mùa này đẹp lắm./ Người bên Đông nhớ người bên Tây/ Ở bên Đông anh ăn, anh ăn khoai sắn hơi nhiều/ Con đường cải tạo khó khăn gập ghềnh cho đời anh nát/ Hết rắn rồi anh bắt cóc anh ăn!/ Còn bên Tây em sống vẫn phây phây/ Hết ăn rồi lái xe đi tìm kép/ Biết rằng em bắt được kép lạ/ Chắc em quên đời có anh rồi!/ Em lên xe trời đổ cơn mưa/ Chiếc quạt nước xua đi nỗi nhớ/ Anh gánh nước, nắng về rực rỡ, chiếc đòn ngang nặng chĩu thân khom./ Từ bên anh đưa sang bên em/ Những cơn dài nhớ nhung hàng vạn kiếp...* Bố cười. Nụ cười trông khá xộc xệch!

Tìm vui trong tù, khó lắm. Nhưng hình như chúng tôi tìm vui hơi trễ. Ông Cao Xuân Huy bày cuộc vui sớm hơn nhiều. Trong cuốn hồi ký *"Tháng Ba Gãy Súng"*, nhà văn nhiều máu tếu này đã kể lại lúc bị bắt làm tù binh. Khi đoàn quân Thủy Quân Lục Chiến di tản bị kẹt lại đã hết phương chống đỡ, bị Việt Cộng bắt, họ... giỡn ngay tức thời.

"Có tiếng nói từ trong đám tù binh.

- Yêu cầu cho nước uống

Nhiều tiếng khác vang lên, lúc đầu còn rời rạc, càng lúc càng ăn nhịp dần, cuối cùng có cả tiếng vỗ tay bắt nhịp.

- Nước! Nước! Nước!

Cứ như vậy cho đến khi nước uống được hai ả du kích cái mang ra.

Nhiều người bu lại uống nước, lúc đầu còn uống tử tế,

đến thùng thứ ba được mang ra, cũng vẫn nhiều người bu lại, nhưng chỉ một số người uống nước, số khác giả vờ chen lấn giành nước để bóp vú hai ả du kích.

Nhiều tiếng chí chóe vang lên. Tên Việt Cộng đứng ngoài hắng giọng hỏi.

- Cái gì ồn ào thế?

Thùng nước được hất đổ kèm theo nhiều tiếng nói.

- Hết nước rồi, yêu cầu cho thêm.

Tên Việt Cộng đứng ngoài ra lệnh.

- Đề nghị hai đồng chí mang thêm nước.

Khi thùng nước kế tiếp được mang ra, màn bóp vú lại tái diễn, và khi hai nữ đồng chí được đề nghị mang thêm nước lần nữa thì trốn luôn.

Không còn nước, không còn đàn bà, mọi người ngồi trở lại trong hàng. Một người lính vừa ngồi xuống bên cạnh quay sang nhìn tôi cười.

- Đụ mẹ, bị bắt mà còn được bóp vú Việt cộng, đã quá!"

Sống trong tù là sống trong sự bấp bênh. Người ta phó mặc cho số mạng. Nếu Chí Phèo lâm vào bước đường cùng nằm lăn ra ăn vạ thì dân tù chúng tôi khi bất lực với cuộc đời mình coi đời như pha. Đời trôi thì mặc xác nó trôi.

Về đây nắng buốt cả ngày,
Trưa không buồn ngủ ngồi say thuốc lào.
Saigon gần biết là bao
Mà xa như cả vì sao trên trời.
Ngoài sân chiếc lá vàng rơi
Khoanh tay ngồi để sự đời trôi qua.

(Tạ Ký)

Sự đời trong tù nhiều khi khá bi hài. Trong hồi ký tù *"Đại Học Máu"*, nhà văn Hà Thúc Sinh vẽ lại một trong những hoạt cảnh bi hài đó.

"Một đám tù đương đứng tắm "chuồng cời" cạnh giếng. Bỗng nhiên quản giáo Dương xuất hiện, nhanh quá không ai kịp mặc quần áo. Những người nhanh chân nhảy ngay đến những cái phuy đặt rải rác quanh giếng để giấu đi một phần thân thể. Bùi Vịnh, chậm chạp, khi ngó lại thì không còn cái phuy nào cả, anh đành đứng yên tại chỗ và giơ tay bụm lấy "chim"... Quản giáo Dương bỗng mỉm cười ác độc. Hắn hét bảo Bùi Vịnh: "Mày bỏ tay ra và giơ cao lên cho tao coi". Thân tù, Bùi Vịnh không thể nào làm được cái gì khác hơn là tuân lệnh. Anh đứng giữa sân, hai tay giơ cao, tồng ngồng như một con vượn. Tên Dương lừ một ánh mắt khinh bỉ rồi chửi: "Mày có thấy mày dơ dáng dại hình không? Mày phải nhớ rằng mày thua một con vật xét trên mặt tư cách. Vì con vật nó còn có cái đuôi, nó biết dùng cái đuôi để che giấu đi những cái không đáng khoe ra. Mày nhìn lại mày coi..." Trong khi quản giáo Dương đang chửi mắng thậm tệ thì quản giáo Hồng từ nhà 2 bước ra phía giếng, không cần để ý đến sự có mặt của Dương, hắn hét mấy thằng tù đang lâm nạn: "Mặc quần áo đi vào trong nhà tôi nói chuyện". Quản giáo Dương nhìn Hồng uất ức ra mặt, nhưng có lẽ đã quá rõ tính Hồng nóng nẩy, lại mang quân hàm Trung Úy trong khi hắn chỉ là Chuẩn Úy, hắn đành hậm hực bỏ đi một nước. Khi thấy Dương bỏ đi, Hồng quay lại đám tù cười cười nói nói một câu không ai ngờ: "Muốn tắm nữa thì cứ tắm đi. Nhưng đừng tắm truồng trước mặt nó. Thằng ấy nó mất vợ về tay

ngụy các anh đấy. Cứ giơ b... ra trước mặt nó, nó thấy lẫm liệt, nó lại liên tưởng đến chuyện xưa và đâm uất lên".

Chuyện tắm táp luôn luôn là một chuyện khôi hài. Nó giúp vui cho những tháng ngày thiếu chuyện vui của chúng tôi. Thường thì tù đàn ông với nhau cả, cứ... thiên nhiên như đang ở bãi tắm tiên! Tại trại Long Thành chúng tôi có quây được một khoảnh đất rộng chừng 4 thước mỗi bề. Đi lao động về là ùa nhau xách nước ra tắm. Người đông, chỗ tắm chật hẹp, dân làng tếu không phải là ít, mỗi người một câu, mua cho nhau được tiếng cười. Nhưng nhiều khi câu tếu nặng quá, nhất là cái tếu nhắm vào cái đàn ông nhất trong các món đàn ông, mất vui đã đành, còn gây thêm những trận khẩu chiến khi nhỏ khi lớn. Nhìn các bạn đồng tù cãi lộn nhau , đôi khi vì những lời nói rất trẻ con, tôi chẳng thể nghĩ được là chỉ mới mấy tháng trước đây, họ đều là những bậc mẫu nghi thiên hạ, đi đứng nói năng rất là... cấp lớn!

Chuyện tiện nhỏ cũng là chuyện dài. Nhà tiểu tiện là một đường mương chảy xuống một cái hố đào. Thứ nước gọi là nước thải không được coi như là nước thải. Nó cũng có... nhiệm vụ đàng hoàng. Mỗi đội đều ra hố múc lên để tưới vườn rau cải thiện của đội. Nhu cầu thì nhiều mà các nhà máy lọc làm việc không đủ chỉ tiêu nên thường thường phải tranh nhau vơ vét. Một buổi sáng sớm, khi anh em ra giải thủy đón ánh mặt trời, bỗng thấy nhà tiểu được tân trang. Nơi một góc có một cái phễu lớn nối tiếp bằng một ống máng dẫn ra một cái thùng phuy đặt ở phía ngoài. Một anh đội trưởng đã có sáng kiến đặt hệ thống... dẫn thủy nhập điền này để tranh nước thải về đội mình. Nhiều anh không thích cái trò phỗng tay trên này nên cương quyết không phóng tia nước vào phễu. Anh đội trưởng có sáng kiến bèn phải nỉ non năn nỉ. Một cây tếu đã lớn giọng mắng mỏ rất… cách mạng: "Các ông là thứ bóc lột tinh vi nhất. Biết rằng chúng tôi chẳng còn cóc gì để bóc lột, các ông bóc lột cả cái thứ mà chúng tôi chẳng thể giữ trong người được! Biết không?"

Cứ bóc lột nhau những niềm vui, chúng tôi sống qua ngày. Niềm vui thanh tao nhất là làm thơ. Thơ tâm sự thì giữ kín trong đầu. Hé ra "ăng ten" chúng nghe được lên mách bu thì bị gọi lên làm việc phát mệt. Cứ thơ… thẩn cho nó vui cửa vui nhà. Trại Long Thành có một khu nhà nữ biệt lập giam giữ các nữ dân biểu, công chức và cả bà Bí thư của Tổng thống. Đó là khu vườn hoa của đám tù nam. Những đóa hoa này cao sang lắm. Nhìn các chị tay vo giấy đi ra nhà số một, thế mà cũng ra thơ. *Tay tiên cầm giấy lụa đào...* Nhưng thú vị nhất là làm thơ đối đáp. Một anh giả danh các chị ra thơ.

Thiếp ở bên này có máy may
Cớ sao quân tử lại may tay?
Hôm nào rỗi rảnh qua chơi thiếp
Đôi ta khẩn trương máy tối ngày!

Một… thi sĩ khác bèn trả lời.

Biết rằng nương tử có máy may
Bên này chúng tớ vẫn may tay
Cơm ngày hai bữa ăn như thế
Sức đâu mà rủ máy tối ngày!

Chuyện muôn thuở vẫn là chuyện ông Adam và bà Eva. Những anh Adam bị giam giữ nơi nhà tù lâu ngày chẳng tránh được những phút ngơ ngẩn. Sau này, khi thời gian ở tù đã lâu mà ngày về vẫn thăm thẳm mù mịt, cách mạng bầy ra trò cho vợ lên thăm nuôi 24 tiếng. Không phải ai cũng được... đặc ân này. Phải có điều kiện này kia. Đó là một thứ phần thưởng mà người treo giải chẳng mất gì nhưng người thi đua tiến bộ vẫn cứ phải thi đua. Biết là bất nhẫn nhưng phần thưởng lớn lao quá nhắm mắt sao đành. Khi tù được lệnh dựng những chiếc lều tranh nơi khu thăm nuôi được đặt tên là "Nhà Hạnh Phúc" thì dân tù đã nao nức lắm. Nhà sử học Tạ Chí Đại Trường, trong hồi ký *"Một Khoảnh Việt Nam Cộng Hòa Nối Dài"* đã kể lại.

"Một đơn vị ở Kà Tum (Tây Ninh) nghĩ ra một cách thăm nuôi đặc biệt: cho phép vợ chồng những người "cải tạo tiến bộ" được gặp mặt nhau trong 24 tiếng đồng hồ. Một dãy nhà lá được dựng lên trong rừng, ngăn riêng từng phòng cho các cặp vợ chồng nghỉ đêm. Ta có thể hình dung ra sự hỗn loạn vồ vập của bọn thanh niên sung sức bất ngờ bị ngăn cấm lâu ngày. Các cô vợ sáng ra bơ phờ phải để các bà già đi thăm con dìu về... Nhưng cũng có người đàn bà thật cứng cỏi: "Anh biết họ quan niệm như thế nào khi cho tổ chức cuộc gặp gỡ như thế này. Dưới mắt họ, bọn ngụy đều là những kẻ chỉ biết sống bằng nhục dục, như súc vật. Em hiểu tình trạng anh bây giờ, nhưng anh hãy nghĩ lại coi, anh có thể chịu đựng sự khinh miệt ấy không. Em cho rằng dù là trường hợp riêng lẻ, chúng ta cũng phải chứng tỏ chúng ta không như họ nghĩ. Nếu trời thương anh được trở về thì chúng ta còn được dịp sum họp. Anh hãy an lòng, em vẫn đợi và không làm điều gì đắc tội với anh..." Đêm hôm đó, hai vợ chồng kéo tấm vải

ra ngoài sân nhìn trời sao, chờ sáng. Anh chồng vui nói với bạn bè: "Nó nói phải, tao phục lăn, mà ấm ức quá!"

Niềm vui chẳng bao giờ được trọn vẹn, kể cả những niềm vui hiếm hoi trong hoàn cảnh ngặt nghèo!

Đọc tới đây chắc có nhiều bạn sẽ théc méc. Tù vui nhỉ? Tù vui tại vì đây là tù… phiếm! Những niềm vui cố tìm kiếm của chúng tôi trong những năm tháng tù đầy chỉ như những khoảnh khắc chúng tôi trồi lên khỏi mặt nước để thở. Những đầy ải phải chịu khi bị dìm sâu xuống dòng nước, chúng tôi ít muốn nhớ tới, và nhắc tới. Tủi nhục không phải là một thứ dễ mà quên được!

05/2005

VỀ

Vào cuộc tung hoành không biết mỏi
Ra đi thanh thản tựa như về.

Nhà văn Mặc Thu về vào năm nguyên sơ của thế kỷ 21. Trước khi về, ông đã để lại hai câu thơ trên.

Những người sáng tác thường chiêm nghiệm bước về từ trước. Lối về thường rất thanh thản. Hình như sống đã đầy đủ, về chẳng còn là tiếc nuối. Có đi ắt phải có về. Huống chi đã sống cả đời mình, đã thương vay khóc mướn, đã nhập đồng vào biết bao cuộc sống khác. Thời gian chỉ có một nhưng cuộc sống có trăm có ngàn vai khác nhau. Lời lãi đã đầy túi. Có về, còn dùng dằng chi mà không dấn bước.

Về, như nhà văn Tam Ích, chồng một chồng sách, trèo lên sách, giẫm trên sách, đút đầu vào sợi giây thòng lọng treo trên trần nhà, chân đạp đổ chồng sách, người lửng lơ, cổ đón vòng xiết của giây trên đường về.

Về, như nhà thơ Nguyễn Tất Nhiên, tung hê hết chuyện đời, lái xe vào sân chùa, cất bước về trong cô đơn, giữa tiếng mõ tiếng kinh.

Về, như văn hào Nhất Linh, bình tĩnh xếp đặt xong xuôi mọi chuyện, cô đơn nuốt những viên thuốc giã từ, về trong bất khuất: *Đời tôi để lịch sử xử...*

Những người viết trên đã chọn lối về, chọn thời điểm về. Họ định được tử điểm.

Điểm cuối đường sương, điểm hiện dần
Hiện cùng điểm mất ở vong thân
Đáy xe, tử điểm vô hình tướng
Chết rũ theo người ở dưới chân

(Mai Thảo)

Cái ung dung tự tại của những người viết đó không phải ai cũng có được. Ngày về thường vẫn là mối lo canh cánh của những người đã có... vé máy bay. Vé cầm trong tay nhưng bước lên máy bay bằng cách nào? Hành trang cuối nghe chừng như vẫn nặng nề. Nhóm nghiên cứu thuộc Viện Đại Học Pittsburgh vừa công bố kết quả của một cuộc thăm dò theo đó thì người Mỹ "bằng lòng cắt ngắn bớt thời gian sống trên đời một chút để đổi lấy một cái chết thanh thản nhẹ nhàng". 75% dân Mỹ đã nghĩ như vậy. Theo bài viết của giáo sư Cindy Bryce phổ biến trên đặc san *Medical Care* thì "chúng tôi thấy người ta quan tâm rất nhiều đến kinh nghiệm chết. Trung bình những người được phỏng vấn cho biết họ sẵn sàng đánh đổi 7 tháng sống khỏe mạnh trong cuộc đời để tháng cuối cùng trong cuộc sống được sống tốt đẹp hơn".

Lo tới cách chết sao cho yên lành thanh thản, tránh được

những đau đớn dầy vò xác phàm trước giờ... về, đã đủ chưa? Ông chú tôi bảo đủ rồi. Bà thím tôi tính tới chuyện dành dụm tiền để lo hậu sự, ông ngửa tay bảo đưa cho ông trước ông tiêu cho sướng. Lúc nằm xuống thì sao? Lúc đó, nằm phè ra, ai muốn vứt đi đâu thì vứt! *Who cares?*

Mấy ông sống bám vào cái thứ... vứt đi đó, dĩ nhiên, nói khác. Như ông Paul Delaney, một "cố vấn cho tiền-nhu-cầu" của công ty nhà quàn và nghĩa địa *Mont Royal Commemorative Services* ở Montréal đã khuyên người ta nên sắp đặt trước đám tang của mình. Làm như vậy có lợi ba bốn bề! Thứ nhất, thường thì con cái hay người trong gia đình không ở chung trong một thành phố với người quá cố, nhận được tin buồn, lòng dạ rối bời, phải lo chuyện ma chay trong một thành phố lạ trong một thời gian gấp rút, lao đao lắm. Thứ hai, thân nhân thường hoang mang không biết người chết muốn... diễn hành lần cuối ra sao. Có muốn khách khứa thấy mặt hay không? Muốn chôn hay muốn thiêu? Nếu có chúc thư dặn dò thì nhiều khi trong lúc tang gia bối rối, chúc thư chỉ được mở ra khi mọi việc đã xong xuôi. Như vậy, làm đám mà cứ phân vân chẳng biết mình làm như vậy có đúng ý người ra đi không. Chi bằng, theo ông Paul, muốn gì mình cứ tính trước cho chắc ăn. Ai ăn? Nhà đòn ăn là cái chắc! Cái gì cũng có... giá biểu. Chết cũng có giá của nó. Quan tài giá từ 2500 tới 7500 đô, thiêu giá từ 3000 đến 5000 đô, mộ bia giá từ 1500 đến 3000 đô (dân ta muốn đá hồng ngọc, khắc hình rồng hình phượng, bỏ rẻ cũng 5000 đô), mộ giá từ 1500 đến 3900 đô. Đó là giá tính bằng tiền Canada, dân Mỹ chết rẻ hơn!

Vẫn ông Paul Delaney gạ gẫm. Cái gì cũng vậy, cứ xếp đặt trước, rẻ hơn. Này nhé, trong lúc thương tiếc người thân vừa ra đi, thân nhân của chúng ta thường có khuynh hướng cái gì cũng chọn hạng nhất. Tốn tiền! Bây giờ, lo trước, đầu óc bình tĩnh, suy tính kỹ càng, tránh được những số tiền bốc đồng. Còn nữa, xếp đặt trước mọi thứ ngay lúc này, giá cả là giá cả lúc này, mai mốt vật giá gia tăng, tốn hơn! Đã đỡ tốn, lại còn tiện hơn, bởi vì các công ty nhà quàn và nghĩa địa thường có chương trình trả góp, trả trước, chết sau. Mỗi tháng một chút, đỡ cho cái túi tiền hơn là vội vàng góp nhặt trả ngay một lúc. Chết như vậy, sướng hơn!

Về, có nhiều lối, lối thông thường nhất là kiếm một cái bệnh để có cớ mà về. Đó là về lối... cổ điển, thường không gây tiếng vang, không được... lên báo. Có lên báo họa chăng là ở những mục Cáo Phó, Chia Buồn, Phân Ưu. Về như vậy, thường! Các danh nhân, đầu óc thông minh hơn nên bầy ra được nhiều lối về... ngoạn mục hơn.

Francis Bacon, triết gia Anh nổi tiếng nhất thế kỷ 16, lại còn là một nhân vật đa tài đã từng làm nghị viên, nhà văn, nhà khoa học, đã dùng tuyết mà về. Một buổi chiều năm 1625, một trận bão tuyết lớn gầm thét bên ngoài nhà ông. Ngồi ngắm tuyết ông nảy ra ý tưởng dùng tuyết để bảo quản thực phẩm. Nghĩ là làm, ông bắt một con gà, làm thịt và mặc trời lạnh giá, ông đứng nhồi tuyết vào con gà để làm lạnh. Gà thì không biết có lạnh không, nhưng ông thì lạnh cứng tới thăng luôn!

Jean Baptiste Lully, nhạc sĩ cung đình nổi tiếng, chuyên viết các vở nhạc kịch trình diễn trong hoàng cung nước Pháp.

Ông này chết vì... nhạc. Một bữa, trong khi tập luyện cùng ban nhạc, ông say sưa múa chiếc gậy nhạc trưởng, và chiếc gậy tài hoa đã xuyên vào chân ông. Vết thương bị nhiễm trùng đưa ông về trời mấy ngày sau đó!

Horace Wells, nhà nghiên cứu tiên phong về việc sử dụng thuốc gây mê vào giữa thế kỷ 18, trong khi làm thí nghiệm với các loại khí khác nhau để tìm ra loại thuốc mê có hiệu quả nhất, ông đã nghiện chất *chloroform*. Năm 1848, ông bị bắt giữ vì đã dùng bình xịt phun *acid sulfuric* vào hai phụ nữ. Trong một lá thư viết từ trong ngục, ông cho rằng chất *chloroform* đã khiến ông hành động như vậy vì ông bị ảo giác trước khi tấn công các nạn nhân. Bốn ngày sau, ông đã tự gây mê bằng chất *chloroform* trước khi dùng dao cạo cắt động mạch đùi tự tử!

Ba danh nhân trên tử vì... nghiệp. Cũng được đi! Hai danh nhân sau tử vì... ăn uống, một lối về rất trần tục và được người đời tặng một tiếng cười.

Nhà thiên văn học nổi tiếng ở thế kỷ 16, người Đan Mạch, ông Tycho Brahe, được coi là người đặt nền tảng cho thuyết "Vạn vật hấp dẫn" của Newton sau này. Trong thời đại của ông, việc rời bàn tiệc trước khi bữa ăn kết thúc được xem là một điều sỉ nhục đối với chủ nhà. Ông Brahe, vốn là bạn thân với ông Lưu Linh, bữa đó đã gần xỉn mới tới dự tiệc. Nhập tiệc, ông vẫn cứ tì tì uống thêm. Nhiều người tới chúc mừng ông bằng cách cạn ly, ông cũng lịch sự... cạn. Rượu óc ách trong bụng, đứng lên đi xả thì vô phép với chủ nhà, ông cứ ngồi chịu trận cho tới khi bàng quang chịu không nổi đã bục ra. Về!

Attila, chắc nhiều bạn rành sử... quen ông này. Ông đã dẫn dắt đạo quân Hung Nô thiện chiến đánh chiếm hầu hết châu Á vào năm 450 sau Công Nguyên. Năm 453, ông cưới một thiếu nữ tên là Ildico. Tướng quân ngầu như vậy nhưng ông ăn uống rất ít. Tuy nhiên, quá vui trong ngày cưới, ông... xả láng. Ăn uống như hùm beo. Tối hôm đó, ông bị chảy máu cam nhưng say quá không biết gì và ông đã bị ngộp chết trong máu của chính mình!

Danh nhân Aeschylus, kịch tác gia nổi tiếng của Hy Lạp thế kỷ thứ 5 trước Công nguyên, và được coi là cha đẻ của bi kịch Hy Lạp, có một lối về rất... nghi vấn. Không hiểu ông chết vì đầu không có tóc hay chết vì đôi mắt kèm nhèm của con chim đại bàng? Chuyện như thế này. Đại bàng khi bắt được một con rùa, muốn ăn thịt , phải đập vỡ mai rùa. Đập bằng cách nào? Nó tìm một hòn đá cứng, bay trên cao, thả con rùa xuống đập vỡ chiếc mai trên tảng đá. Bữa đó, kịch tác gia đang đứng ngoài trời, một chú đại bàng cặp một con rùa bay trên cao, nhìn thấy cái đầu hói cũa Aeschylus ở phía dưới, tưởng là một hòn đá, thả ngay chú rùa xuống mục tiêu. Kịch tác gia bị bể đầu. Màn sân khấu đóng lại, vĩnh viễn!

Lối về này coi bộ... vui. Nó là một màn kịch vừa bi vừa hài của nhà viết kịch. Nhưng về cũng vui vậy. Đó là một lối thoát khỏi cuộc đời ô trọc này. Khi nhà văn kiêm nhà giáo Nguyễn Duy Diễn về, bạn của ông, nhà thơ Nguyên Sa, đã... reo mừng.

Diễn đã chết, Diễn đã chết
Chúng tôi nhảy múa hò reo
(...) Thế là nó thoát, thế là nó thoát

Cuồng lưu dằn vặt đã trôi qua
Khỏi phải nghĩ, khỏi lo âu, sợ hãi
Sự thật có phải bao giờ cũng tối như đêm
Tình ái có phải suốt đời là canh bạc lận
Lịch sử, rút lại, có phải là thằng mù sờ soạng?

Nhà văn Dương Hùng Cường, cũng một cây phiếm dưới bút danh Dê Húc Càn, chắc đã thật sự thoát. Sống trong tù, cái được khoác mỹ danh Trại Học Tập Cải tạo, thì sống với chết có khác gì nhau. Cho xong một kiếp người. Chắc chẳng có lối về nào lại... vui như vậy! Nhà văn Nguyễn Thụy Long, trong *Hồi Ức 40 Năm Làm Báo*, đã nhắc tới lối về cô đơn, thật sự cô đơn, của nhà văn Dương Hùng Cường.

"*Nhiều năm sau khi nhà văn Hoàng Hải Thủy ở tù về, gặp lại nhau, tôi hỏi Hoàng Hải Thủy về cái chết của Dương Hùng Cường, vì anh ở chung nhà tù với Cường. Anh Thủy cho biết, ngày Dương Hùng Cường chết không còn giam chung với anh, Cường bị chuyển qua một phòng giam khác, như phòng biệt giam C5, không được tiếp xúc với ai. Anh chết lúc nào đó vào ban đêm, sáng người ta khám phá ra anh đã qua đời, nằm vắt vẻo nửa trên nửa dưới sạp nằm có thể vì kiệt sức. Cái chết của anh bây giờ chưa rõ, Hồ Nam thì nói anh bị rắn cắn ban đêm, người thì nói anh bị gió độc thổi chết. Có những điều tôi không hỏi bạn rằng Dương Hùng Cường chết mở mắt hay nhắm mắt như đi vào giấc ngủ bình yên, ai là người vuốt mắt cho Cường nếu anh mở mắt trừng trừng. Chắc chắn anh Hoàng Hải Thủy cũng như Hồ Nam không biết vì các anh không ở chung với bạn giây phút cuối cùng. Có người khác nói, không phải giới văn nghệ, rằng xác anh bầm tím bị lôi ra khỏi biệt giam đặt ở gốc cây.”*

Chết như Dương Hùng Cường hình như không đi vào cõi chết. Bởi vì sống trong hành hạ, tủi nhục, man rợ trong cách đối xử giữa người với người thì còn quá cái chết. Chết trong túng quẫn như cái chết của nhà thơ Tản Đà lại là một lối về truân chuyên khác. Trong bài *Chén Rượu Vĩnh Biệt*, Nguyễn Tuân đã xót xa cho nhà thơ núi Tản sông Đà.

“Lúc tôi vào nhà 71 Cầu Mới, lòng tôi thắt lại. Ông Tản Đà còn hấp hối và đang thở hắt ra. Cứ đều đều, cứ nhẹ thế cho tới hơi thở cuối cùng. Hai môi mím khít lại, ông Tản Đà có nét mặt dăn dúm của một người chết khó khăn. Phải, chung thân làm một người bất đắc chí, sống đã chẳng được toại lòng, người nằm sóng sượt đây khó mà đi cho nó nhẹ nhõm được. Tôi bắt đầu cảm thấy hơi lạnh. Ở đầu giường bệnh, vẫn bên chồng sách bừa bãi đây đó mấy trang bản thảo. Tập di cảo! Trời! Và lẻ loi ở góc bàn vẫn cái hũ rượu cáp-giới ngày nọ. Tất cả, chỉ có thế thôi, với một đoàn thê tử yếu và đuối!”

Rũ áo ra đi, bạn tôi, nhà thơ, nhà báo Y Dịch Lê Đình Điểu có cái phong thái thật ung dung. Cả một đời 60 năm, Điểu loay hoay làm hết chuyện nọ tới chuyện kia, không lúc nào hết... sáng kiến. Biết mình bị bệnh nan y, anh vẫn không ngưng nghỉ làm việc. Anh còn làm thêm một việc khác rất dễ thương là thỉnh thoảng... phát hành một bức thư chung gửi bạn bè thông báo tình hình bệnh tật của mình một cách rất...nghề nghiệp. Trong một bức thư gửi sau khi giải phẫu, Điểu viết: *“Hôm 11 tháng 5 bác sĩ đã cho rút cái vòi voi (để hút nước từ bao tử ra), cũng có nghĩa là cuộc giải phẫu đã thành công: khúc ruột bị* cancer *không cắt đi được vì cái* tumor *quá lớn, đụng tới đại tĩnh mạch, phải để anh ấy ở yên chỗ cũ, cắt một khúc ruột khác nối lên bao tử, mở một con đường mới cho hệ thống tiêu hóa. Giai đoạn tới sẽ dùng* radiation *và* chemotherapy *trị khúc* cancer. *"Đường xa nghĩ nỗi sau này mà kinh!". Nhưng chuyện khó còn làm được huống chi chuyện... khó hơn(!) phải không các bạn?... Các bác sĩ và y tá ở đây cũng lấy làm lạ là tại sao tôi có vẻ như người không có bệnh! Họ thấy tôi ngồi nghe nhạc* classic, *viết thư hoặc nhìn ra cửa sổ ngắm cảnh (tuy cảnh chẳng có gì để ngắm), cứ như một du khách đang ở khách sạn, họ ngạc nhiên. Có cô y tá đã hỏi bà Dung: "Ông ấy không biết ông ấy bị bệnh* cancer *à?" Bà Dung bảo: "Ông ấy biết chứ." Quả thật hôm nghe bác sĩ thông báo kết quả thử nghiệm "positive" (tức là có* cancer*), tôi cũng hơi choáng một chút. Nhưng nghĩ cho cùng, năm nay tôi 60 tuổi (ta) rồi, vừa tròn một hoa giáp, cũng đủ cho một đời người. Nếu phải "ra đi" thì cứ thản nhiên lên đường thôi."*

Thư đề ngày 15 tháng 5 năm 1998, một năm sau, ngày 24 tháng 5 năm 1999, năm cuối của thế kỷ, Điều... về. Rất thanh thản. Như bỏ một cuộc chơi.

Mắt đã từ lâu mù dáng người
Tai đã từ bao lạc tiếng đời
Đứng lên gửi lại lời xin lỗi
Của kẻ ra về giữa cuộc chơi.

(Mai Thảo)

09/2004

VI

Đây là những chuyện tôi nghe được nhưng độ chính xác của chúng thì có thể khá bảo đảm. Vì những người liên quan đến những chuyện này, tôi biết. Không hiểu sao những nhân vật này đều là các bà. Một bà vợ của một ông bác sĩ có làm chính trị sợ vi trùng đến nỗi lúc nào trong người bà cũng thủ sẵn một chiếc khăn tay trắng. Đụng tới bất cứ vật gì bà ấy cũng lót bằng khăn tay: vặn quả đấm cửa, vịn tay vào lan can, mở cửa xe… Một bà khác khi qua Mỹ, đi làm tại xưởng may, đã luôn luôn cặp kè theo chiếc ghế gấp mang từ nhà đi để ngồi cho khỏi nhớp! Một bà sống ở Saigon trong một biệt thự sang trọng mà mỗi khi làm những chuyện tiện ích lớn bé đều ra ngoài vườn chứ không chịu ngồi trong phòng vệ sinh sạch sẽ trắng bong trong nhà. Sợ dơ!

Họ cẩn thận quá đáng. Cũng được đi. Nhưng cái tính cẩn

thận của một nhà thơ thì hơi… giai thoại. Cứ tưởng tượng nhà thơ Quang Dũng là một người to lớn. Có lần ông về vùng quê, trẻ em chen chúc nhau chạy theo để coi mặt ông… tây! Ông tây này ăn như hổ. Có lần Nguyễn Tuân lãnh được một món nhuận bút, bao Quang Dũng đi ăn xôi. Nguyễn Tuân chỉ ăn được một bát trong khi nhà thơ to khỏe này làm luôn một lèo tới 8 bát! Khỏe như vậy nhưng khi cùng nhà văn Kim Lân, một người ốm yếu nhỏ bé, từ quê về Hà Nội, Quang Dũng đã nhất định không đèo xe đạp ông nhà văn nhẹ cân này. Lý do: sợ bể lốp xe! Nhà ở chung cư, trên tầng ba, Quang Dũng lễ mễ vác được xe lên để trước phòng, đêm ngủ không yên tâm, phải trở dậy lấy dây thừng cột chiếc xe vào cột! Một người cẩn thận như vậy, sợ vi trùng cũng chẳng có chi lạ. Một lần nhà thơ đi thực tế ở Thái Bình, đóng chốt ở Thư Trì mấy tháng. Ác một cái là Thư Trì, như tên gọi, chỉ có toàn ao, không có một cái giếng nào. Vo gạo, tắm giặt, đánh răng, rửa mặt đều phải ra ao. Quang Dũng, sáng sáng rửa mặt, đã cẩn thận dùng một cây sào dài, móc khăn vào đầu sào, với ra giữa sông để có thể dùng "nước sạch"! Nhà thơ cho rằng nước ở giữa ao ít vi trùng hơn nước ở gần bờ ao!

Quang Dũng và các bà được tôi cho vào bảng phong thần trên biết một mà không biết hai. Vi trùng, làm sao mà tránh được! Nó có ở khắp nơi! Cái vịn tay ở cầu thang chẳng hạn, khi ta để tay vào thì ở đó đã lổn nhổn vi trùng của hàng ngàn người vịn tay vào trước. Cái bồn tắm trắng bóc trong phòng tắm, cũng ổ vi trùng đấy! Nước nóng chúng ta tắm, cũng vi trùng lềnh khênh! Muốn tránh hết vi trùng chỉ có cách là ngồi thu lu một chỗ, không đụng chạm tới một vật gì hết.

Nhưng nếu tự cầm tù mình như vậy, vi trùng chúng cũng vẫn hỏi thăm chúng ta được. Theo như nhà vi trùng học Norman Pace thuộc Đại Học Colorado ở Boulder thì da của chúng ta cũng bị bao phủ bởi khoảng 100 triệu vi sinh vật! Tránh vi trùng chỉ làm trò cười cho miệng thế!

Một nhà giải phẫu, trước khi thực hiện ca mổ, vội vàng đeo găng tay. Bệnh nhân nằm trên giường mổ, bĩu môi khinh bỉ: "Hèn! Hắn muốn trốn tránh trách nhiệm nên không muốn để lại dấu vân tay đây mà! Đồ hèn!"

Cứ ngồi thu lu trong nhà chúng ta cũng bị vây khốn bởi các vi sinh vật. Chúng núp ở đâu nhiều nhất? Chỗ mà chúng ta cho là dơ nhất trong nhà là chỗ phòng kín để chúng ta làm chuyện kín. Đừng vội cười! Không phải phòng ngủ đâu! Mà là phòng vệ sinh, nơi tưởng là... mùi vị nhất nhà, cũng không phải là ổ vi sinh vật đâu. Cái ổ vi sinh vật nằm trong giang sơn của các bà! Tôi muốn nói tới nhà bếp!

Chúng núp nhiều nhất trong miếng bọt biển dùng để rửa chén bát, rồi tới chậu rửa bát, ống thoát nước, mặt bếp, dao thớt, tay cầm tủ lạnh, khăn lau tay. Miếng bọt biển là nơi trú ẩn lý tưởng nhất của các anh tí hon cựa quậy này vì nó luôn luôn ẩm ướt và có những lỗ hổng. Chúng ta dùng miếng bọt này để rửa chén bát, lau bồn rửa, lau vòi nước là giúp các vi sinh vật tràn lan ra. Vậy thì rửa chén bát bằng... tay à? Đừng hờn mát nhau chứ! Vẫn dùng miếng bọt nhưng đừng để chúng lúc nào cũng ướt như chuột lột. Khi dùng xong chúng ta nên giặt chúng với nước nóng rồi cho vào *microwave* chạy nóng để diệt trùng, giữ khô cho đến lần dùng tới. Cái khăn lau trong bếp được dùng đi dùng lại cũng... vi khuẩn ra gì.

Tốt hơn là chẳng nên dùng khăn vải mà dùng khăn giấy, lau xong rồi bỏ. Nói như vậy, ông *Bounty*, ông *Kleenex*, các ông ấy mừng lắm. Mấy chốc mà thương vụ chẳng lên vùn vụt! Nhiều ông bà văn nghệ, ăn xong xếp chén bát dơ để đó, làm vài giờ phim bộ hay *karaoke* đã. Nay không rửa thì mai rửa, đã dùng lại đâu mà vất vả tấm thân. Nghĩ vậy là đúng ý các anh vi sinh vật đấy. Chén bát dơ ngâm lâu với đồ ăn thừa là một nồi súp bổ béo cho vi sinh vật sinh trưởng và lây lan. Rửa chén bát xong, phơi hoặc sấy khô được là nhất. Vi sinh vật chỉ có khóc! Khóc, cho khóc luôn, nếu chúng ta thỉnh thoảng khử trùng bồn rửa bát. Khử ra sao? Dùng một dung dịch pha một lít nước với một muỗng *chlorine*. Cái thớt trong bếp cũng nên đúng cách. Thớt phải nhẵn nhụi, không kẽ nứt, làm bằng gỗ cứng hoặc chất dẻo tổng hợp cho dễ lau chùi.

Theo một nghiên cứu của Đại Học Utah thì chỉ có 34% dân chúng rửa tay trước khi làm bếp và hầu hết đều không rửa tay với xà bông. Vi sinh vật chúng vỗ tay hoan nghênh sự bất cẩn này. Muốn cắt đứt tiếng vỗ tay vô duyên này, nên rửa tay khoảng 20 giây với nước ấm và xà bông trước và sau khi làm bếp với thịt cá sống. Ngay cả thịt cá sống, trước khi nấu, nên rửa kỹ để loại bớt một số vi khuẩn bám trên mặt thịt cá hầu bảo đảm là sau khi nấu, vi khuẩn sẽ hết đường bám víu.

Vi khuẩn sống hùng sống mạnh nếu có ba yếu tố: thức ăn, độ ẩm ướt và khí hậu ấm nóng. Thực phẩm của chúng ta cũng là thực phẩm của các vi khuẩn. Có điều khác là chúng ta mua nhưng vi khuẩn ăn mà khỏi mua. Đó là các thứ thịt, cá, trứng và sữa. Nhiệt độ từ 40 độ F đến 140 độ F là lý tưởng cho sức sống của vi khuẩn. Trên nhiệt độ 140 độ F, vi khuẩn sẽ bị sức nóng tiêu diệt, dưới 40 độ F vi khuẩn sẽ chậm tăng trưởng. Vi khuẩn chúng bất khuất lắm. Mới đây các nhà khoa học Mỹ đã phát hiện một loại vi khuẩn mới có tuổi thọ 32.000 năm vẫn còn sống trong lớp băng đá ở Alaska. Chúng được đặt tên là *Carnobacterium pleistocenium.* Tên gì mà dài ngoằng lại khó nhớ. Vậy mà chúng ta phải nhớ, nhớ để ghi nằm lòng mà biết sợ vi khuẩn. Khi những tảng băng tan rã, những chú li ti 32 ngàn tuổi này lại tung tăng bơi khắp nơi tức thì!

Nói sợ là sợ vậy thôi. Chỉ có một số vi khuẩn gây bệnh cho chúng ta, còn vi khuẩn cũng cần thiết cho môi sinh. Nếu không có vi sinh vật thì thì sự sống trên trái đất sẽ khó khăn và trở ngại lắm. Chúng làm mục nát, thối rữa thực vật và các tế bào động vật, nhờ đó ruộng đất phì nhiêu, hoa màu trồng trọt được và có thực phẩm cho mọi sinh vật. Nhà bác học Louis Pasteur còn cho là ngay trong bộ tiêu hóa của chúng ta, một số vi sinh vật đã có tác dụng tốt cho sức khỏe. Trong cơ thể của chúng ta có một số vi khuẩn giúp bảo vệ chống lại sự xâm nhập của các vi sinh vật có hại. Đó là lý do tại sao chúng ta chích ngừa, một trò chơi làm cho chúng ta khóc hết nước mắt khi còn nhỏ! Nguyên tắc của sự chích ngừa là lấy một lượng rất nhỏ mầm bệnh hoặc một bộ phận mầm bệnh, ví dụ như *protein* vỏ ngoài của vi khuẩn hoặc *virus*, rồi làm mất hoạt tính, chế thành thuốc chủng, sau đó chích vào cơ thể con người. Điều này không gây hại cho cơ thể mà lại kích thích hệ thống miễn dịch sản sinh kháng thể để đối kháng hiệu quả với mầm bệnh xâm nhập vào cơ thể.

Nếu cơ thể không chống được sự xâm nhập của mầm bệnh, chúng ta mắc bệnh. Phải cầu cứu tới anh kháng sinh. Vị anh hùng cứu chúa này quả có làm phiền các anh vi trùng. Hai con vi trùng gặp nhau. Một con tỏ vẻ rất tiều tụy. Con kia bèn hỏi: "Mày đau hả?" Gật đầu. "Bệnh gì vậy?". Trả lời. "*Penicilin!*"

Cái anh chàng chiến sĩ chống bệnh này nhiều khi bị chúng ta lạm dụng. Hoặc dùng khi chưa cần thiết, hoặc dùng quá số lượng cần thiết. Hậu quả là lờn thuốc sanh ra phản ứng phụ. Thậm chí có thể làm mầm bệnh đột biến *gene*, sản sinh mầm bệnh siêu cấp khiến khoa học phải đối diện với sự uy hiếp lớn hơn của bệnh. Ngoài ra, trong ngành chăn nuôi ngày nay, người ta thường cho thêm kháng sinh vào thực phẩm của động vật để nâng cao khả năng đề kháng bệnh. Khi chúng bị giết thịt, chúng ta ăn vào, thế là chúng ta cũng hấp thu một phần kháng sinh. Hậu quả là làm tăng tính chịu đựng của mầm bệnh đối với thuốc, dần dần làm kháng sinh mất khả năng đối phó với mầm bệnh. Nghiêm trọng hơn là việc lạm dụng này đã làm xuất hiện vi khuẩn siêu cấp lấy chất kháng sinh làm thức ăn để tiến hóa như trường hợp đã xảy ra cách đây mấy năm tại một bệnh viện ở Anh!

Lờn thuốc là một mối hiểm nguy. Một nhà nữ vi sinh vật học được yêu cầu cho một định nghĩa về người chồng, bà không ngần ngại nói: "Chồng là một loại vi khuẩn hay lờn thuốc, rất khó trị!"

Vi khuẩn chồng thì dễ nhìn ra, đôi khi không muốn nhìn nữa, nhưng vi khuẩn đích thực thì mắt thường chẳng thể nào thấy được. Muốn thấy dung nhan những anh vi này, chúng ta phải chúi mắt vào kính hiển vi. Thường trong các phòng thí nghiệm hiện nay, chúng ta dùng kính hiển vi quang học hoặc kính hiển vi điện tử. Chúng có những nhược điểm. Kính quang học không thể phóng đại các mẫu vật nhỏ hơn 1 phần triệu mét như *virus* và phân tử. Còn kính hiển vi điện tử thì kềnh càng và rất đắt tiền. Hơn nữa, với hai loại kính này, mẫu vật phải đặt trong buồng hút chân không, tức là phải làm chết, sấy khô rồi bị phủ, mạ. Vì thế nhà nghiên cứu chỉ nhìn được mẫu vật ở dạng không nguyên vẹn. Thế hệ mới của kính hiển vi là kính hiển vi quét đầu dò, gọi tắt là SPM. Ưu điểm của loại này là có thể quan sát trực tiếp mọi chất liệu như kim loại, bán dẫn, sứ, hữu cơ, đại phân tử… trong môi trường không khí bình thường. Nguyên lý của loại kính này là quét một mũi dò nguyên tử trên một bề mặt mẫu ở khoảng cách nguyên tử và có thể quan sát ảnh với độ phóng đại từ hàng ngàn cho đến vài triệu lần. Hình ảnh sẽ được hiển thị trên máy tính với hệ số phóng đại lớn ở dạng một chiều, hai chiều hoặc ba chiều. Giá cả dĩ nhiên rất đắt, hàng triệu đô la Mỹ. Viện Vật Lý Ứng Dụng và Thiết Bị Khoa Học ở Việt Nam vừa chế tạo thành công được loại kính hiển vi này với giá thành rẻ hơn nhiều. Trong khi đó, tại Đức, Phòng Thí Nghiệm Sinh Học Phân Tử Châu Âu và Carl Zeiss đã đi thêm một bước, chế tạo được kính hiển vi ba chiều cải tiến dựa trên công nghệ mới có tên gọi kính hiển vi soi sáng mặt phẳng lựa chọn, gọi tắt là SPIM. Với loại kính này, các nhà nghiên cứu có thể quan sát sâu vào mô của sinh vật đang phát triển trong một thời gian dài, với độ chi tiết cao hơn. Ngoài ra, kính mới này tận dụng tốt hơn chất nhuộm màu huỳnh quang thường được dùng để nhuộm các sinh vật sống trước khi đặt dưới kính. Thường các loại kính truyền thống cũ chiếu sáng cùng phương với phương nhìn khiến chỉ có thể nhìn được ánh sáng huỳnh quang trong mặt phẳng mỏng của khe kính nên hầu hết chất nhuộm bị lãng phí và nhạt đi dưới ánh sáng mạnh, tạo ra những bức ảnh kém chất lượng. Thêm vào đó, mẫu vật bị gò bó theo những cách bất thường dưới nhiệt độ của chùm sáng *laser*, làm bẻ gẫy các phân tử của cơ thể, do đó mẫu vật thường bị chết. Kính SPIM chiếu sáng mẫu vật từ một bên, vuông góc với tầm nhìn của người quan sát. Kỹ thuật này cho phép các nhà nghiên cứu soi rọi bằng chùm tia *laser* năng lượng yếu hơn nhiều và chỉ qui tụ lên vùng mà họ muốn chụp ảnh. Chất nhuộm không bị phân hủy nhanh và mẫu vật sống lâu hơn, thường là hơn 4 ngày. Nhờ đó, các nhà nghiên cứu có đủ thời gian để theo dõi sự phát triển của mẫu vật. Hơn nữa, sinh vật có thể được quay vòng và quan sát từ nhiều mặt khác nhau mà không gây ảnh hưởng gì vì nó được thả vào một ống chứa *gel* hòa tan *oxy* và nhận chìm trong một thùng chất lỏng. Các bức ảnh được tạo ra bằng một chương trình máy tính, theo đó nó chồng các hình ảnh lát cắt mỏng vào một hợp thể ba chiều như trong một không gian ba chiều.

Thế còn những chú vi trùng tinh quái núp ở chiều thứ tư, sao nhìn được? Như vi trùng của ông Luân Hoán thả ra.

mỗi lần sắp sửa yêu ai
tự nhiên mặt mũi tóc tai lạ lùng
tưởng như có triệu vi trùng
ngo ngoe đòi được nhớ nhung với mình

Vi trùng ngo ngoe của thơ Luân Hoán chưa phải là loại vi trùng có máu giang hồ. Vi trùng của nhà thơ Quan Dương còn chơi trò ngu ngơ nhảy từ một người yêu qua một người yêu.

Có một lần xưa, em ghé lại trao hôn
Con vi trùng ngu ngơ bỏ nhà đi lạc
trên môi anh. Đêm lạ nhà không ngủ được.
Chợt nửa khuya thức giấc mơ người

Con vi trùng lạc trong máu cuối đời
lây lất sống cùng nụ hôn một thuở
Nụ hôn đó bâng khuâng như duyên nợ
Mong một ngày gặp mặt trả lại em

Lại có ngày người ta trả đi trả lại nhau một con vi trùng nữa sao?

04/2005

XÂM

Sau ngày 30 tháng 4 năm mất nước, một số cựu binh sĩ của chúng ta vất vả vì xâm. Tôi gặp một người khốn khổ như vậy. Trên cánh tay anh có những vết sẹo lồi chạy dài khoảng trên mười phân trông rất mất thẩm mỹ. Thường thì anh che lại bằng tay áo sơ mi dài dù trời nóng như thiêu. Có lần anh vui miệng cho tôi biết là anh đã xóa vết xâm. Xóa vội vàng bất kể vết sẹo xấu đẹp. Hình xâm của anh? Làm gì có hình! Chỉ có hai chữ "Sát Cộng!". Anh cho biết là trong đơn vị anh, một đơn vị Thủy Quân Lục Chiến, rất nhiều người đã thể hiện tinh thần chống Cộng một cách rõ ràng như vậy. Nhưng cũng chính những vết sẹo xâm này đã thúc đẩy anh vượt biên. Nơi tôi gặp anh là bên này bến tự do.

Xâm như vậy là một sản phẩm của con người. Nhưng xâm có khi là sản phẩm của con tạo. Đó là những vết bớt hay những vết chàm trên cơ thể. Vết bớt son thường được coi là một điềm may nhưng nếu gặp lúc con tạo quá cẩn thận thể hiện sự may mắn này lên trên mặt cho mọi người đều thấy thì mệt lắm. Bớt son hay vết chàm trên mặt đều được sở hữu chủ coi như một tì vết không muốn có trên chỗ nhĩ mục quan chiêm của mình. Bớt hay vết chàm trên cơ thể thì OK. Nó không được trưng bầy ra trừ khi đi tắm biển hay thi hoa hậu! Đôi khi những thứ đánh dấu này lại là một niềm bí mật thân thiết của những cặp vợ chồng. Đôi khi, hơn nữa, nó lại là một dấu vết để kiếm tìm hữu hiệu.

Nhà báo Nguyễn Đạt, trong bài viết *"Cô Gái Sinh Năm Ất Dậu"* đã kể một câu chuyện gia đình. Tác giả Nguyễn Đạt cũng sanh năm Ất Dậu 1945, năm mà nạn đói đã cướp đi gần hai triệu con người ở miền Bắc. Lúc đó gia đình ông đang trú ngụ nơi quê ngoại, làng Hoàng Chuế, tỉnh Vĩnh Yên. *"Một buổi sáng sớm, thức dậy, mẹ tôi ra cổng, rồi ôm một đứa bé sơ sinh vào nhà. Đứa bé được quấn bằng miếng giẻ cũ rách, đặt nằm ở bụi tre trước cổng nhà tôi, tiếng khóc oe oe. Mẹ tôi quyết nuôi đứa bé sơ sinh, đứa bé từ lúc ấy là "con gái" của mẹ, giữa bao lời cản ngăn của bà con họ hàng."* Cô bé gái bị bỏ rơi đã được đặt tên là Dậu để ghi nhớ cái năm Ất Dậu tang thương đó. Năm 1949, trong một lần tản cư chạy giặc, cô bé Dậu lúc đó 4 tuổi bị lạc. Bà mẹ nuôi thương nhớ con khóc sưng mắt, tưởng đã bị mù! Bà mẹ nuôi có lòng này đã mất sau đó, trước khi mất bà dặn dò con cái về cô con nuôi đã mất tích. " *'Ở dưới vai em, cánh tay trái, có cái bớt màu son nhạt, lớn bằng đồng năm cắc'. Mẹ tôi cho rằng, hẳn nhiên một ngày nào đó, chúng tôi sẽ nhìn thấy cái bớt dưới vai của một cô gái, giữa hằng hà sa số các cô trên đời này".* Tác giả Nguyễn Đạt đã ở Đà Lạt nhiều năm, có người bạn làm việc tại Nha Địa Dư Đà Lạt. Mỗi sáng, ông có thói quen tới cơ quan của bạn uống cà phê. Nhân tiện cũng để ngắm nhan sắc và vóc dáng của một cô nhân viên của bạn tên Hạnh Phương. Sau 1975, bạn ông đi cải tạo, tác giả hỏi thăm vợ bạn về cô Hạnh Phương thì được biết cô được lưu dung, tiếp tục làm việc tại sở cũ. Mới đây, đúng vào những ngày đầu xuân của năm Ất Dậu 60 năm sau, vừa tròn một hoa giáp, tác giả Nguyễn Đạt tới thăm bạn cũ ở số 46/2 đường Hai Bà Trưng, Đà Lạt, thì gặp Hạnh Phương, lúc này đã 60 tuổi, không lập gia đình, ngồi nói chuyện với vợ của bạn ông là bà Anh. Sau đó, khi chỉ có riêng bà Anh, ông hỏi: "Chị và Hạnh Phương, hai người thân nhau lắm hả?" Bà Anh trả lời: "Tôi còn biết dưới vai nó có cái bớt nữa kia!". *"Tự nhiên tôi nổi gai ốc. Một nỗi bàng hoàng. Tôi nói với bà Anh: "Cái bớt màu son nhạt, lớn bằng đồng năm cắc thời Tổng Thống Ngô Đình Diệm, ở dưới vai trái?" Bà Anh ngó tôi sửng sốt!".* Tác giả đã nhờ cái bớt nhận ra được cô em đã thất lạc sau 56 năm trong một đất nước chiến tranh và đổi dời!

Cái bớt của cô gái sinh năm Ất Dậu là một cái bớt được việc. Đó là vết xâm thiên nhiên. Những người yêu nhau không được trời đánh dấu lại dùng những vết xâm nhân tạo để ghi dấu tình yêu của họ. Như nữ tài tử Portia de Rossi chẳng hạn. Cô đã ghi dấu tình yêu với anh kép Francesca Gregorini bằng hình xâm chiếc nhẫn có hai chữ tắt F.G. Cũng được đi nếu tình yêu của họ không tan vỡ. Nhưng tình yêu Hollywood lấy chi mà bền vững. Vì vậy cô nàng Rossi đang khổ sở đi xóa chiếc nhẫn ân tình trên thịt da. Cô đã có một cuộc tình khác. Lần này với Ellen DeGeneres. Cô nàng Rossi học được bài học trước nên, chuyến yêu đương này cô tặng người tình một chiếc nhẫn bạch kim mua ở Tiffany. Và cô cũng mua một chiếc nhẫn tương tự cho cô. Nhẫn đeo vào gỡ ra mấy hồi và chắc chắn dễ hơn nhiều!

Bài học này chẳng phải dễ học! Cô gái con tỷ phú ưa quậy Paris Hilton cặp bồ với chàng Nick Carter. Chàng Nick xâm tên cô nàng trên cổ tay. Nàng Paris viết tên tình nhân trên da thịt ở một nơi không thể tiết lộ. Hai tuần sau, rã đám! Thiệt phiền phức! Lại phải đi xóa vết xâm! Nhà nhân chủng học Stephen Juan, cư ngụ ở California nhưng dạy học tại Đại Học Sydney, Úc, đã cho việc xâm tên người tình là một trào lưu phổ thông của quần chúng bắt đầu từ 5 năm qua. *"Còn có một tờ giấy nào quý giá hơn da thịt mình để phản ánh sức mạnh của tình yêu?"* Nghệ sĩ xâm Lisa Fasulo ở Nữu Ước đồng ý cái rụp! Bà có một cửa tiệm xâm và từ hai năm nay mỏi tay xâm tên vợ tên chồng, tên người tình trên da thịt khách hàng nườm nượp kéo tới. Theo bà thì đó là một cách chân thành nhất để nói lên tình yêu vĩnh viễn. Họ nói lên ở khắp mọi nơi trên thân thể. Tay, chân, lưng, ngực, cổ và cả vùng dưới *bikini*! Ngay chính người tình của bà cũng đã xâm tên bà trên cánh tay 5 năm trước. *"Dĩ nhiên tôi rất thích. Tôi hoàn toàn cảm thấy như được thỏa mãn!"*

Xâm đang được mùa ở Mỹ. Theo *Alliance of Professional Tattooists* thì ba thập niên trước đây cứ 100 người Mỹ thì có 1 người theo đạo xâm. Con số đó ngày nay đã tăng gấp 10 lần. Chỉ cần đứng với 10 người Mỹ thì đã nắm được một anh xâm mình rồi! Ở Pháp thì xâm vẫn chưa được phổ biến. Thường chỉ có những người được coi là thành phần bình dân, bất hảo như bọn côn đồ lưu manh, bọn đầu trộm đuôi cướp, gái điếm mới chơi hình xâm. Thường họ xâm những hình trái tim có mũi tên xuyên qua hay những câu khẩu hiệu. Ngày nay, chính ra là từ thập niên 1970, xâm có phần dễ thở hơn. Và đã đi vào nghệ thuật. Phòng xâm của nghệ nhân Dimitri là một phòng xâm… trí thức! Doanh nghiệp của ông có 7 nhân viên tọa lạc tại vùng Saint Germain en Laye, thuộc Yvelines. Khách hàng của ông là thị dân có địa vị trong xã hội như bác sĩ, giáo sư, quan chức cao cấp… Tên tuổi ông đã ra khỏi biên giới nước Pháp và ông đã nhiều lần đi tham dự các "hội nghị" quy tụ các chuyên viên và những người đam mê bộ môn xâm. Chúng ta thử theo dõi một ca xâm nghệ thuật điển hình. Guillaume là một kỹ sư muốn có một hình xâm con rồng. Guillaume phác thảo trên giấy. Chủ và khách bàn luận với nhau. Khi cả hai đã đồng ý mới bắt đầu công việc. Hình con rồng do Guillaume chọn được thực hiện trong 20 tiếng, vẽ trong 5 hoặc 6 lần. Lúc đầu Guillaume rất đau, nhưng sau đó cái đau giảm dần, 2 giờ sau lại đau lại và phải ngừng xâm. Cứ như vậy, trong 6 lần, con rồng thành hình. Guillaume móc bóp chi ra 3000 *euro*. Anh rất hài lòng vì "tôi đã có một tác phẩm nghệ thuật mang trên mình suốt đời; tôi đã biến thân thể tôi thành ý nghĩa của cái đẹp và sự cải biến thân thể là niềm khoái cảm trong con người tôi".

Trong truyện ngắn Nhật Bổn *Shisei* (Xâm Mình) của Tanizaki Jun-Ichiro, viết năm 1910, do Nguyễn Nam Trân dịch, nghệ thuật xâm đã lên tới mức thượng thừa. Seikichi là một thợ xâm trẻ có hoa tay không thua gì những bậc sư trong nghề. "*Trong lòng người thợ xâm hình trẻ tuổi này, từ lâu chôn giấu một khoái cảm và một khát vọng thầm kín. Khi đường kim của y gây ra những vết phồng tấy trên da và làm ứa những giọt máu đỏ tươi, hầu hết khách hàng, cho dầu là đàn ông chăng nữa, đều rên rỉ vì không chịu nổi sự đau đớn. Hễ khách hàng càng rên siết bao nhiêu, độ khoái cảm khó tả của y lại tăng bấy nhiêu. Seikichi đặc biệt thích lối xâm chấm phá và xâm son vì đó là hai lối xâm gây đau đớn nhiều nhất. Khách, sau khi mỗi ngày đã chịu trung bình hàng năm, sáu trăm mũi kim, còn phải tắm nước nóng cho ăn màu, ra khỏi bồn đều ngã quị dở sống dở chết dưới chân Seikichi, hồi lâu vẫn không lê mình nổi nửa bước. Ngay trước cảnh tượng thảm thương như vậy, mắt y lúc nào cũng chỉ ném một tia nhìn lạnh lùng.*" Một bữa, Seikichi gặp người con gái đưa tin của một ca kỹ ở xóm Tatsumi. Nhìn bàn chân cô gái nhỏ buông thõng sau chiếc mành mành của chiếc kiệu, Seikichi đã khao khát và lòng khao khát biến thành một tình yêu mãnh liệt. Năm năm sau, khi người con gái tới đưa tin của cô chủ, Seikichi dù chỉ nhìn bàn chân, đã nhận ra đó là người con gái có bàn chân như một thứ ngọc quý bằng da thịt. Anh dụ được cô gái để cho anh xâm một con nhện trên tấm lưng thon nuột nà. Cô gái ưng thuận. "*Thế rồi tay trái y kẹp giữa ngón trỏ, ngón giữa và ngón út nhúng mũi bút họa, tỳ lên lưng người con gái, tay phải cầm kim bắt đầu xâm. Linh hồn của người thợ xâm trẻ tuổi hòa trong mỗi giọt mực, ngấm vào da. Mỗi giọt son Lưu Cầu tan trong rượu mạnh đi vào thân thể cô gái là những giọt máu của tính mệnh y. Qua bức họa Seikichi thấy cả mầu sắc của tâm hồn mình... Mỗi lần châm một mũi, rút một mũi, người nghệ sĩ không nén được tiếng thở dài như cảm thấy đang chạm khắc lên chính trái tim mình. Dưới đường kim, dần dần hiện trên làn da hình một con nhện cái thật lớn, và khi trời bắt đầu rựng sáng thì con vật tám chân yêu ma này đã bắt đầu bò trên khắp chiếc lưng."*

Xâm nghệ thuật như vậy, cần chi nhỉ! Ở Việt Nam, các cô các cậu choai choai cứ xâm mình thoải mái. Xâm bất cứ hình gì. Con trai thì hình rồng hình hổ, hình rắn hình đầu lâu. Các nàng thì bướm, bông hồng, cá thỏ, trái tim... Cứ loạn cả lên. Cá sấu bò trên ngực như muốn chui vào trong núi cùng đồi. Bướm bay trên bụng như đang muốn rúc vào vờn hoa. Đó là xâm... chơi.

Thêu chân mày là xâm... đẹp! Gọi là xâm nhưng đây không phải là xâm tuy lông mày cũng đứng vững với thời gian. Bác sĩ thẩm mỹ chụp lên mắt khách hàng hai chiếc nắp có màu sáng bạc để giữ mắt cho yên rồi dùng một dụng cụ giống như cây bút mực, có gắn một cây kim đặc biệt để vẽ từng sợi lông mày theo chiều xuôi về cuối đôi mắt. Các mũi kim không đâm sâu vào da mà chỉ ấn nhẹ khoảng từ 2 đến 3 ly nên khách không cảm thấy đau, không chảy máu và cũng không sưng. Bác sĩ Ngô Anh Kiệt, trưởng Khoa Thẩm Mỹ Bệnh Viện Trưng Vương ở Saigon cho biết là kỹ thuật "phun thêu" khác xâm ở chỗ có thể làm đậm nhạt để nổi lên từng sợi khiến nhìn tự nhiên và giống lông mày thật hơn. Nhưng thứ lông mày nhân tạo này chỉ bền được vào khoảng 3 năm.

Làm tới nữa là phun hồng nhũ hoa. Vì đây là phần nhạy cảm nên phải tiêm thuốc tê trước khi hành sự. Thẩm mỹ viên dùng máy có gắn đầu kim đã chấm màu hồng di quanh quầng nhũ, từng chút, từng chút một, thỉnh thoảng lại chấm thêm màu, cho tới khi cả vùng nhũ được phủ kín đầu kim. Thường thì mất khoảng 2 tiếng nhưng tùy thuộc vào hình dáng, kích thước và độ đậm nhạt của nhũ hoa mỗi người. Làm đẹp kiểu này nhất định phải đau nên khách thường được cho uống thuốc để tránh nhiễm trùng và giảm sưng. Cái giá phải trả sau đó hơi đắt. Quầng nhũ sẽ sưng và đau trong khoảng 2 tháng. Rất khó mặc áo lót. Phải liên tục bôi thuốc mỡ, uống thuốc chống sưng, tránh nước, kiêng ăn tanh, ăn thật nhiều hoa quả, đi lại nhẹ nhàng. Đó là không kể nhiều khi gặp biến chứng gò bồng đảo phồng lên và rựa nước. Hậu quả lâu dài hơn là nếu sanh sẽ không thể cho con bú vì đầu nhũ hoa đã bị tổn thương. Cay đắng như vậy mà tuổi thọ của loại phun này chỉ được khoảng 2 năm với điều kiện là không sinh nở bởi vì khi có thai nhũ hoa đương nhiên biến màu!

Mực xâm thấm vào người có hại chi không nhỉ? Tại hội nghị hàng năm của Hội Hóa Học Hoa Kỳ ngày 13 tháng ba vừa qua tại San Diego, một tường trình về kết quả nghiên cứu trên 17 thứ mực xâm đã cho biết là trong mực xâm có chứa nhiều kim loại nặng. Hội Nghị cũng đặt vấn đề về những công phạt của mực xâm như dị ứng, chỗ sưng cảm thấy như bị phỏng khi chụp hình MRI hay mực xâm nhập một vài vùng trong cơ thể như phổi chẳng hạn.

Xâm, OK. Nhưng cuộc sống của mỗi con người đâu có phải lặng lờ như một hồ nước thinh lặng. Yêu có khi hết yêu. Tên người tình cũ đã ngất ngưởng trên da thịt, để yên được chăng? Trẻ người non dạ ham vui xâm lung tung trên hình hài, tới khi muốn kiếm việc hay làm ăn đứng đắn, những vết xanh đỏ trên người cũng là một chướng ngại chứ!

Tuổi tác theo năm tháng quàng lên người, tới một lúc nào đó thấy vết xâm trên người trở nên dị hợm chứ! Có nhiều lý do để một ngày nào đó dân xâm mình phải nghĩ tới chuyện tẩy vết xâm đi. Cũng chua cay lắm! Thông thường trước đây, khi muốn xóa hình xâm, người ta có thể xâm phủ chồng lên hình xâm cũ để lấp đi hoặc tạo hình xâm mới; cắt bỏ lớp da xâm và may lại; mài sâu vào da hoặc dùng *acid*, dùng nhiệt hay muối để phá lớp da có mực xâm bên dưới. Những trò này ít nhiều đều để lại vết sẹo rất mất thẩm mỹ. Ngày nay người ta dùng tia *laser* để xóa xâm. Xóa xâm kiểu... hiện đại này không để lại vết sẹo trên da. Các bác sĩ thẩm mỹ hầu hết đều sử dụng các loại *laser* xung *Q-Switched* như *Alexandrite, Ruby, Nd:YAG*... Các tia *laser* loại này, khi xuyên qua da chỉ tác động phân hủy từng nhóm màu mực xâm phù hợp với bước sóng của chúng. Bước sóng 1064nm phân hủy màu đen, 532nm phân hủy màu đỏ, 585nm tác dụng với màu xanh da trời, 650nm tác dụng với màu xanh lá cây... Các mực xâm màu đen, xanh đen, đỏ dễ tẩy hơn mực màu vàng, xanh da trời, xanh lá cây. Sau khi xóa xâm bằng tia *laser* cần phải thoa kem chống nắng và tránh tối đa việc tiếp xúc với ánh nắng để tránh bị nám da. Muốn xí xọn đi phơi thân hình ngoài bãi biển, nên quên đi!

Một thời để xâm. Một thời để xóa. Cái thời xóa coi bộ khá nặng nhọc. Vì vậy, trước khi vạch lưng, giơ bụng, ưỡn ngực, vén đùi cho mũi kim xâm chích vào, cần phải nghĩ ngợi thật kỹ.

Tôi nghĩ tới anh bạn Thủy Quân Lục Chiến của tôi. Khi xâm lên tay hai chữ "Sát Cộng" anh cần chi phải nghĩ. Đó là cái hào hùng của tuổi trẻ có lý tưởng. Anh không có lỗi. Lỗi là ở cái tình thế tồi tệ của cuộc chiến. Cái lỗi chung chung như vậy, có ai lại giơ lưng ra chịu nhận. Trừ ông Cai Lê Văn Phúc, người đã hiên ngang giấy trắng mực đen tự nhận *"Tôi Làm Tôi Mất Nước"!* Chỉ tiếc có một điều là tại sao nước không mất chậm một tý để anh bạn tôi được hưởng ơn mưa móc của tia *laser*! Nhưng nếu như vậy thì làm sao tôi có thể nhìn thấy, như khi lần đầu tiên được nhìn vào vết sẹo trên tay anh bạn. Lần đó, tôi đã nhìn thấy lung linh qua làn nước mắt, cái dáng co ro hình chữ S của non sông đất nước được tô bồi bằng lớp da gồ lên bóng loáng!

04/2005

XIN

Lậy ông đi qua , lậy bà đi lại, xin mở lượng hải hà bố thí cho con chén cơm chén cháo. Xin là hạ mình xuống làm bộ thảm khổ để gợi lòng thương của người khác. Để có được sự thảm khổ, phải trình diễn. Hồi tôi mới di cư vào Saigon, ngụ tại khu bình dân Cầu Ông Lãnh, hàng xóm của tôi là một anh thanh niên khỏe mạnh, chỉ phải cái tội hơi gầy ốm. Ngày anh đi làm, tối về la cà đi chơi nhà này nhà kia, hút điếu thuốc, uống chai la ve, như một người lao động chân chính. Cho tới một bữa, tôi tình cờ thấy anh lết ở phía bên ngoài chợ Bến Thành, chân đầy bông băng kín mít điểm thêm những vết máu đỏ rịn ra, mặt méo xẹo, miệng rên la thảm khổ. Chiếc mũ trên tay anh đầy một đống tiền. Trông thấy anh, tôi vội né. Cũng phải làm một chút việc thiện: chẳng nên mang sự ngượng ngùng đến cho người khác!

Anh hàng xóm của tôi thật sự là một người trình diễn. Bông băng hóa trang, buổi tối, khi trở về nhà như một người lao động chân chính, anh tháo ra được. Nhưng có những màn trình diễn bi thảm hơn nhiều, nhất là những "tài tử" được đẩy ra sân khấu lại là những trẻ em. Những người đã trở về Việt Nam chắc chẳng lạ gì với những cảnh những trẻ em tật nguyền, da bọc xương, nhếch nhác một cách đáng sợ bám sát theo để xin tiền. Nếu bạn có lòng thương người, móc tiền cho những đứa trẻ đáng thương này, đích thị bạn đã thương những tên đàn ông đàn bà ngồi đánh bài hoặc ăn uống gần đó. Vì chính những người này, sau chót, sẽ nhận được những đồng tiền bố thí của bạn! Bạn đã bị lừa! Những đứa trẻ khơi gợi lòng trắc ẩn của bạn chỉ là những con chim mồi.

Đây là một hoạt cảnh được mô tả trên tờ báo điện tử trong nước, tờ VnExpress, ngày 3 tháng 11 năm 2004: *"Bé gái độ 7 tuổi bế trên tay một hình hài quặt quẹo, nhỏ xíu, đôi mắt nhắm nghiền, rảo dọc các quán ăn trên đường Nguyễn Trãi. Nó van nài: "Cho con xin vài trăm đồng mua sữa cho em". Vài tờ tiền lẻ cũ kỹ, nhàu nát chìa ra. Nó chộp lấy và giúi vội vào cái ca nhựa rồi bước thẳng đến cột điện bên lề đường. Ở đó, một người đàn bà ngồi chờ sẵn. Mụ thò tay vào cái ca quơ sạch từ tiền giấy lẫn tiền cắc cho vào nón lá xốc xốc chừng để đếm, gầm gừ trong cổ họng: "Nãy giờ có nhiêu đây thôi sao? Ngu quá, mày phải dí sát đứa nhỏ vào người ta, để nếu bọn họ không động lòng thì cũng cho tiền để mày nhanh chóng biến đi, biết chưa?"*

Bài học về môn... xin mà đứa nhỏ vừa được giáo dục chỉ là một trong những mánh khóe moi tiền của bạn, của tôi.

Còn nhiều chiêu khác dành cho những người có lòng: quỳ lậy cho tới khi khách phải bật tiền ra, dí sát thân hình hôi hám vào khách để… khủng bố, bám dai nhách như đỉa đói. Những đứa trẻ nhơ nhuốc này có khi là con cái của những… tiểu thương buôn lòng từ tâm của người khác, có khi chỉ là những đứa trẻ được họ thuê mướn. Có cả một thứ nghề gọi là nghề đẻ con để cho mướn, cũng như có cả sự bất nhân khi chọc mù mắt, bẻ gẫy xương trẻ em sơ sinh để tăng thêm… kịch tính!

Nhà văn Nguyễn Thụy Long, sau 1975, đã có lúc bị đời hành hạ đến phải ngủ đường ngủ chợ. Nhờ vậy mà ông ghi lại được những hình ảnh như không có thật. Trong cuốn *Thân Phận Ma Trơi*, được xuất bản năm 2000 tại Hoa Thịnh Đốn, đã…nhân chứng như sau: *"Trời bây giờ mới lất phất mưa. Tôi nhìn sang bên kia đường, những người hàng xóm của tôi lác đác tụ về. Qua màn mưa, tôi vẫn quan sát được họ: ông già cô đơn nằm cuối hàng hiên, gia đình mẹ mìn nằm kế, có anh chồng đui què mẻ sứt. Tôi nghĩ gia đình ấy hành nghề mẹ mìn vì có cả "cô lếch xông" con nít san sát tuổi nhau, mỗi sáng tôi thấy có người tới lãnh đi suốt ngày, tối trả về cho chị ta, tiền thuê mướn sòng phẳng, đôi khi còn kèm thêm quà cáp. Tối, chị điểm danh con, đếm như đếm vịt. Tối nay tôi nghe chị la lên:*

- Còn đứa vắt chân lên cổ nữa, sao giờ này nó chưa trả tao? Trời ơi, muộn chút nữa là nó phải trả thêm tôi hai ngàn, không thì tôi...

Anh chồng chột mắt, cụt giò đang gầy bếp lửa nấu nướng chi đó, gắt lên:

- Làm chi mà ồn vậy, con nhỏ mới ra nghề nhưng coi bộ cũng đàng "goàng", mày thiệt...

Chị vợ lồng lên với cơn ghen, chửi chồng không thiếu một câu tục tĩu nào. Đổ thừa cho thằng chồng mê con ăn mày mới. Anh chồng cho con vợ lắm mồm một cái bạt tai, xáng luôn một cây nạng gỗ, rồi mọi chuyện êm ru. Anh chồng uống rượu, cuối cùng chui vào chiếu làm gì lục đục trong đó (tôi không biết). Dăm phút sau anh ta chui ra chửi thề một câu:

- Lần này mà mày không đẻ thêm đứa nữa thì chết mẹ với tao nghen. Nhớ lúc nào cũng phải khai là mới sanh lần đầu, đừng quờ quạng khai đã sanh nhiều lần, nó đè ra đoạn sản là mất giống. Tao sẽ bỏ mày, tao lấy con khác liền một khi. Đ. M. coi đứa nào hận đứa nào.

Mụ mẹ mìn nằm trong chiếu, thò đầu ra quác lên :

- Giỏi thì vô đây thằng đui què kia, đừng đổ thừa tao, tưởng bảnh hả?

Cùng lúc đó chị ăn mày bế thằng bé vắt chân lên cổ về. Chị ta moi tiền ra trả, nhưng mụ mẹ mìn không chịu :

- Đâu được mày, giờ này mày mới đưa con tao về, dễ gì... Đưa thêm tao, chớ không mai mày đi mướn chỗ khác nghen...

- Thì em đưa chị thêm một ngàn rồi.

Anh chồng tật nguyền đĩnh đạc ra vẻ một đàn anh đầu nậu chủ gia đình :

- Đâu được, tao không binh vợ, nhưng bà ấy nói có lý. Vì thương mày mới ra nghề, vợ chồng tao giao "cục vàng" cho mày. Mày phải biết làm cái chân nó vắt lên cổ nghệ thuật

được như thế không phải dễ. Tao mất bao nhiêu công phu uốn nắn còn hơn mấy cha nghệ nhân uốn cây kiểng. Khai đi, khai thiệt đi, mày trúng mánh ở "tác phẩm" này phải không? Biết điều mai tao lại cho bế cây vàng của tao đi nữa, còn không thì biến đi nghe mậy!"

Loại… cha ăn mày như vậy người ta gọi là "cốc". Danh từ này ngày nay hình như đã mai một đi. Kể từ khi ông Kim Dung ông ấy phóng chưởng ào ạt vào nền báo chí của chúng ta. Chúng ta có một danh từ mới : Cái bang! Cái bang được tổ chức có hệ thống hơn. Chức lớn chức nhỏ không tính bằng lon lá mà bằng… túi. Càng nhiều túi càng… xếp. Tám túi là… thống tướng! Tha hồ lên tiền của thiên hạ.

Bà Catherine Hebert có phải là một cái bang không? Bà chuyên môn đứng bán mấy cái nhãn dán và kẹo vớ vẩn ở khu thương xá *Eaton Center* ở Toronto. Chẳng ai thèm mấy cái đồ yêu đó nhưng mủi lòng vì những lời tả oán hoàn cảnh của bà nên thường cho tiền bà. Mấy anh nhà báo vô công rỗi nghề mới đây thử theo dõi và viết một bài báo về người đàn bà này. Bà đi… cốc bằng một chiếc xế Jetta đời năm 2001 và ở một căn nhà ba tầng lầu rất đẹp ở Hamilton, một thị trấn gần Toronto. Bà ăn mày loại xịn này bị lột mặt nạ. Bà bèn lên Montreal để tiếp tục… hành hiệp. Bà trấn đóng ở con đường thị tứ nhất thành phố là đường Ste Catherine. Báo chí nơi đây nhận diện được bà liền. Và họ nói chuyện với bà. Bà được dịp thanh minh thanh nga. *Tôi không ăn xã hội, tôi không làm điếm, tôi không bán xì ke ma túy. Tôi chỉ kiếm sống. Nếu người ta muốn cho tôi số tiền lẻ trong túi họ thì tôi vui vẻ nhận. Nhiều người còn làm những việc tệ lậu hơn tôi nhiều để kiếm tiền. Có sao đâu!* Bà kiếm tiền có hạch toán đàng hoàng. Bà chẳng ngại chi để cho biết là chỉ tiêu mỗi ngày của bà phải kiếm được là 75 đô. Dĩ nhiên, để làm mềm lòng những người dư tình thương người, bà phải có mánh khóe. Mánh của bà là dựng nên một câu chuyện đời thương tâm. "Tiểu thuyết" của bà được chính bà kể lại như thế này. Bà là sinh viên khoa Tôn Giáo tại Đại Học McMaster ở Hamilton nhưng vì hoàn cảnh gia đình bà phải tạm ngưng việc học. Bà muốn nhờ vào lòng quảng đại của mọi người để có thể tiếp tục việc học, ra trường và kiếm việc làm chứ đâu có muốn đứng đường đứng chợ như thế này. Có người mủi lòng đã không ngần ngại giúp cô sinh viên lỡ vận này nguyên một tờ bạc 5 đô ngon lành!

"Tiểu thuyết" của bà Catherine Hebert không ăn khách bằng "tiểu thuyết" của một bà gốc Việt ở Abingdon thuộc tiểu bang Illinois, bà Jennifer Nguyễn. Tôi rất thú vị vì là đồng hương với "nhà văn" mang họ Nguyễn này. Năm nay bà được 28 tuổi và tác phẩm của bà đầy phiền muộn. Bà bị đau não nguy kịch, con gái bà là Jade, 3 tuổi đang bị ung thư chờ chết. Bà phổ biến ấn bản này tại một siêu thị. Chủ nhân siêu thị không cầm được nước mắt nên chung sức với nhiều tiệm buôn khác tổ chức quyên tiền giúp con người cùng khổ này. Cư dân 4 quận của tỉnh này đã quyên góp được tới 5 ngàn đô để giúp bà. Một buổi gây quỹ vào ngày 15 tháng giêng vừa qua tại trụ sở hội *American Legion* tại Abingdon đã vừa quyên, vừa bán đấu giá, thu được gần 3200 đô. Nhưng rồi Cảnh Sát đã nghi ngờ và điều tra. Do lời khai của một thân nhân của bà Nguyễn, câu chuyện xạo của bà đã bị bật mí. Bà đã bị bắt và truy tố ra tòa. Nếu bị xử là có tội, "nhà văn" Jennifer Nguyễn có thể bị ngồi tù bóc tới 5 cuốn lịch!

Nguy hiểm như vậy mà sáu ông bà nhà văn của chúng ta vẫn không sợ. Họ vẫn cứ... ăn mày! Chúng ta có cả một trang nhà của sáu nhà văn này mang tên *Ăn Mày Văn Chương*. Nếu truy cập vào địa chỉ *www.amvc.free.fr* chúng ta sẽ được coi hình chân dung rất không ăn mày của sáu vị này. Đó là các nhà văn và nhà phê bình : Miêng, Mai Ninh, Trần Vũ, Nam Dao, Phan Huy Đường và Phạm Trọng Luật. *"Ăn mày là xin người khác một điều gì và chỉ được toại nguyện khi người khác tự nguyện cho. Kẻ sa cơ thất thế, bị dồn vào cảnh bần cùng vô vọng, ăn mày cơm áo. Tất nhiên nó tự thấy nhục. Nhưng chính Tôi cũng thấy nhục, thấy bị xúc phạm mỗi khi phải đương đầu với một người ăn mày vì Tôi cũng là người, không chấp nhận được con người phải như thế và không thể làm người một mình được. Đây là điều ám ảnh Tôi miên man. Chúng Tôi không thuộc loại ăn mày này".*

Vậy các ông bà nhà văn thân mến của chúng ta thuộc loại ăn mày nào? *"Khi Tôi đọc văn của người khác, điều đầu tiên Tôi cố gắng làm là quét sạch kiến thức của Tôi để có thể đón nhận một con người khác Tôi, trong tư thế của một con người tự do, bình đẳng và trìu mến. Đó, với Tôi, là thái độ ăn mày văn chương."*

Và sáu vị đã có tên tuổi trong văn đàn hải ngoại chia nhau đi tìm những tác phẩm họ ưng ý của những người viết khác, ăn mày những tác phẩm này, mang về để lên *website* cho mọi người thưởng lãm.

Ăn mày sang như vậy không có mặt nhà văn cứ tìm

những chốn đoạn trường mà đi Nguyễn Thụy Long. Ông này đi ăn mày thiệt! Sau khi bị giam gần 4 năm tù vì tội là nhà văn trong chế độ cộng sản, ông được thả ra từ trại giam mang bí số Z30A Xuân Lộc, Đồng Nai. Bạn cùng ra tù với ông là ông cựu Luật Sư Triệu Bá Thiệp. Vừa ra khỏi trại giam, hai ông thèm phở quá nên dùng số tiền về xe trại cấp phát để ăn phở. Ăn xong, túi nhẵn thín, thân đang ở Xuân Lộc, làm sao bò về Saigon? *"Chúng tôi đồng loạt vận quần áo bà ba màu xanh nước biển, áo quần đều có in bí số trại học tập cải tạo, kẻ đi đất, người đi dép râu. Ai nhìn cũng biết ngay là tù. Số tiền được cấp phát để "về quê" sau ba năm lao động học tập cải tạo đủ ăn một bữa, đến vèo một cái, miệng còn chua. Đường về thành phố Saigon còn xa quá! Chúng tôi đi ăn mày ở thị xã. Ngượng miệng rất là khó nói. Tôi đùn cho Triệu Bá Thiệp :*

- Anh xin đi, anh là luật sư quen ăn nói.

- Bố láo, tôi ăn nói, bào chữa ở tòa án chứ đâu có gào ăn xin bao giờ! Anh cũng là nhà văn nhà báo quen ăn nói vậy!

- Tôi chỉ gào thét bằng chữ chứ chưa hề lạy ông, lạy bà.

Chúng tôi suýt nữa cãi nhau. Đang đôi co thì có một tay khác, chú Hạp gọi giật giọng :

- Lại đây đi xe về Saigon, đồng bào thuê nguyên một xe cho mình!"

Ngày tôi từ trại cải tạo về, xe nhà binh dừng đổ cải tạo viên xuống ngay tại vườn Tao Đàn giữa đám đông nghẹt bà con buôn bán tại các khu lân cận tựu về. Trước đó, khi xe chở chúng tôi chạy ngang chợ Bến Thành, đồng bào đang mua bán đều ngưng tay, ngước nhìn lên và reo vang. Họ túa nhau chạy theo xe. Chúng tôi xuống xe, lòng vui như mở hội. Mọi người xúm xít hỏi thăm từ trại nào về. Người nắn tay, người ôm vai, bánh trái, trái cây được tiếp tế cho chúng tôi. Nhiều giọt nước mắt đã nhạt nhòa ràn rụa. Nước mắt của cả lũ cải tạo chúng tôi và của cả một khối đồng bào ruột thịt vây quanh chúng tôi. Chúng tôi ai nấy đều mong muốn thoát ra khỏi được đám đông để vội về với gia đình. Vậy mà len lỏi, vừa nhích đi vừa dừng lại trong vòng tay của những người không thân nhưng rất tình nghĩa đồng bào, tôi mới ra được tới cửa vườn Tao Đàn, phía đường Hồng Thập Tự. Vài anh xe ôm, vài bác xích lô trờ tới, ai cũng như muốn tôi lên xe. Tôi lên đại yên sau của chiếc xe ôm gần nhất để về Thị Nghè. Dọc đường, anh xe ôm trạc gần bốn chục tuổi hỏi tôi không dứt về những ngày tù tội. Tới nhà, tôi nói anh chờ tôi vào nhà lấy tiền ra trả. Anh xe ôm gạt đi. *Tiền bạc gì! Các thầy về là chúng tôi mừng rồi. Thầy nhớ giữ gìn sức khỏe. Cực nhọc chưa phải là hết đâu!*

Chúng tôi, những người tự nghĩ mình chưa làm tròn bổn phận với đất nước, còn muôn vàn may mắn hơn những người bạn hiện vẫn còn chưa được ra tù, vậy mà lại được những người tình cờ gặp được hôm nay, dành cho tấm lòng ruột thịt đến như vậy.

Chúng tôi không xin nhưng vẫn được cho!

05/2005

đọc Phiếm

nhà văn PHẠM PHÚ MINH

Nhà văn Song Thao trong mùa Giáng Sinh năm 2004 này vừa cho ra mắt một cuốn sách mới, đó là cuốn PHIẾM do nhà Văn Mới ở Nam California xuất bản. Tên sách chỉ một chữ thế thôi, nhưng bao hàm được cả nội dung cuốn sách, một nội dung rất mới so với sáu cuốn toàn là truyện ngắn ông đã cho ra đời đều đặn trong mấy năm gần đây.

Chuyện phiếm thì rõ ràng không phải là truyện ngắn. Muốn viết truyện thì người viết phải dùng rất nhiều hư cấu, truyện luôn luôn là sản phẩm của trí tưởng tượng dù đó đây có thể có sử dụng rất nhiều chất liệu có thật của đời thường. Nhưng phiếm thì khác. Nó thật ra không, hoặc chưa phải là, một thể loại văn học, nó chỉ là những câu chuyện của đời thường được kể lại theo lối nói chuyện... phiếm, nghĩa là nói chơi cho vui, lan man, giữa những người bạn với nhau. Hai chữ "chuyện phiếm" dễ khiến người ta liên tưởng đến một số bạn bè tâm đầu ý hợp ngồi uống trà tán gẫu chuyện ở một phòng khách. Họ có thể nói về vô số đề tài và những ý nghĩ quanh các đề tài đó, một cách thoải mái, không bị một hạn chế hay ràng buộc nào.

Nhưng chuyện phiếm viết có khác với chuyện phiếm nói. Khác ở chỗ nó... ít phiếm hơn, nghĩa là bài bản hơn, không có quyền lan man một cách quá đáng, nói cách khác nó vẫn lan man, nhưng một cách có sắp xếp. Và đó là cả một nghệ thuật.

Nghệ thuật viết phiếm là một loại nghệ thuật riêng biệt, không ai giống ai, giống như cái duyên dáng của một người kể chuyện vui vậy. Và chúng ta đang có một trường hợp cụ thể để xem xét, là cuốn PHIẾM của Song Thao. Thật ra hiện nay rất ít người viết phiếm thành công như Song Thao, và lại với một số lượng dồi dào đủ để in thành sách, nên đây là trường hợp hy hữu để khảo sát một loại hình viết lách không phải là mới lắm, nhưng ít có người viết một cách say mê kiên trì như Song Thao.

Thật sự mọi người không biết Song Thao bắt đầu viết Phiếm từ bao giờ - mấy năm trước chỉ thấy ông viết toàn truyện ngắn - nhưng cách đây đúng một năm ông bắt đầu viết phiếm đều đặn cho tạp chí Thế Kỷ 21. Trong số báo đầu tiên có đăng chuyện phiếm của ông, số tháng Mười Hai năm 2003, Tòa soạn Thế Kỷ 21 có mấy lời giới thiệu như sau:

"Bắt đầu từ số này, nhà văn Song Thao sẽ phụ trách một trang mới trên Thế Kỷ 21, Trang Chuyện Phiếm. Song Thao là một cây bút viết truyện ngắn quen thuộc của độc giả Thế Kỷ 21 từ nhiều năm qua. Ông cũng là một tác giả rất được ưa chuộng trên văn đàn hải ngoại với nhiều tập truyện đã được xuất bản.

"Bây giờ nhà văn lại nảy ra ý thích viết chuyện phiếm. Theo nhà văn Võ Đình thì chuyện và truyện khác nhau. Truyện được xây dựng hư cấu với kỹ thuật riêng, còn chuyện thì là kể những gì có thật trong đời sống, thường có sao nói vậy. Đã thế, chuyện phiếm thì lại càng tự do, không cần chủ đích rõ rệt, bàn rộng về nhiều việc... chơi cho vui vậy thôi.

"Nhưng dân gian thường nói, ăn chơi nhiều khi ngon

hơn ăn thiệt. Không tin, mời quý vị thưởng thức món ăn chơi mà nhà văn Song Thao tình nguyện dọn mời quý vị hàng tháng trên trang này."

Song Thao viết chuyện phiếm rất đều tay, mỗi tháng "đúng hẹn lại lên" đều gửi cho Thế Kỷ 21 một bài với ba đề tài, ngót nghét gần mười ngàn chữ. Độc giả thích ông ngay từ những bài đầu tiên. Báo Thế Kỷ 21 chữ nhỏ, mỗi trang chứa độ một ngàn chữ, như thế mỗi bài phiếm của Song Thao chiếm gần mười trang báo. Kinh nghiệm làm báo cho chúng tôi biết rằng một bài báo đến mười ngàn chữ là vào hạn quá dài, thường là phải cắt đôi để "kỳ sau tiếp," nếu không sẽ gây nản cho người đọc. Nhưng phiếm của Song Thao thì khác, người đọc "tiêu thụ" mười trang dễ như không, lại còn viết thư về Tòa soạn để nói rằng họ thích lắm. Yếu tố nào khiến ông thành công như thế?

Trước hết là đề tài. Toàn là những đề tài gần gũi trong cuộc sống, không rắc rối cao xa. Và được tác giả đặt tên rất ngắn gọn. Trong 40 chuyện của sách này thì chỉ một có cái tên dài nhất gồm ba chữ (Gò Bồng Đảo), 15 chuyện có tên hai chữ (Cà phê, Vợ chồng, Xe đạp, Đàn ông, Hoa xuân v.v...), đa số còn lại chỉ có một tiếng gọi cụt ngủn, ví dụ như Bia, Cầy, Chó, Ngủ, Phở, Rượu...). Dù là ba, hai hay một chữ gọi, chúng ta đều thấy toàn là những chuyện quen thuộc, thích thú, và nhất là nội dung nhiều chuyện, tha hồ mà... phiếm.

Thật ra dù là đề tài gì, nội dung có nhiều hay ít chuyện cũng là do tài của người viết. Một chuyện thông thường quá, như cà phê, ngày nào mà mọi người chẳng uống, thấy nó chẳng có gì đáng nói nhiều cả, thế nhưng nhà văn Song Thao lại nhìn ra khối chuyện: *"Cà phê cõng nhiều thứ trên lưng. Nỗi buồn, nỗi nhớ, niềm vui, khắc khoải, cô đơn, chán chường... Cà phê hình như không chỉ là cà phê mà chính là cuộc sống tâm tình."* Ông đã cho cà phê "cõng" trên lưng nó nào là kỷ niệm của ông với quán Cái Chùa La Pagode trên đường Tự Do của Sài Gòn cũ, nào là tranh của họa sĩ Đinh Cường vẽ trong tiệm cà phê, nào là số liệu điều tra của National Institute on Drug Abuse để biết chúng ta dùng bao nhiêu *miligrams caffeine* mỗi ngày thì sẽ đâm ra nghiện, rồi cả cái cách chất này tác động vào trung khu thần kinh của chúng ta v.v... Và kèm theo là vô số những chuyện vui vui về cà phê mà ông sưu tầm được, chẳng hạn:

"Một anh chàng vẻ mặt lo lắng đến gặp bác sĩ.

Thưa bác sĩ, vợ tôi ngoại tình. Mỗi lần tôi bắt được quả tang cô ta lại bảo tôi hãy bình tĩnh và uống một tách cà phê. Xin ông hãy cho tôi một lời khuyên.

Bác sĩ ngần ngừ hỏi:

Liệu tôi có thể khuyên anh điều gì đây?

Tôi uống cà phê nhiều như vậy có hại cho sức khỏe lắm không?"

Chỉ hai chữ "cà phê" mà lan man biết bao nhiêu là việc! Kỷ niệm bùi ngùi có, giai thoại văn nghệ có, kiến thức phổ thông rất đầy đủ, tình trạng xã hội liên quan đến thứ nước uống đen sánh ấy, và điểm xuyết, rải rác là nhiều nụ cười nhè nhẹ... Tất cả kết nối nhau bằng một giọng văn vô cùng duyên dáng, có khả năng lôi cuốn người ta đọc... quên thôi.

Ngẫm ra, viết được mấy trang như giỡn ấy không phải là

dễ. Ngoài cái duyên và cái chất hài hước trời cho cộng với khả năng sáng tác văn học vững chắc của mình, tác giả bắt buộc phải đọc nhiều và nhớ nhiều. Tài liệu ngày nay như rừng như biển trong báo chí, sách vở và *internet*, phải chịu khó sưu tầm tìm đọc những gì có liên quan đến đề tài mình viết. Thời đại này là thời đại của kiến thức, người cầm bút mà không trau dồi kiến thức thì trang viết sẽ dễ trở nên hời hợt, chữ nhiều hơn ý. Nhiều người nghĩ bản chất của Phiếm là lan man, viết gì lại chẳng được, nhưng nghĩ thế là lầm. Mỗi bài Phiếm của Song Thao là một công phu. Là một nhà văn, trước hết tác giả trao cho chúng ta cái khía cạnh cảm xúc của đề tài, thường bắt nguồn từ vốn sống và kỷ niệm của riêng mình với bạn bè thân hữu qua các câu thơ, câu văn, lời nói. Tác giả sử dụng nguồn tư liệu sống này rất tự nhiên, như là một cách chia sẻ với độc giả cái thế giới thân mật của những người làm văn nghệ với nhau. Về lâu về dài, với sự đãi lọc của thời gian, một số câu chuyện có vẻ riêng tư này có thể thành những giai thoại hay tài liệu văn học cho đời sau. Như cảnh đêm Noel đầu tiên trong trại cải tạo này chẳng hạn:

"Chụm đầu vào nhau, chúng tôi khe khẽ hát, tiếng ca o ép sợ tụi ăng-ten nghe thấy. Chúng tôi hát để an ủi nhau. Những bài hát của quá khứ, của kỷ niệm, những khúc thánh ca chưa bao giờ, trong thời gian ngoài ngục tù, chúng tôi lại cảm thấy thấm sâu vào lòng như vậy. Trong hoạn nạn, chúng tôi mới thấy thật cô đơn.

Con ngẩng mặt: đêm nay trời nạm ngọc
Quê Cha đâu? Đường lối hẹp kinh kỳ

Thuyền vật chất trôi xuôi về địa ngục
Trong hồn con còn dội bước con đi.

Nhà thơ Tạ Ký đã cô đơn nhìn lên trời trong đêm Giáng Sinh. Đêm đó, chúng tôi chẳng thấy trời, chẳng thấy đất, chỉ thấy hỗn mang trong bóng tối địa ngục. Đêm đó, khó dỗ giấc ngủ, biết bao nhiêu giọt nước mắt đã lăn thầm trên mặt. Nước mắt đàn ông!"

Rồi đến tài liệu. Tài liệu chiếm một vị trí quan trọng trong chuyện phiếm của Song Thao. Thường người ta chỉ chuyên về một ngành nào đó và biết rõ tài liệu về ngành chuyên môn của mình. Nhưng đối với người viết chuyện phiếm thì chẳng có gì nhất định. Phiếm mà. Thế mà nói chuyện gì Song Thao cũng có tài liệu, với một chủ trương "nói có sách mách có chứng" rất vững chắc. Từ vở kịch "Âm Hộ Độc Thoại" nổi tiếng thế giới của bà Eve Ensler bắt nguồn từ đâu mà có, đến các lý thuyết về Hỏa ngục của các tôn giáo khác nhau, từ cách xử lý chất độc của điện thoại di động phế thải cho đến kỹ thuật nhồi *silicon* cho đôi "gò bồng đảo" với các hậu quả ghê gớm của nó... Độc giả được học hỏi và cập nhật biết bao nhiêu điều, mà chẳng phải cố gắng khó nhọc gì cả, chỉ việc thích thú đọc chuyện phiếm của Song Thao!

Tác giả Song Thao nghĩ đến việc in thành sách các chuyện phiếm của ông là phải. Giá trị giải trí của những chuyện này rất cao, vì chuyện nào cũng thú vị. Giá trị văn học, dĩ nhiên rồi, mấy ai viết chuyện phiếm với một văn phong cười cợt một cách thanh tao như ông? Rồi còn biết bao văn, thơ trích dẫn, bao nhiêu giai thoại của giới văn nghệ Việt Nam. Còn nói gì kho tư liệu phong phú về nhiều lãnh vực khoa học, xã hội, văn chương, tôn giáo... của thế giới mà ông vận dụng vào đề tài của mình, vô cùng phong phú! Nhưng quan trọng nhất là việc ông tổng hợp tất cả những thứ đó lại, để tạo thành một tác phẩm của ông, một tác phẩm thuần nhất, có chủ đề, có tư tưởng, và đôi khi cả triết lý nữa, nhằm truyền đạt một điều gì đấy bắt nguồn từ cuộc sống, mặc dù mới thoạt nhìn qua thì đây chỉ là những món... ăn chơi!

01/2005

nhà văn TRÀ LŨ

Nhà văn Song Thao xuất hiện trên văn đàn đã từ lâu. Ban đầu ông chuyên về viết truyện ngắn và đã thành danh với 6 tác phẩm: Bỏ Chốn Mù Sương (1993), Đong Đưa Cuộc Tình (1996), Còn Đó Bóng Hình (1997), Chân Mang Giầy Số 6 (1999), Cuối Ngày, Một Lần Ngồi Lại (2001), Bên Lưng Những Con Chữ (2003).

Từ năm ngoái, 2004, Song Thao đã chuyển hướng viết, thay vì viết truyện ngắn, ông đổi sang viết phiếm và Ông rất thành công về mặt này.

Chuyện Phiếm là những chuyện lông bông, nửa thật nửa ảo, trộn lẫn với tiếng cười, nói cho vui, viết cho vui. Chuyện Phiếm của Song Thao, ngoài dáng dấp viết cho vui nói cho vui, còn khiến người đọc sau khi cười phải suy nghĩ thêm.

Cuốn PHIẾM xuất bản năm 2005 này, tác phẩm thứ 7 của ông, dày 380 trang, với 40 đề mục khác nhau. Tôi nói khác nhau là vì tác giả bàn về đủ mọi thứ chuyện, không theo một thứ tự nào cả. Ông đang bàn về bia và cà phê, đùng một cái ông bàn về âm dương, về hoả ngục, rồi đùng một cái nữa ông luận về con chó, thịt chó. Tôi đọc đi đọc lại cuốn sách, nghĩ mãi rồi đoán thế này : có lẽ Song Thao viết về những thứ xoay quanh thân xác con người, vì tôi xếp loại được như sau :

- Nói về thân xác, có những bài :
  Đàn Ông, Già, Gò Bồng Đảo, Mập, Ngón Tay, Răng, Tai, Tóc...

• Nói về những hoạt động của thân xác :

Cởi, Đánh, Đì, Hưu, Lén, Ngủ, Nói, Tiện, Vợ chồng...

• Nói về những liên hệ với thân xác :

Bia, Cà Phê, Cầy, Già, Hoa Xuân, Mập, Rượu, Thuốc Lá...

• Và một số bài nói tới môi trường hoạt động của thân xác như :

Quảng Cáo, Giáng Sinh, Âm Dương...

Qua các trang sách, tôi thấy những điều đặc biệt này :

1. Tên các đầu bài rất ngắn rất gọn, và cái này đã thu hút sự chú ý của độc giả.

- Chỉ có một chữ, như: *Bia, Cầy, Chó, Cởi, Con, Đánh, Đạn, Đì, Đũa, Già, Tiền...*

- Chỉ có hai chữ, như: *Âm Dương, Cà Phê, Cõi Tạm, Đàn Ông, Phôn Tay, Thuốc Lá...*

- Gồm Ba chữ, chắc tác giả cho là đã dài quá rồi nên chỉ có độc nhất một bài mang tên *Gò Bồng Đảo.*

2. Ông bám sát đề tài, không lạc đề bao giờ, không miên man sang chuyện khác bao giờ. Như bài nói về thịt chó mà ông đặt tên là 'Cầy', thì từ đầu bài trang 41 đến kết bài trang 50 chỗ nào cũng chỉ thấy thịt chó, như chả nướng, nhựa mận, dồi chó, lá mơ.

3. Lời văn rất đẹp, rất mới, rất dí dỏm, rất duyên dáng. Tôi thích rất nhiều câu văn của Song Thao trong sách này, như:

... Trời nắng chang chang, nóng muốn cởi đến cả chiếc nhẫn , mà có một chai bia lạnh, nốc vài hụm, khà một cái, đã hết biết (trang 19)

...Thơ cứ hùa theo hơi bia mà lần về những ngày cũ, rất anh rất em, (trang 25)

... Chó chết hết chuyện. Người ta thường nói vậy. Nhưng mấy bạn nhậu của tôi còn cự nự. Chó chết còn nhiều chuyện lắm. Toàn những chuyện... thơm lừng, (trang 59)

...Nhớ cái gì? Nhớ lang bang đủ thứ, nhưng nhớ nhiều nhất vẫn là nhớ những mối tình đã lãng đãng thành mây thu, (trang 199)

... Nói về gò bồng đảo: ... cái vùng quyến rũ ngà ngọc đó lúc nào cũng vương vấn những tâm hồn lãng mạn. Khi được phủ kín, nó có cái quyến rũ của vùng đất cấm. Khi nửa kín nửa hở, nó có cái ỡm ờ mời mọc của một thứ trái ngon. Khi lồ lộ dưới ánh mặt trời, nó có cái thỏa thuê níu kéo, (trang 159)

... Mở tờ báo ra, quảng cáo ngồi la liệt, trang nọ leo qua trang kia, trang bài cũng phải đeo theo bên nách vài cái quảng cáo, (trang 275)

...Tuổi teen là tuổi học trò, là một thứ ô mai, vừa cay, vừa chua, vừa ngọt, vừa đậm đà. Thứ ô mai này mà đi với tóc thề thì hết biết! (trang 305)

4. Chuyện phiếm muốn cho hay thì bao giờ cũng phải có nhiều tiếng cười. Mà tiếng cười muốn cho đậm đà thì bao giờ cũng phải đá động tới chuyện *sex*, chuyện tình dục. Các bài của ông đầy tiếng cười,

a. nhưng nhiều bài không động tới 'cái ấy' mà vẫn hay như thường, như: *"Người đàn ông cầm tay người đàn bà trước khi cưới, đó là tình yêu, sau khi cưới đó là tự vệ"* (trang 359)

b. nhiều bài động tới 'cái ấy' mà ngôn từ rất thanh nhã và nhẹ nhàng, như: " *Hai cô du khách tuổi choai choai tới thăm Bảo Tàng Viện Louvre ở Paris. Họ đứng ngắm say mê bức tượng Apollon nổi tiếng. Những bắp thịt cuồn cuộn trên tượng tỏa ra sức trai cường tráng. Tượng chỉ mặc có mỗi chiếc lá nho ở ngã ba tình. Một cô, vẻ tiếc rẻ, nói với cô bạn: "Sao mình không tới đây vào mùa thu nhỉ"* (trang 199). Hoặc: *"Đàn ông đòi lại cái xương sườn ? Đó là chuyện tào lao! Bởi vì đàn ông đã lời chán. Cho đi có mỗi cái xương sườn mà lấy về nguyên một người đàn bà, ngoài 32 cái xương sườn còn nhiều thứ khác.* (trang 107)

Ngoài những điểm nêu trên, tôi còn thích Sách này vì tác giả đã cho tôi rất nhiều kiến thức. Kiến văn của ông thật rộng. Hầu như bài nào tôi cũng học hỏi được đôi điều, như: *"Bây giờ ai cũng dùng email để liên lạc, vừa nhanh vừa tiện vừa rẻ. Giữa địa chỉ email có cái dấu chữ a trong cái vòng tròn, @, mà ở đây ta đọc là 'AT', cái chữ a cong này có rất nhiều tên, tùy theo quốc gia, như cái đuôi khỉ, cái đuôi mèo, đuôi heo, ốc sên, mèo con, chó con, và dế khỉ. Không biết người Hoà Lan nhìn thế nào mà cái chữ a cong, @, lại ra hình cái ấy của con khỉ.* (trang 80)

Hoặc: *"Đàn ông Hồi Giáo coi đàn bà là vật hạ đẳng. Chán vợ nào thì chỉ cần nói ra trước mặt ba người chứng là xong."* (trang 124)

Đọc xong 380 trang sách trong cuốn 'Phiếm', tôi thấy mình được thư giãn hoàn toàn vì được cười rất thoải mái.

Ông bà ta nói: Một tiếng cười bằng 10 thang thuốc bổ. Xin cám ơn *Bác Sĩ Song Thao* đã cho tôi rất nhiều thuốc bổ.

Ngoài ra, tôi còn được tăng thêm kiến thức và học hỏi được rất nhiều điều vừa mới lạ vừa bổ ích. Xin cám ơn *Giáo Sư Song Thao.*

Và sau cùng, Song Thao còn đang viết rất khoẻ, rất đều , rất nhiều và rất nhanh. Cứ xem Thời Báo ở Canada, tuần nào cũng có bài phiếm của tác giả thì đủ rõ. Xin chào mừng và thán phục *Lực Sĩ Điền Kinh Song Thao.*

06/2005

CÙNG MỘT TÁC GIẢ:

Bỏ Chốn Mù Sương

(tập truyện, Kinh Đô, Houston, Hoa Kỳ 1993)

Đong Đưa Cuộc Tình

(tập truyện, Ngày Nay, Houston, Hoa Kỳ 1996)

Còn Đó Bóng Hình

(tập truyện, Văn Mới, Los Angeles, Hoa Kỳ 1997)

Chân Mang Giầy Số 6

(tập truyện, Văn Mới, Los Angeles, Hoa Kỳ 1999)

Cuối Ngày, Một Lần Ngồi Lại

(tập truyện, Văn Mới, Los Angeles, Hoa Kỳ 2001)

Bên Lưng Những Con Chữ

(tập truyện, Văn Mới, Gardena, Hoa Kỳ 2003)

Phiếm 1

(Văn Mới, Gardena, Hoa Kỳ 2005)

(Tái bản lần thứ nhất: Nhân Ảnh, Toronto, Canada 2006)

Phiếm 2

(Văn Mới, Gardena, Hoa Kỳ 2005)

(Tái bản lần thứ nhất: Nhân Ảnh, Toronto, Canada 2006)

Phiếm 3

(Nhân Ảnh, Toronto, Canada 2006)

Chốn Cũ

(Nhân Ảnh, Toronto, Canada 2006)

Nhà xuất bản NHÂN ẢNH
3359 Scotch Pine Gate
Mississauga, ON L5N 7M9 - Canada
Điện thoại: 416-550-5857

Liên lạc với tác giả:
TẠ TRUNG SƠN
7805 Claire Fauteux, #1
Montréal, Qc. H1K 5B6 - Canada
Điện thoại: 514-354-5338
Email: *tatrungson@hotmail.com*

Ấn phí: 20 Mỹ Kim

www.ingramcontent.com/pod-product-compliance
Lightning Source LLC
LaVergne TN
LVHW090218051026
849517LV00001B/114